RIWAYA | SAFARI YANGU

Mtunzi: Ali Hilal Ali   Toleo la Pili

DL₂A – Buluu Publishing
FRANCE

SIREN 801.114.968

barua-pepe: buluu.publishing@gmail.com

ISBN-13: 978-1539514374

ISBN-10: 1539514374

SAFARI YANGU

Simulizi inayobeba matukio ya kusisimua chini ya utunzi wa Ally Hilal.

Maisha ni safari. Tunakwenda tukiwa hatuna uhakika na kule twendako. Lakini siku zote mipango ya mwanadamu ndio inayozifungua au kuzirahisisha njia zilizofungwa. Mungu hutia nguvu pale penye nia thabiti. Mungu atuhidi-Yeye ndiye tegemeo letu.

UTANGULIZI

Safari yangu ni riwaya ya kwanza ya Ndugu Ally Hilal kuchapishwa licha ya kuwa ni riwaya ya nne kuiandika kwa mikono yake. Riwaya hii imeyachukuwa maisha na kuyatandika ndani ya kurasa zinazohesabika kwa mtindo wa matukio kadhaa yanayotokea kila uchao ndani ya jamii zetu. Safari inayobeba mikasa ya kusisimua na kumpa msomaji maswali yanayobeba utabiri usioweza kutabirika. Safari Yangu inampeleka mbali zaidi msomaji kwa kumwonesha namna tamaa inavyojenga na kubomoa. Hujenga pale watu wanapoyasimamia yale wanayoaamini kwa njia sahihi na hadi kuyatia mwishoni. Ingawa kuna mambo mengi yanaweza kumkwaza mtu kadiri anavyosogea na kuelekea kule anakotamani afike.

Hubomoa pale tamaa inapowashika watu na kuyaangamiza maisha yao wenyewe kwa mikono yao kusudi wapate wakitakacho licha ya kujitumbukiza katika njia zisizofaa na hatimaye kuteketea. Ujasiri wa binadamu na vikwazo vinavyowakumba pia vinadhihirishwa na mwandishi huyu katika uwanja wa lugha iliyopangika ndani ya safu za riwaya hii. Itikadi zisizosadifu uhalisia wa yale wanayoyaamini baadhi ya wahusika, kama mhusika anavyoonekana kujenga dhana ya kuwa Ulaya ni pepo ya dunia-Hivyo anayaelekeza macho yake huko na kukupigania mradi tu afike na kukipata kile anachokitaka. Hatimaye yanamsibu mambo mengi yanayoijenga na kuikwaza safari yake na kuzalisha safari nyengine zilizojaa mambo na vijambo.

Nimekuwa mtu kwa kuvishwa utu na kuweza kuianza sehemu ya malengo yangu kwa hatua hii niliyofika. *Baba yangu na mama yangu* wamekuwa watu wa mwanzo walionifinyanga na kunijenga hadi kufika hapa. Sina cha kuwalipa ila nasema neno "AHSANTE"

Nisingeweza kuinyanyua kalamu yangu pasi na ujasiri wa kukisimamia kile ninachokiamini. Napenda kumshukuru *mke wangu* mpenzi kwa kuwa wa mwanzo kuzisoma kazi zangu kila nilipoandika na kunivisha joho la sifa zisizo kifani.

Uwandishi uliposhika ashiki yangu na kuingia ndani ya mishipa yangu ya damu ulinisimamisha wima. Nikasimama miguu miwili kusogea nyumbani kwa *Profesa Said Ahmed* mara baada ya kusikia kuwa amesharudi nyumbani kwake Wete Pemba baada ya kustaafu nchini Ujerumani. Amenishika mkono na kunionesha njia. Shukrani za pekeye ziende kwake.

Mwisho, sitamsahau *Dr. Mathieu Roy* aliyeweza kunichapishia kazi yangu hii kupitia *BULUU PUBLISHING* mara baada ya kujuana naye kupitia mitandao ya kijamii.

SURA YA KWANZA

Siku ziliyoyoma kama upepo wa kusi. Siku iliyokuwa ikisubiriwa kwa hamu na kila mwanakijiji ilifika. Wa karibu na wa ng'ambo walijazana katika bonde la Sawafu kukishuhudia kitakachojiri kijijini hapa. Miezi na miaka wanakijiji wameteseka *kususuma* na ndoo za maji mabondeni. Kilio cha muda mrefu-wamehimiza kuunganishiwa mabomba ya maji safi na salama pasi na mafanikio. Vijiji vingi sasa maji yameshafika. Usumbufu wa kuteka maji visimani umeshaanza kusahauliwa. Kwa upande wa kijiji cha Ndaamba mambo yalikuwa tofauti. Ili uyapate maji ilibidi uteremke bondeni kuelekea bonde la Sawafu. Si haba, bonde hili lilipata neema ya maji. Mito na maziwa yalitapakaa na kuifanya ardhi yake kuwa nyekenyeke muda wote. *Viunga-uzi,* bila shaka vilimtahadharisha kila aliyenyanyua mguu wake kuwa mwangalifu. Ukitembea lazima uwe na hadhari kuepuka kuzama kwenye kiunga-uzi.

Miteremko; mabonde na milima iliifanya ardhi ya Ndaamba kubarikiwa mvua zisizotabirika. Isitoshe, miti mikubwa na midogo *iliyochichipaa* ardhini ilisaidiana na milima kuzisababisha mvua kunyesha. Hazikujali msimu wala mwaka. Zilinyesha mara kwa mara.

Eliza, mzungu aliyehamia kijijini hapo tangu mwaka uliopita, alisaidiana na uongozi wa kijiji kuhakikisha maji yanafika Ndaamba. Alikuja kijijini kutoka Ulaya. Lengo la safari yake barani Afrika ni utafiti wa mambo ya misitu na vyanzo vya maji. Eliza, msomi aliyemaliza shahada ya uzamili ya SAYANSI YA MISITU NA MALIASILI nchini Uingereza. Muda wa utafiti wake ulikamilika tangu mwezi wa sita baada ya kukaa kijijini miezi sita. Mradi wa maji vijijini ulitimiza azma yake. Siku ya ufunguzi wa mradi wa maji safi ndiyo hiyo imefika. Aliyetarajiwa kuuzindua mradi huu ni mkuu wa mkoa wa Magharibi.

Baada ya kukamilika kwa utafiti wake, Eliza aliongeza mwaka mzima bila ya kurudi kwao. Aliamua kuendelea kubaki Ndaamba kutimiza lengo lake la kuyasogeza maji kijijini hapo. Umaarufu ulilitangaza jina lake na kuilinda heshima yake hapo awali. Wanakijiji wa Ndaamba walimuheshimu na kumthamini sana Eliza. Hii ni kutokana na ushupavu wake katika kuhakikisha maendeleo ya kijiji hiki. Ukiachana na lengo la uwepo wake ambalo ni utafiti, Eliza alijitahidi kuitumia elimu yake ipasavyo kujumuika na watu katika shughuli za maendeleo ya kijiji. Kuandaa miradi na kuomba ruzuku tofauti nje ya nchi. Wanakijiji wengi hawakubahatika kusoma na kufika mbali. Na waliosoma wengi wao waliyalenga macho yao mbali zaidi kutengeneza maslahi yao. Kamwe hawakukaa kijijini. Wachache waliobaki nyumbani kupambana na maisha katika miji yao.

Zaharani alimganda Eliza kila alipokwenda. Hakubanduka kwapani. Walio wengi kijijini waliyachukia mazoea yao. Hayakuwa mazoea ya kawaida. Utamaduni wa Wanandaamba haukushabihiana hata thumni na utamaduni wa Eliza. Na hii ndio sifa ya utamaduni. Dhana ya utamaduni na ustaarabu inaibua mtafaruku mkubwa katika vichwa vya watu wenye mitazamo tofauti. Na zaidi ni pale inapoibuka tafsiri ya kutaka kuutukuza ustaarabu fulani ambao watu wameibuka nao ndani ya jamii zao tangu karne na dahari. Kila mtu huona ustaarabu na utamaduni wa mwenzake kuwa haufai na hauna thamani hata ndogo. Hapa ndipo inapokosekana tafsiri sahihi ya neno ustaarabu. Kwa walio wengi ndani kijiji cha Ndaamba waliuhukumu hivyo ustaarabu wa Eliza, ingawa si wote. Wapo watu kama Zaharani na wenzake waliokuwa na mitazamo tofauti.

Utamaduni hubeba silka za jamii husika. Huzitawala na kuzimiliki khulka zao. Ni ukweli usiopingika kuwa walio wengi katika jamii hii walizitama mila na utamaduni wa Eliza kwa jicho pevu la kutokuridhika nao. Lakini pia wapo walioelewa kuwa utamaduni si kama almasi na dhahabu ambazo hulingana thamani ijapokuwa zimechimbwa migodi tofauti. Nazo pia hutafautiana kwa ubora. Ustaarabu si dhahabu ambayo ina thamani mbele ya jicho la kila mtu. Thamani ya ustaarabu ina mipaka. Na mara nyingi huonekana ndani ya jamii husika.

Shutuma zilitanda kijijini. Iliaminika kuwa ukaribu wa Zaharani na Eliza umeshapanda mche wa mahusiano. Kwa mwenendo na picha iliyoweza kusomeka akilini mwa watu ni kuwa Zaharani anaishi kinyumba na Eliza. Siku nyengine alionekana alfajiri mapema akitoka nyumbani kwa Eliza. Hili likawapa watu mashaka kuwa Zaharani hwenda amelala nyumbani kwa Eliza.

Kula, kutembea, na mara nyengine hata kulala walilala pamoja. Wazazi wa Zaharani hawakulipenda jambo hili. Na hata majirani kwa upande wao walianza kumchukia Eliza. Chuki zilijikita nyoyoni kwa umbile la ndani. Hawakuweza kuzidhihirisha nje. Kumkera Eliza, kwa fikra zao, kungeliwakosesha mengi. Mradi wa maji huo leo unafunguliwa. Shida za kuelekea mabondeni na ndoo zitakwisha punde tu. Maji yatawafuata wao majumbani na wao wakiwa wanayasubiri. Kuna raha zaidi ya hii kwenye *kadhia* iliyoota mizizi! Yote haya ni kwa msaada wa dada huyu wa kizungu aliyotoka bara la mbali ulimwenguni. Na wengi walimtumia Eliza kuwapa shilingi mbili tatu pale walipokwazwa na maisha. Bila ya kinyongo aliwasaidia. Baadhi ya watu aliwagawia nguo za mitumba. Hapo utasikia shukrani lukuki zikimwagwa. Leo mtu huyu wamuoneshe chuki za wazi? Si wataipeperusha neema hii waliyoizoea-Wengi walidhani hivyo.

Wengine hawakuyazingatia hayo. Baadhi yao walijenga dhana kuwa kumtegemea mtu ni utumwa. Ukimuudhi ndio umeshafunga misaada. Wakaogopa kumuudhi Eliza.

***

Zaharani ni kijana aliyezaliwa Ndaamba. Bado aliendelea kuishi na baba na mama yake. Hali duni ya maisha yao ilimfanya akose elimu. Tangu hapo mwanzo hakupenda kusoma. Kwake, aliamini kuwa kusoma ni kazi bure. Ajira hazipo. Kutokana na kukosa hamu ya kusoma, aliyapa nafasi mawazo potofu; "Hakuna ajira nisome! nisome nini? Wamesoma watu hadi wakataka kupasuka vichwa na leo hawapo tena, wangapi hawajasoma na maisha yao yanawaendea! Tena yanawaendea vizuri"

Imani hii iliyoota mizizi akilini mwake, ilimfanya apende sana kujishughulisha na kazi za kubangaiza; Leo afuatane na mafundi wa ujenzi, kesho akafanye tanu ya mkaa auze. Kesho kutwa aungane na vijana kulima mashamba ya matajiri kama Bwana Jamali na kupata vijisenti.

Kwa vile alianza kuonja vipesa tangu utotoni mwake, hakuendekeza kabisa kusoma. Alijali kutia shilingi kumi, hamsini na shilingi mia mfukoni mwake tu. Wazee wake pia hawakulitilia maanani suala la kusoma. Walipokea kila alicholeta Zaharani nyumbani. Hapo nyoyo husuuzika kwa visenti.

Saa mbili asubuhi jua lilishamiri. Lilikichoma kila kilichokuwepo ardhini. Saa mbili ilifanana na saa tano. Utadhani jana yake haikunyesha mvua. Ardhi iliendelea kupokea miale ya jua kwa mikono miwili. Kuku walichangamka wakikatiza mitaa midogo midogo kujitafutia riziki. Punde majogoo wakaanza kufukuzana. Aliekuwa mbele alionekana kuishiwa nguvu. Kwa mtazamo, alionekana kuwa mdogo ukilinganisha na yule aliekuwa nyuma. Mbio zikamwishia. Punde jogoo wa nyuma alietonewa vidoto vya rangi ya jivu jivu isiyokoza kwenye mbawa zake alimrukia mwenzake. Na yule wa mbele, mweupe pepe, akageuka kujibu mashambulizi. Mapambano yakaanza. Damu zikaanza kuenea kichwani mwa jogoo mweupe.

Mwanamke aliyekuwa na begi kubwa mgongoni alikuwa amesimama. Tukio lote la vita vya kuku alilishuhudia. Tangu mbio zao za sakafuni zilivyoanza na kuishia ukingoni. Alivaa miwani ya jua huku nywele zake za rangi ya dhahabu zikipeperushwa na upepo. Alijaribu kuzizuia lakini ziliendelea kufanya ukaidi. Viatu vyake vya kufunga vililibeba umbile lake lenye urefu wa futi tano. Begi kubwa lilimjaa mgongoni na kukatisha mikanda yake tumboni. Mikanda ilimkaba na kuzama tumboni na kuudhihirisha mwili wake mwembamba. Chini ya tumbo lake ilizungushwa kanga iliyokoza rangi za kijani na nyeupe. Maandishi mapana yalikuwepo baina ya mistari miwili iliyojifunga mfano wa chumba. Maandishi haya yalisomeka " Karibu kwetu". Suruali alitokeza ndani ya mzunguko wa kanga na kumburutika chini.

Eliza alikuwa anawasili kijijini. Kwa mara ya kwanza, akiongozwa na ramani yake, alikua anaingia Ndaamba. Aliachana na vita vya kuku. Akaendelea kususuma na safari yake. Licha ya kuwa bado hajapata sehemu ya kufikia lakini hakushughulika. Moyo umemtua. Alipenda sana miti iliyosongamana. Mengine ilikweana na kuyumbayumba kwa upepo wa asubuhi. Uchapiaji na ukweaji wa miti uliofanywa na tumbili uliyavuta macho yake. Ardhi mbichi iliyokubali vipando ilimjaza imani ya kuwa kazi yake ya utafiti itakamilika kama alivyotarajiaa.

Sauti za ndege waliokuwa wakizunguka angani zilisikika. Bado Eliza aliyatembeza macho yake angani kuwaona ndege wa ajabu. Aliwastaajabia kwani nchini kwao hajawahi kuwaona ndege aina ile. Walipendeza kwa rangi nzuri na midomo yao mirefu. Chekechea, kwembe, kunguru, zwarde, mnana na mbiliwili wote walikusanyika juu na kuzunguka kama waliokuwa wakimpokea Eliza.

Sasa alitanabahi kuwa alihitaji sehemu ya kujihifadhi. Hakuwa na mwenyeji. Kila alipopita aliyaangaza macho yake angalau aweze kuona nyumba ya wageni lakini haikuwa hivyo. Alipanga kufikia nyumba ya wageni kwa siku za mwanzo. Na baadaye aweze kumwona mtu aliyejuana naye tangu masomoni. Huyu ndiye aliyemshawishi kufanya utafiti wake Ndaamba. Lakini muda mrefu mawasiliano yao yamepotea. Si mwengine bali ni Bwana Jamali.

Kwa mbali akawaona vijana wanacheza mpira. Zaharani na rafiki yake, Jafari walibiringisha mpira uwanjani. Alisogea karibu, akajikuta ametekwa na mpira uliokuwa ukielea angani. Moja kwa moja ukatua kichwani mwa Zaharani. Aliutuliza kwa umahiri na ustadi wa hali ya juu kichwani na kuufukuzia kwa mbele ili kuiruhusu miguu yake ilenge teke. Upepo uliusukuma mpira ule hadi upande aliokuwepo Eliza. Naye hakubaki nyuma, aliutuliza mguuni na kujaribu kupiga danedane. Hakuwa na uzofu wa mpira, alipiga mbili tatu na kuukosa. Alianza kujicheka na kujikamata magoti kama aliyeishiwa na pumzi. Sura ya ucheshi ilifungua mionzi ya urafiki mbele ya vijana wawili waliokuwa wakitiririka jasho.

Zaharani alikimbilia kuuokota mpira. Akakutana uso kwa uso na mzungu huyu aliyekuwa hana mbavu kwa kucheka. Naye Eliza alifungua kinywa chake kidogo kusema neno huku akitabasamu. Zaharani akafanya ishara ya mkono na kugeuka kuelekea uwanjani. Hakutaka kuanzisha mada yoyote. Hofu yake ilikuwa ni kwenye lugha. Alikuwa hajui kuzungumza Kiingereza. Lakini Eliza hakumuacha aondoke patupu.

"Hello! Do you speak English? Hello! Unazungumza Kiingereza?"

Zaharani aligeuka na kusogea karibu na Eliza.

"No English"

Yalikuwa ni maneno ya kuvurumisha tu aliyotamka Zaharani.

Alijaribu kumwepuka Eliza.

"Excuse me! I'm looking for the guest house, Can I find it around here? Samahani! Ninatafuta nyumba ya wageni, ninaweza nikaipata hapa?"

Eliza aliendelea kumwaga kizungu chake kisichoeleweka kwa Zaharani. Kwa bahati, amezoea kulisikia sikia masikioni mwake neno *guest house* kwa maana nyumba ya wageni. Hapo akanyoosha mkono wake upande wa mashariki ya uwanja.

"That... Ile..."

Zaharani alionesha ishara na kutamka neno moja tu.

Kwa ufahamu wa Eliza alifahamu kuwa anaweza kuiona nyumba ya wageni palepale aliposimama. Lakini Zaharani alikuwa na maana ya kuwa upande ule kule ndiko iliko nyumba ya wageni.

Kila alivyoyatoa macho yake, Eliza hakuona nyumba.

Jafari alipoona mazungumzo yanaendelea baina mzungu na Zaharani aliamua kusogea karibu.

Yeye alifahamu Kiingereza japo cha kuombea maji. Alifeli kidato cha nne. Tofauti na Zaharani aliyekimbia darasa la saba. Hata mtihani hakufanya.

"Good morning. Habari za asubuhi"

Jafari aliuliza kwa shauku, alionekana mpenzi wa lugha ya Kiingereza.

"Good morning, how are you? Habari za asubuhi nzuri, vipi hali yako?"

"Fine thank you. Nzuri , ahsante"

Baada ya kusalimiana , Eliza akataka kujua wapi atapata nyumba ya wageni.

Jafari hakutosheka kumfahamisha kwa mdomo tu, aliona bora aongozane naye kwa vile hapakuwa mbali kutoka pale walipokuwepo.

Zaharani aliendelea kuwasikiliza watu waliokuwa wakitafuna ndimi zao kwa Kiingereza. Ingawa Jafari hakuwa mjuzi sana wa lugha, alizungumza ilimradi afahamike tu.

"This is the guest house. Hii ndio nyumba ya wageni"

Tayari walifika. Eliza alitoa shilingi elfu tano na kumkabidhi Jafari. Shukrani zake hazikufuatwa na mkono mtupu. Jafari aliipokea na kushukuru huku wakiondoka kurudi uwanjani.

"Ama kweli leo tumeamka vizuri, asubuhi yote hii elfu tano mkononi imeingia"

Zaharani alimwambia Jafari.

"Aaaah! Unadhani kama si miye kujua kimombo tungeliipata hii, we umebaki kumung'unya midomo tu pale"

Jafari alijimwagia sifa kabla ya kusifiwa.

"Kwa nini hata cha kuombea maji sikijui! Nimeshindwa kumfahamisha mzungu gesti"

Zaharani alijilaumu na kuanza kujipa moyo. Hapo wakasogea dukani kuchenjisha pesa. Kila mmoja akafuata njia yake.

"Kwani wanaokwenda Ulaya wote wanajua kizungu? Mh! Lakini huanzia wapi hata wakawa pamoja nao hawa watu weupe? Hapa lazima akili ya kuzaliwa ifanye kazi"

Alishitushwa na embe bweke lililodondoka chini kutoka mwembeni. Alicheka peke yake baada ya kunusurika na embe la kichwa. Sasa akili yake ikarudi pale pale. Ikaondoka kwenye mawazo ya kujua na kutojua kizungu. Akakumbuka kuwa Bi Sabahi, mama yake mzazi amemwagiza nazi.

Ilimbidi ageuze njia na kuifuata njia ya kwendea kwao Jafari.

Hata wazee wao waliishi kirafiki sana. Nyumba zao hazikuwa mbali sana. Nje ya nyumba yao Jafari ilikuwepo minazi mingi, mipapai na migomba. Alifika kwao Jafari na kumkuta Bi. Shumbana, mama yake Jafari akichuma mboga ya mriba.

"Shikamoo Bi Shumbana"

"Marahaba mwanangu, naona leo umeamua kunitembelea, maana wee... umekuwa mtoro siku hizi! Au kwa kuwa umesikia kuwa leo Tatu anarudi?"

Ulikuwa mzaha wa watu waliozoeana, lakini haukuwa mzaha wa bure. Kweli Zaharani alikuwa na ukaribu sana na Tatu. Alimpenda sana. Alikuwa mtoto wa mama yake mdogo Jafari. Alikuwepo nyumbani kwao kwa muda wa mwezi mzima. Mama yake Tatu aliishi kijiji chengine kiitwacho Jahazi. Tatu alilelewa na mama yake mdogo tangu mdogo. Alichukuliwa Ndaamba baada ya baba yake kufariki kwa kuanguka mkarafuu.

Tayari mbegu iliyoatikwa kwa muda mrefu imeshaota nyoyoni mwa vijana hawa, yaani Zaharani na Tatu. Imeshachipua na kutoa mche uliostawi na kuimarika. Ilianza kutoa mauwa yaliopendezesha mandhari. Sasa ni wapenzi. Hakuna asiyetambua kijijini kuwa watu hawa wanapendana.

"Nimekuja unigaiye hizo nazi, shoga yako kanituma kwako. Sijamjia Tatu mimi"

Zaharani alikanusha alipoambiwa amemjia Tatu.

"Haya bwana! wewe mnazi wako huo. Panda ubwage utakazo, na madafu yamo hebu yachume, maana Jafari nikimwabia anajitia huku akijitoa kule"

Alipanda na kubwaga nazi pamoja na madafu kiasi chake. Bi Shumbana alimtaka Zaharani achukuwe mzigo wote. Wao watachuma baadae.

"Kwa hiyo Bi. Shumbana, Tatu kasharudi?"

Alimfanya bibi huyu aangue kicheko na kuyasadikisha maneno yake.

"Nilikwambia mimi, japo umetumwa na mama'ako, lakini lengo lako kuu ni hilo"

Zaharani aliinamia chini kama aliyetahayari kidogo, kisha akamuangalia Bi Shumbana.

"Bado hajarudi, lakini nijuavyo, aaah.... Tatu sasa hivi ataingia"

Kicheko kikachanganyika na upepo.

Zaharani alirudi kwao na kupokelewa na maneno makali ya mama yake. Tangu muda alioagizwa ndio anarudi sasa. Amechelewa sana.

"Au umemkuta Tatu huko maana wewe kwa hizo Tatu , zitakuwa mbili hizo, mh! Mwaka huu lishakuwa jambo, hatuna raha"

Bi Sabahi alitatalika.

Zaharani alionesha kukasirishwa na maneno yale.
Alimpa mama yake nazi baada ya kuzifua.
Akayachukuwa madafu na kuyaweka kwenye
gunia. Kisha akaingia ndani na kutoka na mabungo
matano. Nayo akayachanganya na madafu
kwenye gunia moja. Bi Sabahi hakutaka kusaili
wala kujua yalikokuwa yanapelekwa. Alijuwa
kuwa Zaharani amekasirika. Siku zote akikasirika
hakupenda kujibu kitu. Hasa hakupenda
kujibizana na mama yake. Alilibeba gunia lake na
kutoweka machoni mwa mama yake.

Ilikuwa ni safari ya kuelekea nyumba ya wageni.
Mungu akikupa ulemavu hukupa na mwendo.
Kutokujua lugha ya Kiingereza kwake ni ulemavu.
Aliwaza hivyo. Akiwa nje ya nyumba ya wageni,
saa saba mchana. Alianza kujishauri. Amsubiri
hadi atoke au amuulizie?

Mawazo mtiririko yaligongana akilini. Kumsubiri
ni vigumu, hakujua atatoka muda gani. Kuingia
ndani hajawahi hata siku moja. Na amuulizie kama
nani kwake! Alijua kuwa wazungu hawakutani
ovyoovyo na watu bila ahadi. Aliduwaa na gunia
lake.

"Hello! Jamboo"

Ilikuwa ni sauti aliyoisikia kutoka nyuma yake.
Moyo ulimgonga *puh*! Alijua kuwa haikuwa sauti
ya mswahili. Aligeuka na kumkuta Eliza akitoka
sehemu ya karibu na pale. Alikuwa anarudi
kuonana na sheha wa shehia ya Ndaamba.
Hakujuwa aanze wapi. Midomo ilitetemeka.

"Jambo poa"

Alichanganya majibu mfululizo.

"Where is your friend? Yuko wapi rafiki yako?"

Alifahamu kwa kulisikia neno *friend* akijua amekusudiwa Jafari. Lakini kwa nini auliziwe Jafari. Hakupenda kusikia swali lile. Amekuja pale bila ya kumwambia kitu Jafari. Alijua Jafari angelijifanya kuyatawala mazungumzo. Na yeye angelibaki kukodoa macho tu.

Alilipa mgongo swali lile kama vile hakulisikia.

"Zis, tek. Hii chukuwa"

Ndivyo alivyokusudia.

Sasa mzungu mweusi kachomoka. Hakubaki nyuma naye, akaamua kuvurumisha maneno mawili, ndivyo sivyo.

Eliza alifahamu, lakini akauliza kuhakikisha.

"Is this my present? Jee hii ni zawadi yangu?"

Ishara ya kidole kujielekezea yeye Eliza, ndiyo iliyomfanya Zaharani afahamu.

"Yes. Ndio"

Alijibu kwa shauku.

"Thank you so much. Ahsante sana"

Eliza alifurahi baada ya kuchungulia kwenye gunia na kuona kilichokuwemo. Ilikuwa ni zawadi ya tunu kwake. Zaharani alitaka kuondoka. Eliza alimfanyia ishara ya kusubiri. Aliingia ndani na kutoka na shilingi elfu kumi.

Zaharani hakutaka kuipokea. Alijifanya kukinai. Lakini ni kweli, hakuuleta mzigo ule kwa ajili ya biashara. Ni zawadi aliyoamua kumtunukia Eliza. Alikataa kuichukua pesa, naye Eliza alijua kuwa ni zawadi iliyokusudiwa kwake.

Punde tu, akiwa anataka kuondoka pale, aliisikia sauti ya Jafari ikianza kulenga maneno ya Kiingereza.

"Oooh! My friend, how are you"

Zaharani alianza kukereka moyoni. Eliza akajibu na kuanza kushughulika na Jafari. Zaharani alifumba mdomo wake. Hakutaka Jafari ajue kuwa ameleta zawadi kwa Eliza. Na zawadi yenyewe ni madafu na mabungo. Madafu yalizobwaga kwao Jafari.

SURA YA PILI

Zaharani aliogopa kugundulika kuwa amekwenda kupeleka madafu kwa mgeni aliyefika kijijini. Madafu aliyobwaga kwao Jafari. Potelea pote. Akaachana na mawazo hayo. Mzungu aliyejuana naye asubuhi tu. Hamjui anakotoka wala lengo la kuja kijijini. Ni kipi kilichomvuta Zaharani kwa mzungu. Mawasiliano yalimpa dhiki baina yake na Eliza. Huyu hakujua Kiswahili na yule hakujua Kiingereza. Wangeelewana vipi? Alitamani kubadilisha ubongo, labda kama inawezekana ingelikuwa dawa. Ubongo wa Jafari akaingiziwa yeye na wake yeye akapewa Jafari. Kwa nini iwe hivyo? Kwa sababu Jafari anaweza kujitetea kwenye lugha ya Kiingereza. Kwanini Zaharani awaze vitu visivyowezekana. Hii ni *bahari ya luja* sasa.

Eliza aliingia ndani na kutoka na Mabungo matatu na dafu moja. Uchangamfu uliuvaa uso wake. Urafiki ulioanza kuchipua ulichomoza kama jua la asubuhi. Ni Eliza, Jafari na Zaharani. Wote walianza kuupalilia usuhuba. Lakini ndani ya moyo wa Zaharani kuna jambo lilianza kujitokeza. Choyo cha kutaka ukaribu zaidi na Eliza kilimchagiza. Maneno ndio nyenzo muhimu ya kumvuta mtu. Lakini hayo maneno ya kubadilishana naye Mwengereza huyu hakuwa nayo.

Mabungo yalikatwa. Jafari alitumia mikono yake kuyabana kwa nguvu na hatimaye kuyapasua. Watu wakaanza kujimung'unya midomo. Ukakasi uliochanganyika na ukali ulizistaladhi nyoyo zao. Lakini uso haukuchelewa kujikunja kuonesha ishara ya ukali uliojaa kwenye wimbi la mate. Bahari ya mate ilikupwa na kujaa mdomoni. Midomo iliyogandana kwa utomvu ilianza kujipapatua juu na chini. Zaharani alikataa kula bungo. Yeye ndiye aliyeyaleta. Aliona si vyema kuyageukia na kuyala mwenyewe. Jafari alilitilifu bungo na ngozi yake ya ndani iliyogandana na gamba. Hakuacha kitu. Hadithi zikanoga. Eliza alipenda sana kujua Kiswahili. Alidadisi kila neno alilohitaji na kuandika kwenye daftari lake dogo.

Jafari alifanya haraka kurudi kwao, muda wa kwenda bondeni ulifika. Alikwenda kuwashuhulikia ng'ombe wao. Zaharani aliendelea kubaki na Eliza. Sasa ni zamu ya madafu. Alichomoa kisu nyongani na kumtengenezea dafu lake vizuri. Tayari yalikwishafuliwa. Kweli Eliza alijisikia raha sana kuonja matunda haya. Matunda yaliyo adimu nchini mwao labda yatoke huku nchi za neema ya vipando. Alikunywa maji ya dafu na kuanza kuifakamia nyama ya ndani.

"Wow! Very awesome, I like it. Ooh! Nzuri sana, nalipenda hili dafu"

Sifa za kumwaga zilitoka kinywani mwa Eliza.

"Excuse me! What's your name again? Samahani! Nani vile jina lako vile?"

"Zaharani"

"OOOKay! I won't get over again. Sawa! Sitosahau tena"

Alijaribu kubadilishana mawazo na Zaharani. Pamoja na kuwa ilikuwa vigumu kuelewana, Eliza alifanya juhudi ya ziada kumfahamisha Zaharani hadi aelewe. Hamasa ya kutaka kujifunza lugha ilimpanda kichwani. Aliagana na Eliza baada ya kukaa pamoja muda mrefu.

Waliagana kukutana saa kumi na moja jioni kwa ajili ya kwenda kumtembeza maeneo ya kijijini.

Jua lilipungua nguvu kuashiria machweo yanayoanza kusogea. Wengine walidundisha michi kwenye kinu. Wamesharudi kondeni sasa kinaandaliwa chakula. Tuh! Tuh! Tuh! Mapigo ya ushindani ya michi yalisikika. Ilikwenda kwa mizani iliyopimika. Vifua juu vikitutumka kwa kusaga mpunga. Harufu ya mpunga mpya zilitia fora mitaani. Msimu wa mavuno ya mpunga umefika.

Wakati Zaharani anamtembeza Eliza, kwa mbali gari ilisimama. Kituo cha gari za abiria hakikuwa mbali. Waliweza kukiona katika upeo wa macho yao. Alikumbuka kuwa Tatu anarudi leo kama alivyoambiwa na Bi Shumbana, mama yake Jafari. Na yule aliyeteremka kwenye gari hageuki, ndiye Tatu.

Akili ikamruka. Eliza aliendelea kushangaa kila kitu. *Vishada* vilivyokuwa vikipaishwa angani na upepo, huku watoto wakiwa wameshikilia nyuzi za vipolo, vilimshuhulisha. Nchini kwao vilipatikana kwenye maduka makubwa, lakini huku vilitengenezwa na watoto wenyewe. Vilimfanya asimame na kuviangalia jinsi vilivyokuwa vikielea angani. Naye Zaharani aliyasafirisha macho yake kule alikotokea yule msichana aliyeshuka gari. Alikuwa amebeba begi la nguo kujia upande aliokuwepo Eliza. Ndiye Tatu, macho yalithibitisha na moyo ukayakinisha.

Macho yote yalimshangaa Eliza. Watu waliacha kazi zao kumtazama yeye. Wengine walikuwa wakisema maneno chini kwa chini kuonesha hisia za kutopenda uwepo wake au kustaajabia matendo yake. Mtu mzima aliyeshangaa mambo ya kitoto. Eliza hakushuhulishwa na mshangao uliowapata watu.

Begi lilikuwa zito, aliendelea kulikokota. Hatua mbili au tatu alisimama kuvuta pumzi mpya. Alitamani kupata msaada. Macho ya Tatu na Zaharani yakagongana. Vijana wawili waliokumbwa na joto la mahaba wamekutana tena. Kipindi kirefu Tatu alikuwepo nyumbani kwao, kijiji chengine kiitwacho Jahazi.

Zaharani alibaki njia panda. Yupo kwenye matembezi na Eliza. Ziara hii ni ya kumwonesha maeneo tofauti ya kijijini. Bado utafiti wake haujaanza rasmi. Aliona ni vyema kwanza kuyajua maeneo ya kijijini. Na pengine siku zinazofuata atatembezwa kwenye misitu na vyanzo vya maji kama alivyokusudia. Lengo ni kuianza kazi iliyomleta Ndaamba. Yupo mtaalamu, ambaye pia ni mwenyeji wa Ndaamba. Bwana Jamali. Huyu alikuwepo nje ya nchi miaka mingi. Waliwahi kusoma chuo kimoja na Eliza. Kuja kwa Eliza kjiji hiki kulitokana na ushawishi wake. Naye alitarajiwa kufika kijijini wiki inayofuata. Eliza alitegemea sana kuifanikisha vizuri zaidi kazi yake baada ya kuonana na Bwana jamali. Ingawa kipindi kirefu walikuwa hawajawasiliana. Ni siku chache tu walipotafutana kwenye mitandao na kupanga juu ya suala hili.

Huku Tatu anavutana na begi zito lililohitaji msaidizi. Macho ya Tatu yalimwita Zaharani. Yalionesha huruma. Uzuri wa Tatu ulichanganyika na sura ya kitoto. Bado alikuwa mdogo ukilinganisha na Zaharani. Wivu nao ukamjaa tele. Zaharani bado anajishauri kumfuata au kubaki na mgeni wake. Hasira za wivu wa kitoto zimejenga kambi. Hata uso nao umeshabadilika. Rangi ya

Tatu ilikuwa nyeusi. Hakuwa mweusi tititi! Weusi uliouvaa mwili wake ulizishuhulisha nafsi za vijana wengi wa kijijini. Hata umbile lake zuri lililojazia liliwapagawisha wengi. Posa zilikwenda na kurudi. Hodi zisizokwisha mlangoni kwao. Bado hakuwa tayari kupewa mume.

Hakujua muda gani alifanya maamuzi. Zaharani alijikuta amemsimamia Tatu mbele. Huku nyuma Eliza aliendelea kuchanganyika na watoto waliokuwa wakirusha vishada angani. Akacheza nao na kusahau kuwa amefuatana na mwenzake. Watoto walikuwa wakimshangaa. Kisha akafungua mkoba wake mdogo wa kwapani na kutoa pipi. Alizigawa kwa watoto waliokuwa wamemzunguka.

"Hujambo Tatu"

Alianza kuhoji Zaharani huku akijua kuwa hali si shwari.

Baada ya kuona kimya kimetawala, na maswali yake hayajibiwi, aliamua kulibeba begi la Tatu bila ya kusababi zaidi. Sasa ikawa shika n'shike. Tatu hakuliachia begi. Alionesha kwa vitendo pasi na kusema kitu kuwa hataki msaada wa Zaharani.

"Hebu lete hilo begi nikusaidye, mbona umenibadilikia lakini!"

Kwa ukali sasa, Zaharani akaanza kuipandisha sauti yake.

"Nenda kule kwa zungu lako, linakutafuta wewe lile"

Tatu akajibu kwa dharau.

Ikabidi naye ageuze uso kuyathibitisha maneno ya Tatu. Ni kweli Eliza ameanza kuangaza kila upande kumtafuta mwenyeji wake. Sasa mambo yameparaganyika. Tatu hasikii la muadhini wala mteka maji msikitini. Wivu umeshitadi. Umeuzonga moyo wake. Sasa unakaribia kupasuka. Pumzi zinamwenda mbio kama aliyepandisha mlima mrefu. Alimtazama Zaharani. Kisha uso akaugeuza kwa Eliza. Mara akajiangalia yeye mwenyewe. Alibaki kama mtu aliyekuwa akiwalinganisha watu. Nani anastahili? Ni nani bora?. Labda alitengeneza mezani ya kumpima kila mmoja. Kustahili na kutostahili akakupa kipaumbele.

Eliza alisogea pale alipokuwa Zaharani na Tatu. Akagundua kuwa hali si ya kawaida baina ya watu wawili hawa. Zaharani alipougundua uwepo wa Eliza nyuma yake, akatengeneza tabasamu la bandia. Halikuwa tabasamu lake halisi. Alitaka kuyaficha mandhari yaliyokuwepo pale. Na kuanza kutengeneza mandhari mengine. Lakini Eliza alilligundua hilo. Haikuchukua muda, Tatu alilibeba begi lake kwa nguvu zake zote, kwa ari na jeuri. Akafuata njia. Hakuijali salamu ya Eliza. Maamkizi yenyewe yalikuwa ya Kiswahili. Ni katika baadhi ya maneno ambayo Eliza aliyahifadhi.

Hujambo, sijambo. Habari, nzuri. Jambo, jambo. Mambo, poa. Shikamoo, marahaba. Maneno haya tayari yalikwisha ganda vizuri kichwani mwake.

Tatu alipewa hujambo. Hakuitikia. Utadhani ameambiwa *ondoka*. Hakujali chochote. Zaharani alijisikia vibaya. Hakujua aseme nini. Lugha yenyewe kwake haikuwepo. Alibaki kumtazama Eliza.

"Don't worry, let's go to Jafari's home. Usijali, twende nyumbani kwao Jafari"

Hakupenda kusikia hivyo. Ila ilimbidi afanye hivyo. Nyumbani kwao Jafari ndiko nyumbani kwao Tatu. Alikuwa anatembea huku akimtazama Tatu aliyepata nguvu za ziada kuliburuta begi lake zito. Kama aliyetiwa ufunguo, hawakuijuwa hata njia aliyopita baada ya kuwapa kisogo. Akili ya Zaharani ilisafiri na kumfanya awepo nusu nusu.

Zaharani alimjua sana Tatu. Mtu mwenye hasira nyingi. Asiyependa kuzungumza chochote anapokasirika. Sasa hali ya hewa imeshachafuka. Sijui Tatu amewaza nini kuhusu Zaharani na Eliza. Hasira za wivu zimemjaa. Uso umefura na kukunjana kama mkate ulioumuka.

Tatu alimpenda sana Zaharani. Ahadi zao za tangu utoto za "Nitakuoa" zilikuwa ndizo simulizi zao za kila siku. Hata mama yake Zaharani alijua mahusiano ya mwanawe na Tatu. Walezi wa Tatu hasa Bi Shumbana pia walilifahamu hilo. Lakini tabia za vijana hawa wawili hazikuonekana kuchupa mipaka. Mapenzi ya ahadi ndiyo yaliyoshika hatamu. Hivyo hakuna mzazi aliyeyachukia. Hata yeye Zaharani alijiona amefika kwa Tatu. Hakurudi nyuma hata siku moja. Hasira za Tatu alizielewa kuwa ni sawa na mbio za sakafuni, huishia ukingoni. Au ni sawa na mchezo wa kitoto, haukeshi.

***

Kelele ndani ya nyumba yao Jafari. Sauti ya baba yake ilisikika hadi nje. Ilibidi wasimame nje kabla ya kufanya maamuzi ya kuhodisha. Zaharani alijua kuwa kuhodisha kwao kungelizidisha tafarani zilizokuwa zikiendelea. Mazungumzo yote ya ndani yaliwahusu wao.

Baba yake Jafari alikuwa mkali sana. Nyumba nzima huwa baridi akiingia yeye. Aliutembeza mkono kuliko maneno kila alipokasirika. Watu wote hupata habari mzee huyu akiwemo ndani. Utajua kuwa leo Bi Shumbana ameponyokwa na chumvi kwenye chakula. Au leo chakula kimechelewa kupikwa. Ilimradi akiingia yeye kuta za nyumba huanguka na sauti hupaa.

Mzee Magogo aliwahi kuwa jeshi tangu enzi za ukoloni. Hata vita vya dunia aliwahi kushiriki. Mapambano ya Edi Amini pia alikuwemo. Sasa amestaafu. Hana alichokipata zaidi ya maradhi yasiyokwisha. Pia alisalia na mashamba yaliyogawanywa kama njugu baada ya kuondoshwa walioitwa wageni. Lakini hakuna jengine alilopata. Yale waliyoahidiwa kuyapata yamekwenda na maji. Hata dalili hazikuonekana.

Ameshaanza kusikia tetesi kuwa mwanawe, Jafari ameanza kujikurubisha kwa mzungu aliyefika kijijini. Kwake mzungu alimchukulia kama adui mkubwa. Wakati mapambano yalipopamba moto, aliwakosea wakubwa wa kijeshi ambao walikuwa

~ 31 ~

wazungu. Adabu yake, ambayo hatoisahau maishani mwake, ni pale mke wake wa kwanza aliposafirishwa na kamanda mkuu. Hadi leo hajapata kumwona tena. Lilikuwa ni pigo kubwa kwake. Tangu siku hiyo aliwachukia wazungu. Kosa la mmoja likawajumuisha wote.

Leo amekuwa mkali. Kwa nini Jafari anajenga ukaribu na watu wasiojali watu. Wanaojifanya wameitawala dunia. Wanaojifanya wana thamani hasa kwa rangi zao kuliko wengine. Mtoto wa nyoka ni nyoka, aliamini hakuna aliyekuwa mwema. Dhana za uadui ziliingia kichwani mwake.

"Siku nitakayosikia, au kukuona umeongazana na yule mzungu, basi ndiyo siku nitakayokuonesha wewe na huyo mzungu wako"

Maneno haya yaliweza kusikiwa vyema na Zaharani. Alibaki kuganda bila ya kujuwa cha kufanya. Hakujuwa amwambiye nini mgeni wake.

Eliza alielewa kwa haraka kuwa ndani hamukuwa salama. Hakungoja kuambiwa kitu. Alimfanyia ishara ya kuondoka. Kidogo Zaharani moyo ukamtua. Eliza hakuweza kufahamu nini kilichokuwa kikiendelea ndani. Aliuliza jambo moja tu.

"Is that his father? Je huyo ni baba yake (Jafari)?"

Kwa ishara ya kichwa kuonesha kukubali, Zaharani akajibu.

Pengine ilikuwa ni nafasi nzuri ya ukaribu wa
Zaharani na Eliza. Kwa sababu Jafari aliweza, japo
kidogo, kuzungumza na kufahamu Kiingereza.
Hili lilimkera Zaharani kuona kuwa akiwepo Jafari
yeye hubaki kimya. Na hata huyo Eliza mwenyewe
hushughulika na Jafari.

Lakini maneno ya Mzee Magogo yalimtisha
Zaharani. Aliweza kufanya lolote. Hakumwogopa
mtu. Pia mazoea ya Zaharani ya kwenda kwao
Jafari, kula atakacho, kubwaga nazi na matunda
mengine atakavyo, alihisi yangelipotea. Kikubwa
zaidi, ni kwenda akitia macho nuru, kumwona
Tatu nako kungelikuwa kugumu, iwapo Mzee
Magogo angelimchukia Zaharani kwa kuwa karibu
na mzungu. Zaharani alikuwa mtu wa karibu sana
na Mzee Magogo. Walizoeana sana. Pamoja na
ukali wake, Zaharani aliweza kumtania apendavyo
na wala hakukasirika. Watu husema kuwa *kila
zimwi na mbuyu wake*.

Wakati wanaondoka kurudi nyumba ya wageni,
Tatu alisogea mlangoni. Alimtazama Zaharani kwa
jicho la kusindikiza. Alimwona bado ameongozana
na mzungu aliyekutana naye njiani. Mzungu
aliyeleta zogo nyumbani mwao. Hadi wakati huu
nyumba inawaka moto, baba mtu anamfokea Jafari
kwa sababu yake. Na ndiye huyu huyu
anayehatarisha uhusiano wake. Tatu ameshafika
mbali kimawazo. Alijuwa Eliza ni mtu hatari
kwake. Amekuja kumpora tonge mdomoni. Kweli
wivu huzaa mawazo mabaya. Inawezekana
wasiwasi wa Tatu ndio utabiri. Lakini hakuna
alichokishuhudia kikitendeka zaidi ya kufuatana.
Mh! Mapenzi ni matunda ya mazoea.

Zaharani, kama aliyeitwa na kuambiwa kuwa Tatu yupo mlangoni, aligeuka. Kwa mara nyengine tena akamwona Tatu amesimama mlangoni. Kurudi anataka na kwenda mbele anataka.

Wakati huu alikuwa anatamani angalau apate dakika moja, akaioshe akili ya Tatu iliyojaa mawazo mabaya. Mawazo ambayo hayana ukweli kwa Zaharani. Tatu hakutaka kuendelea kushuhudia wawili hawa wakitembea kwa uhuru bila ya kumwogopa mtu. Aliingia ndani mbiombio.

"Wait! Wait! Subiri! Subiri!"

Zaharani alisema kumwambia Eliza. Huku akirudi kule alikotoka. Alikimbilia upande wa nyumba yao Jafari kumfuata Tatu. Eliza alibaki kushangaa bila ya kujua kinachoendelea. Alijuwa wazi kuwa Zaharani hakuwa katika hali ya kawaida. Lazima kutakuwa na jambo linalomsumbua. Alimsubiri kwa muda wa dakika mbili.

Alirejea huku akihema. Alilolifuata hakulipata. Mlango ulifungwa. Akahisi tabu kugonga.

SURA YA TATU

Mafenesi yalitawanyika uwanjani. Majani ya mgomba yalitumika kama majamvi kuwekea mapande ya mafenesi yaliyokatwa. Utomvu umegandia kila sehemu. Usiku wa mbaa mwezi, mwanga ulienea, ulitosha kuangaza kila kitu. Jafari ameshughulika kukata mapande ya mafenesi na kumgawia kila mtu. Mkao wa kula ulikaliwa na mazungumzo haya na yale yakanoga. Vicheko vilipasuka na kusikika wazi wazi. Hapa watu walianza kukumbushana mambo ya enzi na enzi, *chambilecho* wenyewe husema *tangu kima wangali watu*. Bi Shumbana amenyoosha miguu. Amekitupia mabegani kitenge chake. Pembeni alikuwepo Tatu. Amepoteza uchangamfu wake.

"Unaumwa? Mbona hivyo! Tangu ulipofika huchangamki! Hujulikani chanzo wala...."

Bi Shumbana alianza kumhoji Tatu aliyeukunja uso. Amezoeleka kwa mazungumzo, mcheshi kama yeye hakuna. Siku zote alipendeza machoni mwa watu. Walimlea kama mwana wao. Alifanya kazi za ndani bila kukimwa. Hata Mzee Magogo hakuridhika hadi amwone Tatu pindipo aingiapo ndani.

Kila swali aliloulizwa alijibu *hapana*.

"Sasa kama huumwi una nini? Au hukutaka tena kurudi kwetu umelazimishwa tu, maana ukienda kwenu najua huwa hutamani kurudi tena Ndaamba!"

Bi Shumbana alilalamika.

"Hapana mama siumwi, nimechoka tu . Wala sijalazimishwa kurudi"

Baada ya lawama nyingi, Tatu alianza kujitetea. Si kweli kuwa Tatu alichoshwa na safari, yapo mambo yalimuumisha kichwa kila alipoyawaza. Alidondoa fenesi lake na kulitoa kokwa. Akaanza kulisukumiza mdomoni. Ncha za meno zikachopea kwenye chuchu ya fenesi na kuanza kulisagasaga taratibu. Wimbi la mate likajaa tele na kuchanganyika na sukari. Kisha likaelemea kooni na kumwaika tumboni pamoja na mapande pande yaliyosagikasagika.

Mzee Magogo hakusema kitu, alikuwa ameshughulishwa na redio. Kazi kubwa ni kubadilisha idhaa tu. Mara idhaa ya Kiswahili ya *BBC*, mara *Deutsche Welle*. Ilimradi hajafanya maamuzi wapi aweke kusikiliza yaliyojiri ulimwenguni.

Jafari alianza utani wake wa chini kwa chini. Alijisogeza karibu na Bi Shumbana na Tatu na kuchomeka maneno yake ya uchokozi.

"Bado hajatia macho nuru huyo leo ndio maana.....!"

Tatu aliinua mkono wake na kumpura Jafari kikofi dhaifu, alionesha kupingana na maneno ya Jafari. Ni nani asiyejua vuguvugu la mapenzi baina Zaharani na Tatu?. Yameota na kupea. Sasa yameiva.

"Mwana wa halali hatajwi, naye huyo hapo kama aliyeitwa"

Alikuwa ni Zaharani, anakuja kwa mwendo usio wa kawaida. Bila ya kuangalia vizuri uwanjani, alikuwa akielekea mlangoni. Mara sauti ya Jafari ikapaa kwa nguvu. Ikagonga masikioni mwa Zaharani.

"Oyaa! Hutuoni hapa wewe! mwezi wote huu, tena mwezi mdande"

Sauti hii ikamjuulisha Zaharani kuwa watu wapo uwanjani. Harufu ya fenesi imehanikiza.

Alisogea hadi jamvini, na kuanza kuamkia.

"Shikamoo Mzee Magogo"

"Marhaba hujambo"

"Bi Shumbana shikamoo"

"Marhaba mwana wa halali, vipi wazima nyote nyumbani"

"Wazima   si   haba   twamshukuru MwenyeziMungu"

Akamtupia jicho Tatu, angalau naye amsalimu.

"Tatu vipi hujambo"

"Sijambo"

Alijibu neno moja bila ya kumtazama Zaharani. Huku akiendelea kudondoa fenesi lake.

"Mambo   ya   Ngoswe   mwachiye   ngoswe mwenyewe"

Bi Shumbana alianza tashtiti zake, aligundua kuwa kuna jambo, hata Zaharani hachangamkiwi!

Jafari aliinuka moja kwa moja hadi mlangoni, aliingia ndani na kutoka na geleni la mafuta. Yalikuwa ni mafuta ya kupikia kwa ajili ya kugandulia utomvu ulioganda mikononi na midomoni.

"Mama mimi sijisikii vizuri, mwili wote umechoka. Nataka nikajipumzishe tena"

Tatu aliomba rahusa huku akiinuka na kujikukuta mchanga. Aliongoza njia pasi na kutazama nyuma.

Bi Shumbana hakujibu kitu, alibaki na maswali mengi yasiyo na majibu.

Alijisemea moyoni mwake.

"Kwa nini leo huyu mtoto hana uchangamfu! Pamoja na kukosa uchangamfu, tulikuwa naye jamvini, ila ghafla kainuka, tena alipokuja Zaharani kajitia ndani!"

Mzee Magogo akaamua kuizima redio. Tumbo wazi linapepewa na upepo uliovuma kwa dakika kadhaa. Ulivuma na kunyamaza. Aliivuta seruni yake na kuikaza barabara. Sasa zamu yake kula fenesi, alilivuta fenesi lake ambalo tayari Bi Shumbana alikwishalinyambua. Lilitiwa kibakulini na kujaa pomoni. Utamu wa fenesi ulizikoleza hadithi na mikasa ya kuchekesha. Mzee Magogo alianza kusimulia mkasa wake wakati wanaingia mpaka wa Burundi. Wanakwenda kupambana katika vita vya Edi Amini.

"Mimi nilijitia dharura nyingi ili nisiende vitani lakini hakuna aliyejali. Si kwa uvivu bali nilikuwa nikiumwa sana. Mumeshawahi kumwona mtu akicheka msibani? Basi ni mimi, nilicheka hadi mbavu zikakaribia kukatika. Tena tuko mpaka wa Burundi katika hali ya hatari."

Bi Shumbana aliacha kuzoa kokwa za fenesi kumsikiliza mume wake aliyekuwa akila fenesi na hadithi kemkemu.

"Enhee bwana weye tupashe tupashike, aliye mgonjwa avunjike"

Mzee Magogo akakereka kuambiwa vile, hakupenda kuonekana mwongo anapozungumza mambo yake.

"Basi mimi siendelei tena, kushanifanya mwongo mimi, maana bibi we' husarifiki"

Bi Shumbana alihisi mume wake ameshaanza kubadilika.

"Mh! Bwana Magogo, mume wangu ndio huendelei!"

Mzee Magogo aliivuta redio yake na kuifungua.

"Endelea baba sisi tunakusikiliza mbona! Na mama ametania tu"

Jafari alimtetea mama yake.

"Ah! Mshanipoteza hamu yote, baadaye tena kwa sasa basi"

Alisimama na redio yake, kibakuli cha fenesi alikiacha pale pale, hakuendelea kula.

"Mh! Jamani mume huyu ana *kuda*!"

Zaharani hakuwa na mazungumzo mengi kama ilivyo kawaida yake. Leo hana matani wala hadithi. Alikataa hata fenesi. Bi Shumbana naye akaanza inda zake.

"Naona kila mtu leo amesusa, ameanza Tatu, akaja baba mtu, nyote sasa hamutaki kitu, mnajifanya *kisebu sebu na kiroho papo*"

Jafari na Zaharani walisogea pembeni. Zogo lililotokea ndani ya nyumba yao jafari jioni likaanza kujadiliwa. Zaharani akataka kujua undani wake. Ni kweli Jafari amekatazwa kuwa karibu na Eliza. Naye akamuahidi Zaharani kuwa hayuko tayari kumtia matatani mgeni aliyekuja kijiji kwao. Na wala hayuko tayari kujiingiza matatani yeye mwenyewe binafsi, bado anawategemea wazazi wake. Hajaweza kujimiliki.

"Sasa Zaharani, mimi ninavyokwambia hapa ni kuwa karibu nitaondoka kijijini"

Zaharani akafanya pupa kutaka kujua anakwenda wapi Jafari.

"Nitakwenda mjini kutafuta maisha, nimechoshwa na jembe. Ukiamka jembe, ukilala jembe, ilimradi huna nafasi hata ya kuvuta pumzi"

Hakushangaa sana Zaharani kwani mara nyingi humsikia rafiki yake akilalamika. Imekuwa kama nyimbo.

Wakiwa katikati ya mazungumzo, Mzee Magogo alirudi tena jamvini. Uso wake umejaa bashasha. Inaonekana kuna jambo limemfurahisha sana.

"Mimi nilijuwa tu, marupurupu hayaachi kuja. Lazima nguvu zetu zilipe tu"

Hii ndio kauli aliyoitoa Mzee Magogo.

Bi Shumbana alimfuata mumewe nyuma nyuma kutaka kuzipata habari kiundani. Ni taarifa iliyotolewa redioni. Jina la Mzee Magogo limetajwa, lakini Bi Shumbana hakuupata undani wa habari.

Mzee Magogo akakaa pale pale alipoketi Zaharani. Redio imefungwa. *Porojo* tu ndilo linalomtoka Mzee Magogo. Zaharani na Jafari wakasimamisha mazungumzo yao.

Mkasa aliokusudia kuutoa wakati ule akataka kuurudisha tena uwanjani.

"Nimeitwa kesho Wizara ya mambo ya ndani, tunakwenda kujaza fomu ya kupata kiinua mgongo wastaafu wa vikosi"

Bi Shumbana hakutaka kukaa kwanza. Amesimama wima kumsikiliza mume wake. Mikono ameshikilia kiuno chake.

"Na tena, kijiji chote watajua kama sisi ndio tulioipigania nchi hii ikapata uhuru! Maana nikipata kiinua mgongo changu tu nanunua gari"

Bi Shumbana alibaki kucheka baada ya kufurahishwa na vituko vya mume wake. Wakati huu Mzee Magogo alianza kuzirudisha simulizi zile zile za mwanzo, amesahau kama alikasirika. Labda ni furaha za kiinua mgongo.

"Ngojeni niendelee kuwasimulia mkasa wangu. Sasa tukawa tunajipanga kuelekea vitani, hali yangu sijielewi. Nikajikokota *kufuata mkumbo* na mimi! Kwenda nataka, kurudi nataka. Mwenzetu mmoja akasikia sauti ya Kamanda ikiamrisha, na kamanda wetu alijifanya kama asiyetujua. Mswahili kama mimi lakini kila kitu aliigiza cha kigeni . Akaja akatoa neno la Kiingereza, na huyo aliyeambiwa hajui hata kuelekeza"

Jafari, Zaharani na Bi Shumbana wametulia tuli kusikiliza.

"*Every Man's chest must be ready*, sasa yeye alimaanisha kifua cha kila mtu lazima kikae tayari. Mh! hehehehe! Ha-ha-ha-ha! Yule askari akanitazama miye. Na huku akinambia, mbona kamanda aleta stori za mpira, mimi nimefahamu hilo neno Manchesta na neno redi. Au awasifu machesta na rangi zao nyekundu!"

Kila mmoja akawa hana mbavu kwa kucheka. Zaharani hakuweza kukizuia kicheko pamoja na kuwa mwanzo alipokuja hakuwa mchangamfu.

Mzee Magogo akaendelea.

"Na mimi aliponiambia hivyo sikujiweza, maana nilicheka, nikacheka, nikacheka hadi kamanda wetu akakasirika. Nikapewa adhabu ya kubeba begi la risasi, na lilikuwa zito ajabu"

Bi Shumbana akaanza naye kumtania mumewe.

"Mh! Si shauri yako hiyo. Shauri ya kiinua mgongo, maana watu walikuwa washagoma kutusimulia hadithi"

***

Bwana Jamali aliwasili kijijini. Huyu ndiye aliyekuwa akisubiriwa kwa hamu na Eliza. Waliwahi kukutana masomoni nchini Uingereza. Kimasomo alikuwa mbele ukilinganisha na Eliza. Na yeye ndiye aliyemshauri Eliza kufanya utafiti wake katika kijiji cha Ndaamba. Eliza aliamini kuwa kazi yake itakwenda vizuri kwa vile mtu aliyekuwa mwenyeji na aliyejuana naye zamani amefika.

Kichwa cha Bwana Jamali kilikuwa kama cha mtu aliyemwagiwa unga wa chaki. Kilizungukwa na mvi hadi kwenye masharafa yake. Hakuwa mzee sana. Nyumbani ni nyumbani hata kama kichakani. Hakuacha kutembelea kijijini kwao kila mwaka. Baadhi ya ndugu zake waliishi kijijini pia. Mara nyingi anapokuja hukaa wiki moja na kuondoka. Walikuwa na mashamba mengi ya urithi yaliyoachwa na wazee wao. Yeye mwenyewe alijenga nyumba kubwa hapa kijijini. Mwezeko wa paa lake uligawanyika vishungu. Na kila kishungu kilisanifiwa umbo la pembe tano. Ilizungushiwa ukuta mkubwa. Madirisha yake yalikuwa ya vioo. Ndugu zake wengine walikuwa na nyumba zao, kwa hiyo kwenye nyumba hii hakuishi mtu. Kaka yake mkubwa alikuja kuikagua tu baadhi ya siku na kuondoka. Au anapopata wageni wake huwapeleka nyumba hii kwa ajili ya kupata nafasi ya kutosha.

Bwana Jamali aliamua kumleta Eliza kwenye nyumba yake. Eliza alipata utulivu wa nafsi yake baada ya kuondoka nyumba ya wageni. Alifanya mambo yake kwa uhuru. Alianza harakati za kukaguzwa kwenye misitu na vyanzo vya maji ili kujua pa kuanzia kazi yake. Alifurahi sana. Aliamini kuwa Ndaamba ni sehemu moja muhimu sana katika kukamilisha utafiti wake. Miinuko na miteremko ilimvutia sana. Jinsi miti mikubwa ya kila aina ilivyojazana katika ardhi hii yenye rutuba, ilizivuta nyoyo za wageni wengi kutembelea kijiji hiki. Chemchemu za maji zimetapakaa kila sehemu.

Baada ya wiki moja, Jafari aliondoka kijijini na kuelekea mjini. Alimshauri Zaharani waondoke pamoja lakini hakushawishika. Pamoja na kuwa hali ya maisha ilikuwa ngumu kijijini, Zaharani hakutaka kuwa mbali na kwao.

"Maisha ni kutafuta. Kutafuta ni popote. Lakini unawezaje kutafuta pahala pasipo kitu cha kukitafuta. Kwani kitu husababishwa na nini? Huibuka tu au huibuliwa"

Huu ni utata wa mawazo uliokuwepo kwa Zaharani. Hupigishana kelele kutwa na Jafari. Angalau Jafari kasoma kidogo. Aliona kwenye historia jinsi Marekani ilivyokuwa hapo awali. Kwenye somo la historia huambiwa kuwa Wamarekani nao walitawaliwa na Waingereza. Na hao Waingereza walikuwa hawana kitu. Walitoka walikotoka na kuja Afrika na Bara Hindi kupora mali. Wakatawala na kukokozoa kila kitu.

Wakapata utajiri. Mbona Marekani si masikini na walitawaliwa! Hilo pia aliliwaza.

"Leo Waafrika hawana hata walilo nalo. Kwani tatizo ni nini! Maswali mengi huulizwa. Walipoondoka hao wazungu hawakuibeba ardhi, hawakuibeba misitu, na wala hawakuyabeba maji mazuri; mito na maziwa ya Afrika. Waliondoka na vilivyoweza kuhamishika tu. Kwanini waliobaki hadi leo hawajaweza kuiimarisha tena Afrika. Kosa ni la Wazungu hadi leo na hawapo tena? Au utegemezi uliojaa ndio unaowahangaisha watu vikabaki visingizio tu. Mara akipata kiongozi fulani hali itabadilika. Akikaa naye mambo huwa yale yale. Labda kuzidi ugumu wa maisha"

Fikra zilisimama kidogo, kisha zikaendelea kutiribuka kichwani.

"Hata vitabu vitakatifu vimeandikwa, vinasema kuwa Mungu haibadilishi hali mpaka wanadamu wazibadilishe nafsi zao. Nyoyo zimejaa choyo, ubinafsi na tamaa. Kila mtu anaingalia nafsi yake. Umma unateketea. Hakuna umasikini kama inavyosemwa kuwa umasikini umetawala. Mipango imekosekana"

Mawazo haya humpitia kichwani Zaharani, anaposomeshwa hsitoria na Jafari. Kila alipotaka kuyatilia nguvu mawazo yake ya kutokihama kijiji chake huyawaza haya.

SURA YA NNE

Kweli, hiari yashinda utumwa. Hakuna aliyemshauri Zaharani kujifunza lugha. Si ndiye huyu huyu aliyekuwa akileta visingizio vya kutofahamu masomo yake kila alipoulizwa sababu ya kutokwenda skuli! Na ndiye huyu huyu asiyevuta pumzi kwa kutapatapa alau ajuwe kuzungumza Kiingereza. Amehamanika kupinda goti kwa walimu aliowaweza kuwaomba wamsomeshe ijapo darasa la mtu mmoja. Kwanini lakini aipe thamani lugha ya Kiingereza leo. Wakati jana ilikuwepo na ilimpa nafasi ya kutosha kujifunza. Akili yake ya jana ilikuwa sikivu zaidi kukamata kila kilichokuwa mbele yake. Akili ilikuwa madhubuti kunasa kama urimbo uliotegeshewa ndege. Leo kichwa kina mengi, akihifadhi hili, lile linamtoka. Ilimradi mawazo yametia fora.

Ilishangaza kwa Zaharani. Ni zaidi ya akili yake ya utoto. Leo ndio akili inakamata kuliko enzi zile za utoto. Mh! Ajabu kweli. Kuna nini kinachomsukuma hadi akarudi kule kule. *Mchama ago hanyele hwenda akawia papo.* Si alikuwa akiwakimbia walimu huyu! Leo kila mara kwa mwalimu Jabu. Mwalimu wa tangu ukoloni. Macho yameshaanza kupoteza nuru lakini chaki hajaipa mgongo. Ameshafika umri wa kustaafu- umri wa kupumzika nyumbani akala riziki yake na kufaidi matunda ya uhuru. Kuzifaidi nguvu zake alizozitoa tangu miaka hiyo kuwasomesha hao hao wanaoitwa viongozi.

Inavyosemekana ni kuwa hata Bwana Jamali alisomeshwa na mwalimu Jabu. Lakini wapi! Hana aliloambulia mwalimu Jabu labda ubovu wa kifua. Chaki imemkomaza masikini. Ukiutazama mshahara ndio usiseme. Dagaa la siku moja tu linaukausha mfuko wake. Hapo hajaumwa mtoto. Ukiwatazama watoto wamekusanyana wanamsubiri baba apokee mshahara na wao wasome.

Huyu ndiye aliyemfanya rafiki Zaharani. Kila wakati hodi. Mara nyingi wakati wa jioni anapotoka skuli hukaa chini ya mwembe na kufungua BBC kusikiliza habari. Zaharani humpatiza hapo hapo mwalimu Jabu. Maswali lukuki humwangukia. Maneno na maana zake. Naye hakuibania elimu. Mwalimu Jabu alimwongoza Zaharani vizuri. Alimfundisha lugha *kinaga ubaga*. Shauku iliyojengeka kwa Zaharani kujua lugha ilimshawishi mwalimu Jabu kutaka kujua chanzo cha ari ile. Anamjua Zaharani vizuri maana alishawahi kuwa mwanafunzi wake. Alikuwa na adabu zake lakini hakupenda kusoma. Nasaha zote zilikwisha lakini sikio la kufa halisikii dawa. Leo huyu hapa karudi tena.

"Mwanangu Zaharani, kwanini usirudi darasani kujiendeleza! Ukaweka malengo ya kufika chuo kikuu. Kujua lugha tu itatoshaje kwako kufika daraja la juu?"

Swali hili lilimchoma kama mkuki Zaharani. Lilizigusa chango na kuzinyofoa. Damu chiriri zikamwagika na kumwacha na maumivu makali. Kweli aliuona umuhimu wa kosoma. Wakati umeshapotea. Umempita kama upepo. Na ukipita haurudi.

"Mwalimu najua thamani ya elimu saa hizi, wakati umeshanilaghai na kuniponyoka. Nitaupata wapi tena! Nishakuwa nakaribia kutegemewa. Sawa, hakuna kuhitimu katika elimu. Lakini kila kitu na kipimo chake. Jibaba zima miye nikakae kitako darasani, tena darasa la saba. Nisome na wajukuu! Eti na miye nasoma, nimo kundini. Madevu kidevu tele kama pishi ya mchele. Madevu chungu nzima. Mwalimu, mimi nataka nijuwe Kiingereza tu. Nina mipango binafsi naamini kitanikweza na kunipaisha siku moja"

Alisema bila kumeza mate. Maneno yalimiminika kama aliyetiwa ufunguo wa mdomo. Mwalimu Jabu akatabasamu. Mkono kwenye kichwa chake akizihesabu mvi. Kofia imechakaa kichwani. Imechanika upande mmoja. Kiua hakijulikani rangi yake ya asili. Alikitengua kwa nyuma na kuzipata mvi zake za mbele. Akajikuna mara tatu na kumtazama Zaharani. Akaigundua mionzi ya majuto iliyotanda kwenye paji la uso wa Zaharani. Akaubaini ujana wa Zaharani uliosimama wima. Umechanganyika na huzuni. Mawazo yameanza kumvisha ndwele ya uzee. Nywele zilizosokatana na kujaa vumbi zikisikitika na kutamani kitana. Hakijapita wiki ya tatu hii.

Maneno keshayamaliza Zaharani. Hakuna haja ya kumlazimisha punda kunywa maji. Wacha ampe kile akitakacho. Kiingereza cha mwalimu Jabu kilikuwa fasaha. Kilisheheni misamiati na na misemo ya kila aina. Sarufi ya hali ya juu ilibubujika kinywani. Kila neno alilipa haki yake. Hakudharau kitu. Mpangilio wa sarufi ungelikushawishi wewe msikilizaji kutulizana. Ungetamani umsikilize. Utadhani mzungu kwa matamshi yake ya ndani.

Zaharani amepata mwalimu wa uhakika. Kila siku aliondoka na mambo mapya. Kwa vile alikuwa na hamu kubwa ya kujuwa lugha, aliyafanyia kazi ipasavyo. Sasa akapewa shuruti la kufanya mazoezi kwa sana. Naye hakubaki nyuma.

***

Baada ya Bwana Jamali kumtambulisha Eliza kwa watu wake wa karibu, na kulikamilisha zoezi la kumkaguza kwenye misitu, aliamua kumwachia nyumba yake. Alikuwa kwenye mipango yake ya safari kurudi Uingereza ambako ndiko anakoishi kwa sasa. Baada ya kuondoka jumba lilimwelemea Eliza. Ijapokuwa Zaharani alikwenda kila siku ya Mungu kumwona Eliza. Alitumika ilipobidi kutumika. Kila alichojifunza kwa mwalimu Jabu alikifanyia mazoezi mbele ya Eliza. Mabadiliko ya Zaharani yalimshangaza sana Eliza. Kijana aliyekuwa hata kusema jina lake kwa Kiingereza hajui, ila leo ndiye huyu anayekuja na vitu vipya. Vinavyotarajiwa kuzungumzwa na bingwa wa lugha.

"Who teaches you English? Nani anayekufunza Kiingereza"

Eliza hakuweza kulimezea mate jambo lile, ikabidi aulize.

"My old teacher, Mr. Jabu, he is my English teacher. Mwalimu wangu mkongwe, Mwalimu wangu wa Kiingereza, Mwalimu Jabu"

Alijibu bila ya wasiwasi. Ingawa alipata tabu katika kuyapangilia maneno ili kupata sentensi kamili. Lakini siku zote huambiwa mwanzo mgumu. Hata mbuyu ulianza kama mchicha. Zaharani alikuwa na mwelekeo mzuri wa kuzungumza.

"Oh! He is your English teacher! That's brilliant. Would you mind taking me to him. I need to see him. Oh! Yeye ndiye mwalimu wako wa Kiingereza! Nzuri. Je hutojali kunipeleka kwake. Nataka kumwona"

Eliza alihitaji kumwona Mwalimu Jabu. Alitamani kujuwana naye. Kwa vile Bwana Jamali anasafiri siku inayofuata, Eliza hakuwa na mtu wa karibu anayeweza kuwa kiungo kwa wanajamii. Kuwaelewesha watu na yeye akaeleweka.

Zaharani alijibu kwa kichwa kuonesha kukubali. Waliongozana hadi kwa mwalimu Jabu.

Bakora mkononi, mwalimu Jabu alikuwa akimpura mwanawe mdogo. Ameshalimwaga kojo chururu surualini. Mshikemshike huku mtoto analia hanyamazishiki. Mwalimu Jabu anapiga kwa hasira. Mama mtu kanga kifuani. Amejifunga kibwebwe kuja kumwombea mwanawe asamahewe tena. Bakora zimeshampata. Naye mtoto kila alipoombewa kilio kilizidi. Hapo mzee Jabu akamgeukia mkewe na kumtupia lawama kuwa anawadekeza vibaya watoto. Purukushani zote zile zilikuwa zikishuhudiwa na Eliza.

Alitamani atowe kamera yake na kulinasa tukio lile. Moyo ulimsuta kuwa yeye ni mgeni. Bado hajazoeana na mwalimu Jabu. Na leo siku ya kwanza amemkuta anamcharaza bakora mwanawe. Alianza kuwaza mambo mengi. Alihisi labda mwalimu Jabu ni mzee mkali sana. Lakini hakuwa hivyo. Ila palipobidi bakora hakusita kuwachapa wanawe.

Pumzi mbilimbili. Hata hajawaona wageni wake. Ameshughulika kuiweka sawa seruni yake. Akaokota kofia yake iliyovuliwa na mwanawe katika vutan'kuvute ile. Ndipo alipotupa macho na kumwona mwanafunzi wake, Zaharani. Leo amefuatana na mgeni. Alitahayuri kidogo. Aliwaza moyoni mwake kuwa tukio lote lile limekuwa kama sinema na kushuhudiwa na wageni. Kwanza alisita na baadaye akasogea na kuanza kuwakaribisha wageni wake.

"Karibuni m'keti. Ndivyo viti vyetu hivi"

Walioneshwa gogo la mnazi lililolazwa chini ya kivuli cha mzambarau. Eliza alimtazama mwenyeji wake, Zaharani. Alikwisha fahamu agizo la mwalimu Jabu, ila alitaka kuthibisha kupitia mwenyeji wake. Alipomwona Zaharani anakaa, naye hakusita, alikaa juu ya gogo la mnazi na kutulizana roho yake. Hakuamini kuwa huyu ndiye mtu aliyesifiwa sana na Zaharani. Sifa tele amepewa kuhusu mwalimu Jabu. Akimwangalia huyo mwalimu Jabu amechoka kwa kila kitu. Uzee umeshamvaa. Anapoishi hapatamaniki. Na ndiye mwalimu mkongwe huyu. Wengi waitwao wataalamu wa leo hii walifundishwa na mwalimu huyu huyu. Wengine wapo Urusi, kesho Marekani. Kesho kutwa Uholanzi, wiki ijayo Dubai. Yeye mwalimu Jabu husikia redioni tu nchi hizo zikitajwa. Hata hapo Daressalama hajawahi kufika. Na ndiye mtu duni kwenye jamii.

"Ahsante sana"

Eliza alishukuru kwa Kiswahili kilichochanganyika na matamshi ya Kiingereza. Na yeye hakubaki nyuma kujifunza Kiswahili. Alikuwa na kamusi lake dogo alilolitumia.

"My name is Elizabeth Robert Johnson. I'm from London. I came here recently to accomplish my research about forest, aquatic plants and water sources"

"Naitwa Elizabeth Robert Johnson. Nimetoka Uingereza. Nimekuja hapa karibuni kukamisha utafiti wangu kuhusu misitu, mimea ya majini na vyanzo vya maji"

Eliza alianza kwa kujitambulisha. Wakati huo mzee Jabu akimsikiliza huku akilifyekuza jongoo lililokuwa likimwelekea Eliza.

"Ok, I'm Mr. Jabu, a native of this village. And a teacher by profession. I would humbly like to welcome you to our village. Feel at home. I have proclivity to acquire foreigners like you and socializing them with the residents . Well, nice to meet you"

"Mimi ni Bwana Jabu, mzaliwa wa kijiji hiki. Uwalimu ndio taaluma yangu. Ningependa kukukaribisha kijijini petu. Jisikiye upo nyumbani. Nina kawaida kupata wageni kama wewe na kuwachanganya na jamii ya wakaazi. Vyema kujuana na wewe"

Mwalimu Jabu alimtoa shaka Eliza kuwa asijali amefika na atakuwa naye bega kwa bega wakati wowote akihitaji msaada. Eliza hakuamini kuwa kizee kama hiki kingelitamka matamshi fasaha ya Kiingereza. Seruni kiunoni, kofia mbovu kichwani lakini Kiingereza kimejaa mdomoni. Alitumaini kuwa Kiingereza kama kile kilichomwaika kinywani mwa mwalimu Jabu kingelitoka kwa mtu aliyevaa suti na tai ndefu.

Eliza alifurahi sana kuonana na mwalimu Jabu. Walijenga urafiki uliochanganyika na ahadi nyingi. Baada ya Eliza kujadili matatizo mengi ya kijiji hiki ambayo hatimaye yanaweza kutatuka, mwalimu Jabu alifarijika. Kama kweli ahadi alizoziweka Eliza juu ya kijiji chao zitatimizwa, basi mambo yatakuwa mazuri. Eliza alirudi nyumbani.

Baada ya kuondoka Bwana Jamali, Zaharani aliutumia muda wake mwingi nyumbani kwa Eliza. Alimsaidia kazi za ndani nyingi. Hadi chakula cha mchana mara nyingi alikula pale pale. Akiondoka kwa Eliza hupita kwao kidogo na kwenda kwa mwalimu Jabu. Rafiki yake, Jafari ameshaelekea mjini kama alivyodai mwenyewe kutafuta maisha. Alikwenda mara moja moja kwao Jafari angalau kutafuta nafasi ya kuzungumza na Tatu. Lakini Tatu hakutaka kumwona machoni. Kila alipokwenda kwao Tatu alijifanya kujishughulisha na kazi nyingi bila ya kujali kuwa

Zaharani amemjia yeye. Alifanya ishara kuonyesha kuwa anahitaji kuzungumza naye, lakini Tatu alijihumuza. Hakujali kuwa mwenzake amemfuata yeye. Amebadilika sana siku hizi Tatu, hadi Bi Shumbana ameshajua kuwa Tatu na Zaharani hawana maelewano vyema siku hizi.

Baada ya kumaliza kuosha vyombo vya mchana, Tatu aliingia jikoni na kutoka na mashelisheli. Alitoka nayo nje. Akakaa chini ya mti na kuanza kumenya moja moja. Haya yalikuwa ni maandalizi ya usiku. Zaharani alikuwa akimwaga soga na Bi Shumbana. Naye bibi huyu hakuweza kustahamili. Alimdadisi Zaharani.

"Naona siku hizi mna mapenzi ya kihindi, kuzungumza mkipeana kisogo"

Bibi huyu alikuwa na ghala ya maneno. Maneno ya mkato na mafumbo yalijenga kambi kinywani mwake.

"Bi Shumbana mimi sina tatizo ila simwelewi mwenzangu. Ananikasirikia mara kwa mara. Nikija mimi hata kama anafurahi basi upepo hubadilika. Badala ya upepo huwa dhoruba"

Zaharani naye akajitetea na kutupa lawama kwa Tatu.

"Mi naona si Dhoruba hili ni kimbunga, mh! Haya mtajuana wenyewe. Nenda yule pale ajidai kutoka nje kusudi mkaelewane."

Kama aliyeisoma akili ya Tatu, Bi Shumbana alijua kuwa Tatu amejitenga ili apate nafasi ya kutoa dukuduku lake. Zaharani hakufanya ajizi, alinyanyuka moja kwa moja hadi alipokaa Tatu. Uso umejiinamia, mikono imeshughulika kumenya mashelisheli na kuyatumbukiza kwenye sufuria la maji baada ya kulikatakata kwa kisu.

Alitupa jicho la pembeni mara moja kuisoma miguu ya aliyefika pale alipokuwa. Bila ya kumtaza usoni alijua kuwa hakuwa mwengine isipokuwa Zaharani. Siku hizi ukitahamaki umetupiwa neno la Kiingereza. Jambo lililomkera sana Tatu baada kuyathibitisha mawazo yake.

"Why unakuwa hivyo Tatu wangu lakini"

Kama aliyekuwa hajasikia kuwa ameitwa yeye. Hakuwacha kuendelea kumenya mashelisheli. Kwa ukali Zaharani akaanza kuvurumisha maneno. Sasa alimgusa Tatu ndani ya moyo wake.

"Na mimi ni binadamu, nisikilize. Unanidharau kama kwamba hunisikii! Kwa kosa gani n'lofanya mimi. Nimeua. Umenifumania?"

Alipotaja neno kufumania hapo Tatu aliinua kichwa kama aliyetaka kulikubali neno lile. Lakini je, kumkuta mwanamme amefuatana na mwanamke tu ndiko kufumania? Hili bado lilikuwa swali lisilo jibu kwa Tatu. Ila hasemezeki, wivu umemjaa. Mashavu yametuna kama bofu lililojaa pumzi. Uzuri wake umefisidika kwenye wimbi la huzuni. Kisura chake cha kitoto kinaelea katika wimbi la mapenzi. Kinachukuliwa na maji kila upande. Kinatapatapa. Bi Shumbana naye hakujali. Alimtomesha mwanawe kwa mbwa mkali. Kila mzee na khulka na mipaka yake.

"Umekuwa mzungu siku hizi mwenzetu"

Neno hili alilitoa Tatu kwa shitihizai. Mdomo aliubenua kama aliyeonesha dharau. Akasonya na kutaka kuinuka pale alipokuwa. Zaharani akapiga moyo konde na kumzuia. Akamvuta chini kwa kuikamata kanga yake na kumweka kitako. Alikaa baada ya kuzidiwa nguvu. Maneno yakaanza kumiminika kutoka katika kinywa cha Zaharani kama mvua.

"Umenifumania? Nimewahi kukwambia kuwa sasa ni mwisho wa ahadi? Unataka nikwambiye vipi tena kuwa mimi na mzungu ni marafiki tu. Mbona unatufikiria vibaya. Mimi nimchukuwe mtu mzima yule! Moyo wangu umeweka ahadi kwako, na siwezi kuivunja. Leo atoke mtu huko na raha zake atutenganishe sisi! Hebu mlani bilisi! Safari hii kilele chake ni ndoa. Na si vyenginevyo- Si hadaa"

Tatu alijikuta anatoka machozi bila ya kutaka, njia mbili mbili yakidondokea kwenye mikono yake iliyoshika kisu. Nguvu zilimwishia mikononi. Alisita kuendelea kumenya masheisheli. Akajifuta machozi. Akamtazama Zaharani. Sura ya Zaharani machoni mwa Tatu haikuonekana vizuri. Ilichanganyika na machozi. Ikaelea ndani ya wimbi la machozi ya Tatu.

"Hivi Tatu, ni nani atakayepora udhati wa ahadi ya ndoa. Nani atakayeng'oa shina la huba lililojiotea bila ya kuoteshwa. Likajikita kweye nyoyo mbili. Likatoa kigogo chake chini ya jua na mvua zilizopangizana. Sasa ni mti mkubwa. Umetoa kivuli. Nani ataweza kulivuta shina la mbuyu uliokomaa mizizi ardhini? Hayuko Tatu, hayuko Tatu, hayuko usijenge dhana. Sina habari naye yule. Hebu itazame rangi yako."

Tatu alijitazama kidogo na kumwacha Zaharani akiendelea kumwaga sifa.

"Rangi ya asili ya kiafrika. Mungu amekuumba ukaumbika. Itazame sura yako ya kitoto, malkia anayemeremeta katika himaya yake. Nitampendaje mzee yule. Maana yule si kijana."

Maneno yalimtwanga Tatu. Akajiona kama aliyekuwa angani kwa sifa alizomwagiwa. Moyo unataka kukubali suluhu. Mara unagoma na kujishauri wapi pa kuanzia.

"Samahani kama nimekukera Tatu. Sikuwa na nia mbaya. Umenisamehe sana?"

Alitikisa kichwa kuonesha kukubali. Kwa mbali akatabasamu. Alama za machozi zilikuwa bado hazijafutika machoni mwake.

"Lakini Zaharani sitaki nikuone na mzungu yule hata kama huna nia mbaya, sitaki tu mimi"

Hili lilikuwa sharti gumu sana kwa Zaharani. Ukaribu wake kwa Eliza umestawi. Umemea vyema na kuendelea kuimarika kila uchao. Leo hii umwambiye Zaharani asiende kwa Eliza. Kula, kuoga na kila kitu sasa anafanya ndani mwa Eliza. Ndani mlikuwa na kila kitu. Walitazama michezo ya kuigiza ya kivita kila siku kwenye runinga. Jambo ambalo alilifurahia sana Zaharani. Leo umwabiye asiende kwa Eliza. Na vijipesa viwili vitatu vya matumizi alikuwa akipata!

"Sikiliza Tatu, mimi namtumikia yule kama ni ajira yangu na mimi napata vijipesa"

"Kwani kabla ya kuja yeye ulikuwa huli?"

Zaharani ameshayachoka maswali. Alitumia nguvu ya ziada kumshawishi Tatu hadi mwisho mwenyewe akalainika. Lakini akamtaka asije akajipitisha mbele yake akiwa amefuatana naye. Na kama anataka pia usalama wa penzi lao, basi amtambulishe kwa Eliza kuwa wao ni watu wenye ahadi. Alikubali kuwa ipo siku atamtambulisha. Na kwa hili akamtaka aondowe shaka. Kila mmoja moyo wake ukafunguka. Ukampokea mwenzake kwa mikono miwili.

***

Muda mwingi aliutumia kwa Eliza. Kila wikiendi walielekea mjini pamoja kuchukuwa vitu muhimu vya wiki nzima. Zaharani aliongozana naye kumsaidia kubeba mizigo. Walipanda gari ya abiria na kurudi kwa gari hiyo hiyo. Mizigo mingi ilishushwa nje ya nyumba yake na kuingizwa ndani. Chupa za soda, vipolo vya unga na mchele, na kila kilichohitajika kwenye nyumba kililetwa. Maisha haya yalimtoa mate Zaharani. Alijiona yupo kwenye ulimwengu mwengine. Alishangaa jinsi Eliza alivyozitumia pesa bila ajizi. Alinunua alichotaka. Na alipoishiwa alikuwa akielekea benki na kuchomoa mabunda kwa mabunda ya noti.

Hapo tena husafiri kimawazo hadi Ulaya. Pengine alijenga dhana kuwa kuishi Ulaya ni utajiri. Eliza alizitumia pesa bila ya ubahili. Alinunua alichotoka naye akanunuliwa alichotaka na asichokitarajia au hata kukijuwa. Maisha haya akayaona pepo ya dunia.

Umeme ulikuwa umeshafika kijijini, ila ni nyumba chache zilizoungwa umeme-za kuhesabika. Miongoni mwa nyumba hizo ni hii aliyoishi Eliza. Umeme kila kipembe. Kwao Zaharani ni kandili na vibatali tangu kuzaliwa kwake. Sasa amezoea kubonyeza rimota za viyoyozi, akiacha ya viyoyozi hushika ya TV. Mradi amehamia dunia mpya. Dunia aliyokuwa akiiota miaka na kaka. Masofa yaliyopangana kwa safu zilizopangika yalimchanganya kila aliyefika nyumba ile. Mapazia ya gharama yalining'inia na kuburutika sakafuni. Zaharani alipata kusikia kuwa vitu vyote vya nyumba hii vimetoka nje ya nchi.

Eliza alimkinai sana Zaharani. Alimwamini na kumpa uhuru. Alimfungua kamba iliyomkaza na kumwacha huru. Wamezoeana. Urafiki wao umeanza kupiga hatua kubwa.

Wao wawili tu, jumba lote hili. Kama nyumbani mwao, Zaharani aliupokea uhuru ule; Wa kula akitakacho, kuvaa apendavyo, hata baadhi ya wakati huamua kuvaa nusu nguo kwa ajili ya kujipumzisha. Chumba kizima ameachiwa akae. Kitanda cha futi sita kwa sita kimejitawanya mwanzo hadi mwisho wa ukuta. TV imetulia chumbani kwenye ukuta. Ni kubadilisha ukanda huu na huu tu. Siku nyengine, usiku ulimshawishi kulala humo humo. Wala Eliza hakumzuia. Kwake ilikuwa vyema maana alipata mwenziwe. Jumba kubwa kama lile humwelemea akiwa pekeye.

Kijana mbichi mwenye rangi ya kiafrika alibakia ndani ya jumba kubwa na mgeni wake. Eliza alichukuwa muda mwingi kumchunguza Zaharani. Aliitazama rangi yake yenye asili ya kiafrika na kuisifu kimoyomoyo. Kijana shababi, damu inamchemka. Mwenye umbile shupavu lililozoea kazi za nguvu. Alimtazama sana na mwisho kujibabaisha pale alipogunduwa kuwa Zaharani amebaini kutazamwa kwake. Nywele zilizosokotana za kipilipili zilimshughulisha Eliza. Zaharani alivutiwa na nywele za Eliza-Laini zilizopeperushwa na upepo kila ulipopiga. Na yeye Eliza alizifurahia nywele hizi alizoziona Zaharani kuwa hazina thamani.

Alivaa uso wa aibu kila alipomwona Eliza anakwenda kuoga. Wakati wa kuoga hujiachia na kubaki na nguo za ndani tu. Kwake Zaharani ilikuwa ni uchi. Hakumchanganyia macho. Eliza hakujali. Ilikuwa kawaida yake. Alijipitisha mbele ya Zaharani. Hadi siku moja Zaharani aliamua kuondoka bila ya kuaga. Wakati Zaharani akiwa ametulia kwenye sofa, kichwa amekilaza juu ya mto, Eliza alikuja moja kwa moja akiwa amevaa nusu uchi. Alijitupa kwenye sofa pale pale alipokuwa Zaharani. Tahamaki akaanza kuzichezea nywele za Zaharani na kuzisifu. Balaa Zaharani limempata. Hajui afanye nini. Urijali umemsimamia mbele yake. Hali ya hewa ikaanza kubadilika. Eliza hata hakujali. Wazi wazi Zaharani alionekana kutahayuri kwa jinsi alivyojiachia Eliza mbele ya macho yake. Alisimama bila ya kupoteza muda. Moja kwa moja hadi kwenye mlango wa kutokea. Akatoweka machoni mwa Eliza. Hakugeuka nyuma. Aliandama njia hadi kwao.

***

Siku ya Jumapili asubuhi wanakijiji walikusanyika nje ya nyumba ya sheha. Waliitikia mwaliko wa Sheha alioutangaza siku iliyopita. "Ya mgambo imelia, ikilia kuna jambo" Hivi ndivyo ilivyonadiwa wakati wa kupiga upatu. Watu walijazana kusikiliza ujumbe wa sheha. Muda si mrefu Eliza alichomoza akiwa amefuatana na mwalimu Jabu. Walikaribishwa juu ya viti na kuketi. Baadhi ya wanakijiji walishangaa kumwona Eliza pale.

"Mgeni huyu amekuja kufuata nini hapa! Anaishi hapa kutuharibia wenetu tu"

Mzee mmoja alianza kupaza sauti. Wengine wakamfanyia ishara ya kumnyamazisha. "Usikatae wito kataa unaloitiwa" Mmoja kati yao wazee alisema. Mzee Magogo aliukunja uso kumwona Eliza amefika pale. Hakumpenda hata kidogo kutokana na fikra zake mbaya. Alitaka kuinuka na kurudi nyumbani lakini akazuiwa na bwana Hababuu, rafiki yake wa zamani. Moyo ukadhikika lakini alikaa chini.

Baada ya kufika watu walioridhisha kuendelea kwa mkutano, Sheha alimtambulisha mgeni wake na kuwatambulisha wenzake. Baadaye akampa nafasi Eliza kuzungumza, na mwalimu Jabu akawa anatafsiri. Eliza alizungumza kwa lugha ya

Kiingereza. Maneno yaliyojaa hekima yaliwavuta wanakijiji. Aliwatia moyo sana na kuwaahidi mengi. Miongoni mwa ahadi zake ni kuisimamia miradi ya maenedeleo akishirikiana na serikali ya kijiji. Alidai kuwa anazielewa taasisi nyingi za kigeni zinazotoa misaada vijijini. Mradi wa kwanza alioahidi kuusimamia ni mradi wa maji. Na ameshaandaa mikakati yake ya kulipeleka ombi hili. Lakini kabla ya kufanya ufuatiliaji, aliona ni vyema kuwaeleza wanakijiji ili apate ushirikiano wao kila inapobidi.

Lilipokelewa vizuri na kila mtu jambo alilolileta Eliza. Isipokuwa baadhi ya watu wachache walizishabihisha ahadi hizi na ahadi za wanasiasa waliofika kila kipindi cha uchaguzi kudai kura. Hakuna lililokuwa. Ahadi zote zimezama majini na nyengine zimechukuliwa na upepo mkali. Eliza alipata changamoto lakini aliweka nia kusimamia jambo hili ili kuzirudisha imani za wanakijiji.

SURA YA TANO

Mwezi ulikatika kama wimbi la maji. Ugeni uliingia kijijini. Watu wakaanza kuyathibitisha maneno ya Eliza. Wageni walishughulika kuutafiti udongo wa Ndaamba. Wengine walionekana kuchimba baadhi ya maeneo. Mwanamke mmoja wa kizungu alishughulika sana, alikuwa amebeba daftari mkono mmoja na kalamu mkono wa pili. Yeye alikuwa anafanya kazi ya kuandika. Mzee mmoja aliyekuwa na kipara na miwani kubwa iliyotulizana machoni, alibeba kamera. Kazi kubwa aliyoifanya ni kuchukuwa picha kila walipopita kufanya ukaguzi wao. Lilikuwa ni kundi la watu wasiopungua watano. Yule mzungu alitoa chupa yake ya maji. Akakilaza kichwa chake kwa nyuma. Kisha mkondo wa maji ukamiminika kinywani mwake. Ilikuwa ni chupa ya lita moja na nusu. Cha ajabu, aliyamimina maji kinywani bila ya kuvuta pumzi kama mafuriko ya pwani. Sheha wa shehia ya Ndaamba alikuwapo kando akiwashuhudia wageni wake waliokuwa wakifanya lililowaleta.

"Vipi tena naona watu wanakagua! Au ndio hao tena wameshauziwa maeneo"

Bibi mmoja aliyejitwika ndoo alimuuliza kijana barobaro aliyekuwa amesimama karibu na eneo walilokuwapo wageni.

"Ah! Kwani hujui Bi Zakia kama nchi i'shauzwa hii? We' Lala tu"

Alisema yule kijana kwa mzaha na kujichekesha. Bibi alikuwa akiendelea kucheka na kusema maneno ya chini kwa chini.

"Nchi hii ina vituko. Wameona uchaguzi uko njiani tena hao, mara maji… Mh! Mara utasikia Jwisi…… Sijui hichi mara kile… Mradi mashaka tu. Haya, langu jicho tu. Nione yapitayo."

Eliza alielekea moja kwa moja hadi eneo walilokuwapo wageni wake. Akaungana nao. Wageni hawa aliwaleta yeye. Kwa bahati walipofika alikuwa hayupo. Maagizo ya kuwapokea wageni hawa alimwachia sheha. Walikuja kufanya vipimo kwa ajili ya kuuanza mradi wa maji safi na salama. Waliyaangalia maeneo ambayo yataweza kuzikwa mabomba ya maji. Walielekea hadi bondeni ambako watachimba kisima kikubwa na kuiweka mashine ya maji. Bonde la sawafu- Hapa ndipo walipopakubali kwa ajili ya kuchimba kisima na kuifunga mashine ya maji.

Eliza na Rose walijuana sana. Rose alikuwa mzungu kutoka Norway. Yeye ndiye Afisa mipango wa miradi mikubwa mikubwa. Alikuwa ni mwanamke aliyejiamini sana katika kazi zake. Alizungumza na Eliza kwa muda wa nusu saa. Baada ya kumalizika kazi iliyowaleta waliagana na Eliza na kuondoka.

Wanakijiji walianza kupata matumaini kuwa pengine kilio chao kitanyamazishwa. Wamehangaika miaka mingi kuomba kupatiwa maji safi na salama. Wameteketea sana kwa kipindu pindu. Kikiingia kimeingia. Hufunga kambi na kubisha hodi nyumba moja moja. Hapo tena ni matumbo kwenda mbele. Hujui mkubwa wala mdogo. Pengine wakifikishiwa mifereji majumbani wataokoka na janga hili. Litabaki kusikika redioni tu. Wengi waliamini hivyo.

***

Siku nne zilipita bila ya Zaharani kuonana na Eliza. Ukaribu wa Eliza ulianza kujenga picha mbaya machoni mwa Zaharani. Alifika mbali kimawazo. Huruma zilimjaa kwa kumfikiri Tatu. Mtoto wa watu aliyedhoofu hali siku hizi kwa kumfikiri Zaharani. Kuja kwa mzungu kumemjengea hofu kubwa. *Roho jitini*. Ana wasiwasi wa kuporwa tonge mdomoni. Hakupenda ukaribu ule. Zaharani anaitazama hofu ya Tatu na kuilinganisha na uhalisia wa Eliza asiyejali wala kuogopa. Aliwaza na mwisho akajiangalia yeye anayepata wake muradi kupitia huyu huyu Eliza. Akamwangalia baba na mama yake. Akaiangalia nyumba yao iliyojaa unyonge. Umasikini umejenga kambi. Haufurukuti. Akayasafirisha mawazo na kuyaangalia maisha anayoishi Eliza. Akazikumbuka picha alizoziangalia kwenye kompyuta ya Eliza. Picha za maisha ya Ulaya. Familia ya Eliza iliyomiliki utajiri wa kusifika. Wa kusemwa ukasemeka.

"Maisha ya Ulaya si ya Afrika. Huku hakubadiliki katu. Ah! Potelea pote. Najua unanipenda sana Tatu. Hata mimi nakupenda lakini…… Lakini dhoruba ya dhiki siwezi kuivumilia mimi. Imeshanichosha. Pigo la dhiki lishanikatakata. Bado kufukiwa tu. Kusoma sijasoma. Na fursa hii niipoteze! Laahashaa! Ukisikia kupata ndiko huku. Nitakupenda lakini siwezi kuwa mbali na Eliza. Nitakosa….Nitakosa..Nitakosa mengi"

Alikuwa kwenye mawazo mazito. Wakati huu alikuwa ameunyoosha mwili wake kwenye mkeka akipunga upepo. Mama yake alimsogelea karibu na kumwambia kuwa amekuja mgeni wake wakati alipokwenda bondeni. Eliza amekuja kumjuulia asubuhi.

"Yule mzungu ana roho ya imani kweli mwanangu. Ameniletea nguo za watoto. Ameniachia na salamu kuwa umtembelee ana mzigo wako. Alidhani unaumwa. Tena anajuwa kiswahi vizuri saa hizi"

Bi Sabahi, mama yake Zaharani alisisitiza akiwa ameshika nguo mkononi. Alimwonyesha Zaharani zawadi alizozileta Eliza.

Zaharani hakujibu kitu. Alitikisa kichwa kuonyesha kufurahia jambo lile. Baada ya nusu saa alielekea kwa Eliza. Aligonga mlango na kuingia ndani ya ukuta mkubwa. Eliza alikuwa ameshughulika kuangalia bustani. Akafurahi kumwona Zaharani. Alimkaribisha kwa lugha ya Kiswahili. Sasa anajitahidi kuzungumza Kiswahili vizuri. Bidii yake imemwezesha kuzungumza Kiswahili, ingawa kuna maneno mengi yaliyokuwa yakimchanganya na kuyakosea. Ila kwa muda aliokuja kijijini akiwa hajui kitu, ni dhahiri kuwa amefanya kazi ya ziada.

Waliingia ndani. Muda wa chakula cha mchana uliwadia. Wakala na kuzungumza sana. Simu ya Eliza iliita na kuipokea. Ilikuwa ni simu kutoka Uingereza. Eliza alizungumza kwa muda wa nusu saa-Kiingereza cha ndani. Walikuwa ni wazazi wake. Baada ya hapo aliingia chumbani na kutoka na begi dogo. Hili alikabidhiwa Zaharani. Lake mali yake. Hata hakutaka kujua kilichokuwamo. Hakutaka hata kuchukuwa muda mwingi. Alitoa shukurani nzito. Akaaga na kuondoka. Alipofika nyumbani kwao, aliingia chumbani kwake na kulifungua lile begi. Macho yalishangaa. Alichokiona ndani kiliyafanya mapigo yake ya moyo yaongezeke. Si kwa hofu bali ni kwa furaha. Nguo za thamani zilikuwamo. Shati na suruali, saa ya mkononi yenye mkufu wa rangi ya dhahabu, pesa zisizopungua hamsini elfu zilikuwa zimewekwa kwenye bahasha.

"Mh! Nguo nzuri namna hii! Sijawahi kuvaa tangu kuzaliwa kwangu. Lakini zitanifaa kweli hizi na hakuchukuwa vipimo vyangu?"

Alijiuliza mwenyewe huku akijipimisha. Kama aliyepimwa, nguo kiasi chake, hakuna iliyozidi wala kupunguwa. Hapo alipatwa na mshangao mkubwa. Alizirudisha kwenye begi na kurudi kwa Eliza kumpa shukrani. Alihisi kuwa shukrani haijatosha. Fungu la shukrani alilotowa ni dogo. Pesa alizokuwa hajazihangaikia zimeingia mikononi bila ya kuziwaza. Kweli kisima cha utajiri ki mikononi mwa Eliza. Kimetulizana. Pesa za kuchota na za kumwaga. Kweli, maana hata nyumba aliyoiona kwenye picha, ambayo ndiyo wanayoishi Eliza huko Ulaya ilikuwa ni ya kifakhari. Alijua kuwa kuja kuishi kijiji kama hiki Eliza ni kutumia pesa zake tu, hana jengine zaidi ya hili. Na huo utafiti ni kisingizio tu angalau awe na jambo la kujishughulisha nalo, asikae bure. Yote aliyawaza Zaharani.

Alipofika kwa Eliza mlango ulikuwa umefungwa. Alizunguka nyuma ya ukuta na kuiona gari. Maswali kadhaa alijiuliza. Ilikuwa ni gari *ngeni* machoni mwake. Akasogea hadi upande wa kulia wa gari. Ndani ya gari alikuwamo Eliza. Ameshika usukani tayari kwa ajili ya safari. Hajawahi kumwona akiendesha gari tangu kuja kwake. Leo amekuta gari na dereva ni yeye mwenyewe Eliza. Akashusha vioo chini na kumtaka aingie kwenye gari. Bila ya ajizi aliingia ndani. Lakini hakupenda kuendelea kuyarundika maswali. Akauliza.

"Is this your car? Je hii ni gari yako?"

"Yes, it is, I bought it yesterday. Ndio ni ya kwangu, nimeinunua jana"

Aliendelea kuiyakinisha fikra yake:

"Kweli Eliza hakuwa mnyonge. Ni tajiri mkubwa. Amekuja kula pesa zake tu"

Walielekea kijiji cha pili kujitafutia samaki. Walipita mbele ya nyumba ya Mzee Magogo. Nyumba aliyoishi Tatu.

***

Jua lilikuwa bado linafanya kazi ya kuitii amri ya Muumba wake. Limejitawanya mashariki na magharibi yake. Halikuwa na tofauti na lile la saa sita kwa ukali. Tofauti kubwa ni kule kutenguka kwake kidogo tu. Sasa lipo juu kidogo. Tatu alikuwa anatwanga mpunga. Gari nyeusi aina ya Pajero ilipita kwa mwendo wa kawaida. Haukuwa mkubwa wala mdogo. Alisita kutwanga na kuyatupa macho yake upande ule ule uliotokea gari. Akamtambua dereva kuwa ni yule yule mzungu aliyemuhofia sana. Aliyemfanya adui mvamizi wa himaya ya penzi lake. Ijapokuwa hajawahi kushuhudia jambo lolote baya likitendeka, hata hivyo hakutaka kuyaruhusu mawazo mazuri yampitie kichwani kuhusu Eliza. Upande wa pili akamwona Zaharani, ametulia kwenye kiti. Gari inatembea na yeye anayafurahia maisha yale.

Moyo ulimdunda kwa nguvu. Hakuweza kuendelea kutwanga. Aliuacha mchi na kuingia ndani. Dakika ile ile Zaharani akabaini kuwa walikuwa wanapita mbele ya nyumba yao Tatu. Muda wote huu hakulifahamu hili. Alikuwa mbali kimawazo. Akaigeuza shingo yake kutazama nyuma akihofia kuonekana na Tatu. Kumbe ameshaonekana lakini hakujua. Ameshalivunja sharti alilopewa. Tatu hakutaka kumwona Eliza na Zaharani wanapita mbele yeke wakiwa pamoja. Hata kama hawakuwa na nia mbaya. Kwani moyo wake haukuweza kuhimili.

SURA YA SITA

Bi Sabahi amemkinai Eliza. Amemweka moyoni tena kwa hali zote. Amemkunjulia mikono miwili na kumpokea. Huyu kwake alikuwa mwema zaidi ya mumewe kwa mtazamo wake. Mume atokaye akarudi mikono mitupu. Mh! Mkono mtupu haurambwi. Kumbe wanawake wanaweza. Alimtazama Eliza na kuiruhusu akili yake impe nafasi mwanamke. Imvishe taji maridhawa la kujikweza mbele ya mwanamme. Leo amewaletea hiki, kesho amewatunukia kile. Leo nguo za kitoto, na kesho vyakula tofauti. Kuna lipi litakaloukomesha moyo usitowe shukrani. Shukrani za kuisifu hisani awafanyiayo.

Baba Zaharani aliona kapunguziwa mzigo. Zawadi zimesimama mlangoni, si jambo dogo. Na mwanawe huenda kwa Eliza akishinda mchana kutwa, hata akirudi harudi mikono mitupu. Wote kwa pamoja walimpokea Eliza na kumfanya mwokozi. Ukisikia kupata ndiko huku. Muombee mwenzio kupata.....! siku ziliyoyoma. Ikipita hairudi. Miaka inakwenda na umri unapungua.

Baadhi ya vijana, akiwemo Zaharani, walipata kibarua cha kuchimba kisima. Walikuwepo wataalamu waliosimamia ujenzi huu. Wengine walishughulika na kuchimba misingi. Kijiji kizima kilihitaji misingi ya maji kwa ajili ya kuzika paipu. Walipata posho lao si haba. Kupata si kukosa. *Chambilecho wavyele* waliponena enzi hizo kuwa chururu si ndo! ndo! ndo!

***

"Baba mlete mtu mweupe huyo, samaki tele tele hapa. Ukitaka tasi, vibua sema tu wee niweke wa shin'ngapi"

Mzee mmoja aliyevaa shati lililoraruka mgongoni alinadi baada ya kumwona Eliza.

Sauti nyengine kutoka upande wa pili, kwenye gogo kubwa lililotumika kukatia samaki ilisikika. Gogo hili lilikuwa limecherengeka na kufanya alama nyingi za kisu.

"Oya sema mwenyeo bei poa hapa! Nduwaro huyu tena si wa barafu! Niambiye kaka, hao wanapesa zao bwana msiwafundishe kutumia. Lete bwana hizo *ngozi pesa* hapaaa!"

Wengine walikuwa wanamfuata na kumwita upande wao. Kweli, kila *mwamba ngoma hujivutia upande wake.*

"Hayaa, vipi dogo, mkia au kichwa! Njoo uone mwenyewe samaki huyu alivyonona! Wa leo huyu si wa kulala"

Babu mmoja aliyeshika kisu kikubwa, ala ameichomeka kiunoni, aliita. Mwisho akalenga matusi alipomwona Zaharani anamwondosha Eliza mbele ya meza yake.

"Acha kujiparatisha wewe mtoto! Mzungu a'taka nunua huyo, unazikinga riziki zangu! Mja wa laana we!"

Eliza aliyafahamu maneno machache sana, mengi hakuyaelewa. Moyo wake ukavutwa na samaki aina ya taa! Akamshika mkono Zaharani na kumsogelea kijana mmoja aliyeshika kisu na kumwinamia samaki. Samaki hakufurukuta. Alikuwa ameshughulika kumtengeneza kwa ajili ya mteja aliyekuwa mbele yake.

"Welcome! Welcome! Good fish, good fish! Very cheap"

Macho ya yule kijana yalisimama wima. Yakagundua kuwa kuna mteja wa kizungu mbele ya meza yake. Akaanza kulenga maneno machache ya kizungu kumkaribisha mteja.

Akamwulizia bei samaki aliyewekwa pembeni. Bado alikuwa hajakatwa. Alitia mkono wake kwenye begi lake la kwapani na kutoa noti za shilingi elfu kumi mbili. Alimnunua samaki kwa shilingi elfu ishirini. Mwuza samaki alishukuru kumpata mteja wa mara moja. Sio wale wakuja na kutaka kipande kimoja na kuondoka. Akamtengeneza pale pale. Kisha, Eliza na Zaharani walirudi kwenye gari. Soko hili lilifuatwa na watu wengi kutoka sehemu tofauti. Watu wa mjini pia walikuja mara nyingi siku za mwisho wa wiki kutafuta kitoweo. Hiki ni kijiji cha pili kutoka kijiji alichoishi Zaharani.

***

Kila aliposikia mvumo wa gari alihisi kuwa ilikuwa gari ile ile aliyopita nayo Eliza na Zaharani. Hapo tena mishipa ya damu humpwita, moyo humwenda mbio na wazimu humpanda. Amekuwa mtumwa wa mapenzi. Anahisi penzi lake limefika mwisho. Hakuna wa kumwokoa Zaharani ndani ya shimo la moto. Amejichimbia mwenyewe. Tatu alijihisi yeye pekeye ndiye anayeumia kwa mapenzi. Mwenzake hana habari. Yake yanamwendea vyema. Mwenzake hajielewi hajitambui.

"Sitaki kuamini kuwa nafasi yangu kwa Zaharani ipo pale pale. Hawezi kubeba nyoyo mbili. Hakuna urafiki na mazoea kati ya mwanamme na mwanamke, urafiki gani! Umasikini si nafasi ya mtu kujidhalilisha au kumdhalilisha mwengine. Bado ubinadamu haujatoweka kwa kupatwa na umasikini. Kwa nini niumie! Leo naomba Mungu aje nyumbani Zaharani. Nitamwambia mimi siwezi, siwezi kabisa. Ama Eliza au mimi. Lazima achaguwe moja tu"

Hakuwa na uhakika Tatu kuwa Zaharani atakuja nyumbani kwao siku ile, na iwapo atakuja hajui kuwa atapata fursa ya kuyatema aliyo nayo moyoni au hatopata. Kama aliyeoteshwa, maana siku hizi Zaharani ni nadra kwenda kwao Tatu, mlango uligongwa. Bi Shumbana akaufungua. Kama kawaida yake. Hakuacha kumtania Zaharani.

"Najua siku hizi mwenzetu umekuwa mzungu, kutwa kucha uko kwa mgeni wako. Tupe na siye hizo pesa maana najuwa unatumia tu. Siku hizi mambo yako *super*. Shavu limeshaanza kuvimba hilo. Sasa bado kwenda huko duniani tu"

Maneno yale alikuwa akiyasikia Tatu. Yakamchoma. Lakini kwa upande mwengine alifurahi kuja Zaharani. Na wakati ule Mzee Magogo hakuwapo. Nafasi ya kuzungumza na Zaharani nyumbani kwao huipata wakati akiwapo Bi Shumbana. Si mbele ya Mzee Magogo, hakuna aliyethubutu mbele yake. Yeye hakupenda kumwona mwanamke amekaa faragha na mwanamme, ati wanazungumza bila ya kuwapo mtu mzima. Hata wakiwa wamekaa pamoja, wakisikia tu sauti ya Mzee Magogo kila mmoja hutafuta upande wake na kujitia.

"Wacha matani yako hayo Bi Shumbana!"

Zaharani naye akajibu kwa mkato.

Zaharani akamwulizia Tatu bila aibu. Tena wakati huu akamwagiza Bi Shumbana amwite Tatu. Zaharani na Bi Shumbana waliwezana. Alimwambia alilotaka, na Bi Shumbana hakujali.

"Tatu mwanangu, kuna mgeni wako huko"

Alitamani aitwe ili apate sababu ya kwenda kwa Zaharani. Pia kama lilisikika ombi lake. Aliitwa na akatoka. Uso wake ulimtazama Zaharani kwa kilio cha kuonewa. Matazamo wa kulaumu. Uso ulisema kwa sauti ya huzuni.

"Ewe Zaharani wangu. Unanitesa. Naumia kwa wivu. Kuna hatari! Ile pale... itazame. Huioni wewe? Mbona mimi naiona! Nihurumie japo mimi ninayeiona. Usiniache nikaendelea kuteketea kwa mgeni wa kupita. *Hebu usiache mbachao kwa msala upitao.*"

Na uso wa Zaharani ukaifahamu lugha ya uso mwenzake. Ikajibu kwa kupoza moyo.

"Usijali, mbona unanidhania tu. Mimi siko huko uliko. Yule ni mgeni. Hajaharibu. Ndivyo vile vile tulivyopanga. Ndivyo vile vile tulivyo"

Wakasalimiana na kuitikiana. Wakaketi pamoja. Kila mmoja alimtegea mwenzake kuanza kusema. Zaharani hakupenda muda uendelee kupita. Akaanza kusema.

"Vipi Tatu, mambo yanakwendaje?"

Tatu hakujua aseme kitu gani. Maneno mengi yalimjia mdomoni. Hakujua alitangulize lipi.

"Naogopa Zaharani. Mbona siamini kuwa upo na mimi? Wewe nimekwambia usipite naye mbele yangu lakini ndio unapita kwa makusudi. Tena kwenye gari. Kusudi uniumize. Na pia nimekwambia ili angalau uniridhishe, basi nitambulishe kwa Eliza. Ajuwe kuwa mimi ndiye mtarajiwa wako. Ila umeshindwa"

Tatu alikuwa akizungumza kwa hisia kali.

Akakohoa na huku machozi yalikuwa yameshaanza kuchungulia nje.

"Tena Zaharani, mimi nikwambie jambo jengine. Sa..samahani kama nitakukosea. Naomba uchaguwe moja. Ima mimi au kuendelea kwenda kwa yule mzungu"

Zaharani akacheka kwa dharau, bila ya kujali kuwa Tatu alikuwa akizungumza kwa hisia.

"Tatu hilo mimi siwezi. Nishakwambia kuwa ni rafiki tu yule. Wewe umeshikilia kuwa niachane naye. Hebu usiniambie mambo ambayo hayaeleweki hapa"

Maneno mazito ameyatoa kwa wepesi Zaharani. Yakautonesha moyo wa Tatu. Machozi hakuweza kuyazuia. Hawakujua ni muda gani, Mzee Magogo alikuwa ameshafika ndani. Mbele ya macho yao. Wote wakashituka. Tatu akahangaika kupangusa machozi.

SURA YA SABA

Mzee Magogo amebeba mkoba wa ukili. Mapapai yamejaa *pomoni*. Miguu yake imejaa tope, jasho linatiririka mwilini mwake. Mkono wa kulia umelishikilia jembe lililokuwa begani. Uso umejikunja. Kidevu kimejiachia. Nywele zake zimesindamana na kujaa vumbi. Anatoka kondeni, leo ametamani kupikiwa mapapai. Hata hodi leo imemshinda kutokana na uchovu. Na zile kelele zake zilizozoeleka pia hazikusikika-Kumwita mkewe au kutoa agizo kwa Tatu. Leo amevamia kimya kimya.

Mbele yao amesimama. Hawakuwa na muda wa kujiandaa kuupokea ujio wa Mzee Magogo. Kujiandaa kwenyewe ni kukaa mbali mbali, ili usiwe mwonekano wa kuwa faragha peke yao. Au awepo Bi Shumbana kuziba sura ya karaha machoni mwa mumewe. Yote yalikosekana. Wakabaki kuemewa. Kibaya zaidi ni kuwa machozi yanatiririka bila ya kizuizi machoni mwa Tatu. Analia kwa kadhia aliyoipata. Anahisi kumkosa Zaharani kunakaribia kwa sababu ya mzungu. Bi Shumbana ameshajua kuwa Zaharani na Tatu wanavutana, ingawa hajaujua undani wa mambo. Akakurupuka alipokuwa na kusimama nyuma ya mumewe, ambaye kwa wakati huu, alikuwa amewaelekea Tatu na Zaharani.

"Tatu umeshameza dawa? Maana mtoto we' kula dawa kwako ni sumu, ukiumwa unahiari kulia"

Sauti ya ukali yenye maana ya utetezi ilitoka nyuma ya Mzee Magogo. Bi Shumbana amekakamaa kifua mbele. Kwa akili ya haraka haraka, nusura Tatu limtoke neno kinywani

"Dawa za nini"

Akili yake ikafanya kazi ya ziada. Ikampa *ilhamu* ya kuwa Bi Shumbana anamwokoa yeye kwenye shimo lile. Mzee Magogo angelitaka kujua sababu ya kilio kile. Isitoshe, Zaharani ameketi na Tatu-Miko ya maadili yao. Tatu akabaini kuwa Bi Shumbana alikuwa na maana yake na ndio maana akasema vile.

"Ni...nishakula mama"

Moyo wa Bi Shumbana ukapata afuweni. Lakini bado Mzee Magogo amesimama. Zaharani akainuka alipokaa kwa heshima zote na kusalimia. Mikono akaikunjua bwana Magogo, uliokuwa umeshika jembe ukashuka begani na jembe lake. Mwengine ukajikunjua na kumwelekea Zaharani. Akiwa haamini, alijua neno lolote zito linaning'inia kinywani mwa mzee huyu. Baada ya kuipokea shikamoo ya Zaharani aliuliza.

"Anaumwa na nini Tatu?"

"Ki... kichwa baba, kinaum.....ma"

Alijibu kwa kudodosa

Aliingia chumbani bila ya kusema kitu. Amani ikatoweka. Hakuna aliyejiamini kuendeleza mazungumzo kwa wakati ule. Kidume kimeingia ndani, wote walilikubali hilo. Akiamua kuteta kwa jambo lolote basi hakuna aliyeweza kuihimili mikiki yake. Mwafaka haujafikiwa baina ya pande mbili hizi. Lakini watafanya nini na simba ameshaingia ndani. Kila mtu amenyanyua mikono. Zaharani akainuka bila kusema neno. Macho yake yakamtazama Tatu, kama aliyetaka kusema jambo, mdomo ukawa mzito. Akaondoka na kumfuata Bi Shumbana jikoni. Akaaga na kuondoka.

"Zaharani! Zaharani! Hebu njoo mara moja"

Bi Shumbana aliita. Hakuridhika na utokaji wa Zaharani uliokuwa wa ghafla kiasi kile. Aliita kwa sauti. Akaishikilia kanga yake iliyokuwa kiunoni. Akamkodolea macho Zaharani asiyeeleweka siku hizi. Amekuwa mtu wa mambo mengi. Kazi kumtia dhiki Tatu, asiyeelewa hatima ya penzi lake. Akageuka kuitikia wito wa Bi Shumbana.

"Mwanangu mbona unaondoka hivyo! Siku hizi sikuelewi. Hapa ndani hatuna mtu, maana Tatu amekuwa mja wa kulia na *sonono* zisokwisha. Umemfanya nini mwanangu? Hamusikizani wala hamwelewani? Nambiye…. Hebu nambiye"

Malalamiko yote akayaweka uwanjani Bi Shumbana.

"Mama"

Zaharani akampa cheo cha u-mama Bi Shumbana. kwa upole akamweleza. Wakati huu Mzee Magogo alikuwa chumbani. Zaharani na Bi Shumbana wamesimama nje ya nyumba yao.

"Huyu Tatu akirihishwa na wivu. Ananivisha shutuma zisizo macho. Hunitia pingu na kunifanya mfungwa. Hana uhakika na dhana zake. Anaumia moyoni kwa sababu ya mzungu. Eti nisiwe karibu naye! Lakini sijafanya kosa zaidi ya ukaribu. Kwa nini iwe ukaribu ni kosa. Ah…mi nimemwambia madamu sina lengo baya, basi siwezi fanya atakavyo."

Zaharani akaamua kulitema donge lake mbele ya Bi Shumbana. Hawezi kukaa mbali na mzungu.

Bi Shumbana hakuwa na la kusema.

"Mh! Makubwa mwaka huu. Nusura leo bwana Magogo awajiye juu, na alivyokuwa hapendi yule kukaa peke yenu! Najua hayajesha leo hapa, ijapokuwa nilifanya mbinu kupunguza makali! Ah, tushayazowea. Nenda baba, nenda tu"

Zaharani akaondoka, akaifuata njia moja kwa moja hadi kwao.

***

Jafari amehangaika mji mzima kutafuta kazi lakini bado hajaipata. *Amekihajiri* kijiji kwa kutegemea kazi mjini. Kila alipowaza kurudi kijijini moyo ulimzuia. Ukamshawishi kupiga moyo konde. Faraja iko njiani lakini haioni. Ataipata wapi, hakupajua. Huzunguka mchana kutwa bila ya mafanikio. Afadhali amepata sehemu ya kumsitiri usiku. Amekutana na rafiki yake aliyehama kijijini tangu utotoni. Kazi yake kubwa ni kuosha magari. Saidi amekodi chumba kidogo. Naye akaamua kumpokea Jafari tangu siku aliyomwona stendi ya magari akiwa amezubaa. Akamchukuwa kwenye chumba chake alichokodi. Ifikapo asubuhi kila mmoja hutafuta njia yake na kuselemea akujuwako mwenyewe.

Maisha aliyokuwa nayo Jafari kijijini hayakuwa magumu. Baba yake, Mzee Magogo, si haba, Mungu amemkunjulia mkono wake wa riziki. Lakini Jafari hakuyafurahia maisha ya kula na kulala mwao kila siku. Hakupenda kila siku kuendelea kusumbuliwa na kelele za babake. Aliamua kuhama na kuutafuta mji ulipo. Sasa mambo yamemwelemea.

Chumba alichokodi Saidi kilikuwa hakitamaniki. Godoro dogo kwenye sakafu iliyojaa mashimo-Linanuka vumbi. Pembeni yalikuwapo mashuka mawili yaliyopiga weusi, vigumu kuibaini rangi yake ya asili. Ilikuwepo meza ndogo kando ya mlango, imechakaa. Miguu yake haikushikana vyema. Hii ilikuwa imebeba vikombe viwili vya mpira na sahani ya bati iliyokomboka. Chini ya meza ile mlikuwa na buibui waliojenga na kufanya makaazi yao ya kudumu. Nyumba ya *mburunzi* ilisimama imara kwenye mguu mmoja wa meza. Dongo lake limejizatiti, tundu mbili pembeni. Gunia chafu lililokuwepo mlangoni lilijaa mchanga. Sufuria lililokomboka liliwekwa chini ya mvungu wa meza. Seredani jipya, amelinunua Saidi wiki mbili zilizopita liliwekwa hapo hapo karibu na dishi. Kutoka dirisha moja hadi jengine ilikuwepo kamba iliyolegea kwa kuelemewa na nguo chafu na safi. Zimechanganyika. Leo pachua hii, kesho pachua nyengine. Wameshayazoea maisha haya.

***

Jafari alitupa macho pembeni, watoto wa makamo wamesimama. hawapungui miaka kumi. Wanazungumza na kuleta ushindani wa kitoto. Mmoja wao alikuwa amesimama kimya. Ameshikilia mpira wa machakacha mkononi. Nguo zake zimeraruka. Miguu peku imepiga weupe kwa vumbi. Na mwengine alikuwa amevaa *dangrizi* nyeusi. Shati yake ya zambarau iliyokuwa ikivutia kwa mwonekano wake ilijikita barabara mwilini. Viatu vyake vya ngozi viliificha vyema miguu yake. Huyu alikuwa akisema na kujinata.

"Baba amenambia leo atanifundisha gari, tena na usiku atanichukuwa kutembea kwenda kuninunulia *icecream*"

Yule aliyeshika mpira wa machakacha alibaki kimya. Kisha naye akafungua kinywa chake kujibu mashambulizi.

"Na baba amesema kesho atanunua gari"

Jafari alibaki kimya akiwatazama. Kisha akatingisha kichwa na kucheka.

Akateremka kwenye ukuta na kuanza kutembea taratibu. Miguu peku peku. Hana hata habari ya kiatu. Akaanza kuipangia hesabu elfu tano yake aliyoipata baada ya kuosha magari mchana kutwa. Tahamaki ameshaimaliza yote. Atanunua nini cha kumtosha! Hakipo.

Wakati anatembea alianza kulitafakari jambo lililomtatiza akilini. Saidi anasubiri jibu lake, lakini naye Zaharani amekuwa mzito kufanya maamuzi. Aamuwe nini katika hatari ile ya kujitakia. Kushiriki kwenye biashara hii, tena akiwa kama kibaraka.

Alianza kuyakumbuka majadiliano yao ya usiku.

"Unajua mshkaji wangu Jafari, sisi ni wanaume. Maisha ni haya haya. Tutaishi humu hadi lini?

Wewe mwenyewe unaona, kodi hadi leo hatujalipa, mwenye nyumba kutwa apiga kelele. Nikwambie kitu. Kuna dili la nguvu. Na tukitoka kwenye dili hilo basi tumewini mwamba. Utakwenda kijijini na prado kaka. Prado la ukweli mwanangu. Ila lazima *tukate jongoo kwa meno* ili ngoma ichezeke hii. Ukijifanya msamaria mwema mtu wangu huambulii kitu. Hapa lazima tufanye ishu. We unadhani mimi nafurahia kuoshaosha magari tu. Ah! Dhiki tu hii"

Muda wote huu Jafari aliufumba mdomo wake, akayafungua masikio yake kumsikiliza Saidi aliyesema bila kumeza mate.

"Dili gani hilo. Ah! Nchi hii kuna dili!"

Jafari aliuliza kwa dharau.

"Tatizo wewe hujawa tayari. Unafikiri upo Ndaamba hapa! Ndaamba yenyewe imekushinda. Aaah! Umeniudhi ujuwe mtu wangu. Kuniambia kuwa kaja demu wa kizungu kijijini we' ndo umekimbia. Ukiangalia unaweza kupiga *ngeli*. What is your name, my name is what, unajua wewe. Huyo mzungu ndiye wa kula naye sahani moja. Unamwachia bwege sijui rafiki yako sijui nani yako, hata banda lenyewe hajapiga vizuri. Ah wewe bwana!"

"Sikiliza Sidee! Mimi nina akili zangu. Yule mzungu *kigwasu*. Mi namjua hana lolote. Ndio nikaona hakuna ishu la kuniweka mimi. Bora nijikate kivyangu. Nije mjini nipige ishu lakini ah! Mjini kwenyewe ndio hivi! Ugali na dagaa kavu."

Wakacheka kwa sauti. Kisha Saidi akaendelea.

"Jafari mas'ara mbali, kuna *mchongo* wa haja. Kuuza unga mwanangu. Unajua vipi, hapa mjini paone 'ivi 'ivi. Wewe unakuwa *supplier* tu wa rejareja unakula chako. Mpaka vijijini huko wapo vijana wanapiga hizi ishu. Kwani siku hizi kuna kijiji? Ah! Yote miji tu, watu wamejanjaruka kimtindo"

Jicho likamtoka Jafari. Anamtazama kwa jicho la uadui Saidi anayetaka kumponza bure bure. Bila ya kusema neno, alimlaumu kwa macho. Akamsuta na kisha akamwambia.

"Hivi Side hujaona ishu la kufanya ila hilo. Unajipeleka jela kwa ridhaa yako. Umechoka kuishi?"

"Wacha woga huo, hebu njoo!"

Akamshika mkono.

"Unadhani wote waishio mjini wenye majumba na magari wanafanya biashara ya mchele, simu, na nini... ah....unga tu huo broo..."

Akainamisha kichwa chake na kulifunua godoro. Akatoa bahasha na kumwita Jafari kwa jina lake.

"Chungulia humu! Unaona hizi. Bahashishi ya kukubaliana tu kuwa mwanachama wa hii kazi kaka"

Alipigwa na butwaa, macho yakamtoka. Kama aliyepigwa na homa, akatetemeka.

"Kwa hiyo umeshajiunga Side" Jafari aliuliza kwa wasiwasi.

"Ndio, miye sirembi eti. Laki moja hizi hapa. We wadhani ningezipata hizi! Kuosha magari tu, ah we vipi! Utajiri unatuchungulia kaka"

Akazinduka kutoka mawazoni. Akakumbuka kuwa yupo barabarani, anarudi kwenye chumba chao. Moyo wake unamshawishi akubali matokeo. Akiliafiki wazo aliloambiwa na Saidi, usiku mambo yatamkalia sawa. Akazikumbuka zile laki moja alizooneshwa na Saidi. Shilingi elfu tano yake akairudisha mfukoni mwake. Akafuata njia hadi pale anapoishi. Bado yu njia panda, hajaamua. Aingie au asiingie.

SURA YA NANE

Sauti ya Mzee Magogo iko juu. Kila mtu alipata habari kuwa leo mzee huyu amefurahi. Ameamka mapema. Amerudi kondeni tangu saa moja. Ameshaoga huko huko na sasa yuko tayari kuelekea mjini. Anazipigia hesabu pesa ambazo hata hajazitia mkononi, isitoshe, hajajua hata kiasi gani atapata. Hizi ni pesa zake za kiinua mgongo.

"Leo kweli mgongo umeinuka. Maana hatuna raha. Mara n'tanunua gari, mara nyumba. Mh! Ama kweli ngoma imepata mchezaji."

Bi Shumbana, kama kawaida yake, mdomo akaufungua.

"Lakini mke wangu, mbona hamnipi raha!Hebu tulieni, ndio faida ya kutumikia nchi hii. Nishapambana siku nyingi, nimeshiriki hadi vita vya Edi Amini. Hebu nipe hiyo chai we n'toke"

Bi Shumbana akaileta chai kwenye birika kubwa. Aliirithi Bwana Magogo kwa marehemu baba yake, Mzee Jafari. Sahani ya bati ilijazwa mapande ya mihogo ya kuchemsha na dagaa. Bi. Shumbana alikuwa hodari wa kupika. Supu ya dagaa ameipa haki yake; Mbirimbi zimefurika. Chumvi imejitawanya vya kutosha. Uzile au wengine huiita binzari nzima, nayo haikukosekana. Vitunguu thaumu alivitia kwa wingi. Kinachosubiriwa ni nini kama si kuliwa. Imeandaliwa ikaandalika. Mzee Magogo akanywa supu na kula muhogo taratibu. Amenyoosha miguu juu ya mkeka.

Alipoitupia macho saa yake ya mkononi, aina ya *casio*, alitanabahi kuwa wakati unamuacha mkono. Kuna huo muda wa kusubiri gari tu-hadi zijae ndio ziondoke. Pia ungelimgharimu. Akamaliza kuchubua chai yake na kusimama. Punde akajikuta anainama na kuimaliza supu yake iliyokuwa bakulini.

"Mamake Jafari, hebu njoo. Nipatie ile kofia yangu na begi langu, vyote vipo juu ya kitanda"

Kichwa chake mara nyingi alikizoesha kofia. Ilikuwa kofia ya kiua cha lasi. Kimefumwa naye mwenyewe Bi Shumbana. Bibi aliyeipenda sana kazi hii-na aliimudu. Alitii amri ya mume wake na kuondoka. Kidogo kidogo akaanza kusogea sokoni kusubiri gari zilizokuwa zikielekea mjini.

Gari aina ya PAJERO ilisimama karibu na alipokuwa Mzee Magogo. Bado mbichi. Rangi zake zilikoza na kuvutia. Honi ikalia kwa nguvu. Vioo vikashushwa. Haikumjia kabisa dhana ya kuwa yeye ndiye aliyeitwa. Honi ziliposhitadi aliamua kugeuza uso. Sasa zimemkera. Kama ni njia tu ameshaiacha mbali kuipisha gari ipite. Lakini bado inamwekea kelele. Pii! Pii! Zisizokwisha. Kugeuza macho akamkuta Eliza. Ameshika usukani. Anamfanyia ishara ya kumwita garini. Mzee Magogo alisimama. Kama aliyepigwa na bumbuwazi. Macho ameyatoa kumtazama Eliza.

"Ana shida gani na mimi? Si nishampisha njiani. Ah! Miye nachelewa na yeye anicheleweshe"

Alijisemea moyoni.

Alipotupa macho upande wa pili wa usukani alimwona Zaharani. Amefunga ukanda kwenye kiti chake. Naye akanyanyua mkono kumwita Magogo. Alipomwona amezubaa aliamua kushuka na kusogea usoni alipokuwapo.

"Bwana Magogo unaonekana upo safarini kwenda mjini. Twende na sisi tunakwenda huko huko"

Bila ya kufikiria, mzee Magogo alikataa. Akadai kuwa safari yake si ya mapema.

"Nyinyi tangulieni tu. Mimi wakati wangu bado saa hizi"

Mzee Magogo aliwachukia sana wazungu. Pamoja na wema aliojaribu kujivisha Eliza kwa wanakijiji, pasipo kumbagua huyu wala yule, hakupendeza machoni mwa Mzee Magogo. Alimwona kama adui yake mkubwa sana. Usafiri wa haraka usio na usumbufu, umejileta wenyewe, lakini ameukataa. Dhana ya utumwa ilijengeka mawazoni mwake. Alihisi, kusaidiwa kunajenga mazingira ya kumridhia kwa lile atakalokuja nalo msaidizi. Kwake, alifahamu kuwa ukisaidiwa uwe tayari kusaidia. Naye hakuwa tayari kujenga ukaribu na mzungu. Anakumbuka tangu enzi za ukoloni. Kisasi kimetia nanga moyoni mwake.

"What did he say? Amesemaje?"

Eliza alimuuliza Zaharani.

"He said that he is not going to town now, may be later"

Anasema hendi mjini hivi sasa, pengine atakwenda baadae" Ameshazoea kuzungumza Kiingereza sasa. Bidii imemsaidia Zaharani.

Wakatia moto gari na kuondoka kwa mwendo wa kasi. Pia jambo lile likamuudhi Mzee Magogo. Kwanini aondoshe gari kwa mwendo ule. Au ndio anamsimanga kwa vitendo! Ilimradi alikuwa hasarifiki. Akipewa msaada mtihani, asipopewa pia mtihani.

***

Aliingia kichwa kichwa Jafari kwenye biashara aliyoshauriwa na Saidi. Aliamini kuwa ingelimpatia utajiri wa haraka. Ya nini kujisumbua! Watu wamejenga mjini, wamefungua maduka kadhaa kwa sababu ya biashara hii. Kwanini yeye aiache. Aliona kheri ajitose tu. Saidi aliendelea na kazi yake ya kuosha gari, lakini aliporudi chumbani alipoishi alikuwa na pesa nyingi. Laki moja aliweza kuilaza ndani kila siku ya Mungu. Siku nyengine alipata zaidi. Hili lilimvuta jafari. Utajiri umejileta wenyewe.

"Lakini mbona bado hujaacha kazi ya kuosha magari? ukiangalia haikupatii lolote zaidi ya machofu na kujidhalilisha. Bado unaishi kwenye chumba kimoja, tena cha kukodi. Huku una uwezo wa kupata pesa milango ya laki kwa siku"

Jafari alimdadisi Saidi. Bado anamshangaa. Wakati huu walikuwa wanajiandaa kutoka. Mpango wao ulikuwa ni kuelekea kwa Midumange, mfanyabiashara maarufu wa unga. Amejenga majengo makubwa makubwa mjini. Mbali maduka aliyofungua kila kipembe cha mji-ndani na nje ya nchi. Ameajiri vijana wengi. Anawatumia kusambaza madawa ya kulevya.

"Sikiliza Jafari. Hapa mjini babuu! Unajua nini.... Ujuwe kula na kipofu. Mshkaji wangu miye nataka watu wanichukulie *simple* tu. Wajuwe dili zangu ni za kawaida tu, wakitahamaki nina mamilioni. Unadhani watanisoma apo! Aaah! Lima juani uvune kivulini. Twende mwanangu kabla hajatoka huyu Midu. Maana mida yake asubuhi tu, hajatoka saa hizi. Akisharudi kujirusha *midnight* lazima achelewe kuamka. Na jana nilimwambia kuhusu wewe, amesema hamna noma nikuunge tu"

Walitoka hadi kwenye viwanja vya marhaba. Kando ya viwanja hivi, vilivyotumika kwa ajili ya mikutano, lilikuwepo jumba kubwa. Lilizungukwa na ukuta mkubwa. Moyo wa Jafari ulikuwa unadunda. Wasiwasi umemjaa. Hana raha. Hajui atakutana na nini. Moyo ukamripuka pale alipoambiwa kuwa nyumba yenyewe ndio ile pale usoni pao. Hapo alijawa na woga. Miguu ikamfa ganzi. Akajitazama mara kumi kumi na kujiuliza kimoyo moyo.

"Hivi ni wewe Jafari unayejileta na kujichimbia kaburi kwa mikono yako, umechoka kuishi! Mbona unajipoteza?"

Alisema na moyo wake na kujiuliza maswali. Sauti nyengine ikaibuka ndani ya nafsi yake. Ikamtia moyo.

"Utatajirika na kuheshimika. Utawashinda waliosoma ambao hawana kazi. Wamejazana tele wanatafuta ajira wala hazipo. Na hao wenye ajira mishahara yao haikidhi haja. Wewe nafasi hiyo nje nje usiiwache"

Akajishauri tena.

"Hwenda ni bilisi ananishawishi. Si ndio kazi yake! Ah! Lakini...."

Akatoka kwenye mawazo pale alipoisikia sauti ya Saidi ikimwita baada ya kufika getini. Akaibonyeza kengele iliyokuwapo ukutani. Ikaita. Punde, kijana mmoja alichungulia kwenye tundu ndogo iliyowekwa kusudi mlangoni. Alimjua Saidi na kumfungulia. Mwili uliojaa nyama iliyoshikana imara ulituna. Kifua kiligawika katikati. Kikatokeza kwenye fulana iliombana barabara. Mizizi ya shingo ilisimama na kukakamaa

~ 89 ~

kadhalika kukisimamisha kichwa. Nacho kikasimama wima. Hakuonekana meno yake. Hata walipomuulizia Midumange hakuwajibu kitu. Alinyanyua mkono na kuwafanyia ishara kuwa wanayemuulizia yupo kwenye bustani nyuma ya nyumba.

Saidi na Jafari wakafuata njia moja kwa moja hadi kule walikoelekezwa. Jafari alibaki kuduruduru. Alishangaa jinsi jumba lilivyokuwa kubwa. Miti imejazana, kivuli kimetanda, upepo murua unazunguka pande zote. Bwawa liliwekwa karibu na minazi iliyopangana. Ilikuwa ndio sehemu pekeye aliyoifurahia zaidi Midumange. Alipenda kujiroweka majini na kujianika juani. Hapa hujiweka na wanawake aliowatumia kustarehe nao. Waliokosa malezi ya wazee wao na wale walioasi wazee na kustahabu kutangamana naye. Jafari alizidi kushangaa alipowaona watu wa miraba mine wamesimama. Miili iliyotamani kumhujumu mtu wakati wowote. Wamesimama na kuangalia usalama wa mazingira yale. Kila walipopita waliwaona, tena walikuwa wamewakodolea macho pasi na kuwauliza kitu. Woga ukazidi kumparamia Jafari.

Walifika nyuma ya nyumba. Bustani iliyojaa kila aina ya mauwa ilivutia sana. Harufu ya asumini na mauwa ya waridi iliyazingira mazingira haya. Pembeni alikuwapo Midumange. Amekaa kwenye kiti chake cha uvivu. Miguu ameinyoosha bukheri. Mgongo wake ulinyooka. Macho ameyaelekeza juu. Kisuruali chake kidogo kiliweza kuyafunika mapaja yake tu, huku kikiyakashifu magoti na miundi yake. Kifua chake kidogo kilijaa nywele zilizotambaa hadi tumboni. Hakuwa na mwili mkubwa. Mwembamba aliyetakata. Hakupenda kuweka nywele kubwa. Si mrefu sana, urefu wake ulikuwa wastani. Macho yake yalionekana kuzama kwenye misingi iliyoyapoteza mashavu yake. Uso wake nao ukaonekana mdogo. Pua yake ilifanya mteremko na kudidimia ndani kiasi. Nyuma yake walikuwapo vijana wawili shupavu wakimlinda.

Alipomwona Saidi amemletea mgeni alifurahi. Aliwakaribisha na kuwataka wakae. Vilikuwepo viti vitatu. Saidi alivuta kimoja naye Jafari akavuta chake. Wote kwa pamoja wakakaa.

Utambulisho ukaanza. Na wote wakajuana. Walipokewa na kukabidhiwa Bambizi, askari aliyetumika kwa ajili ya ulinzi. Yeye alitakiwa kuongazana nao hadi ndani. Hawakujuwa walipokuwa wanapelekwa. Walimfuata hadi kwenye ngazi. Nyumba ya kifahari, hakuna kisichokuwamo. Moyo wa Jafari haukuwa na raha tena. Alishughulika. Hajui anapelekwa wapi. Walichukuliwa hadi ngazi ya pili kwenye chumba kikubwa. Ajabu ya mwaka kwa Jafari. Ameona mambo makubwa. Chumba kimejazwa mabegi ya kila aina. Kwanza hakujuwa ni kitu gani kilikuwamo kwenye mabegi. Akatanabahi kuwa amekuja kwa ajili ya biashara. Labda biashara yenyewe ndio hii. Kweli mtihani umempata leo. Bambizi hakuwaruhusu kuingia ndani. Aliwataka wabaki pale pale mlangoni. Akatoka na begi. Kisha zipu ya begi akaifungua.

Kilichokuwamo ndani hakikua chengine, ulikuwa ni unga wa kokeni. Umejazwa kwenye vifurushi vya plastiki. Kila kifurushi hakikupungua robo kilo. Wakapewa vifurushi vyao viwili. Saidi akapokea bila woga. Ni wazi kuwa amekuwa mzoefu sasa. Walikuwa na kipimo chao cha kuuza reja reja. Mwanzake anaogopa hadi mikono inatetemeka. Mawazo kayapeleka jela. Anawaza kukamatwa na kuwekwa kifungoni. Mh! Siku zote kamba hukatika pabovu, aliogopa sana Jafari. Lakini atafanya nini na yeye anataka utajiri wa haraka. Akapiga moyo konde na kujifanya mchangamfu. Maana muda wote huu alionekana kuwa ni mwoga. Hadi Bambizi akashituka na kuanza kumdadisi.

"Wewe unaweza kazi? Mbona umekaa hivyo. Hebu njoo huku"

Hapo ndipo alipoona haja ndogo inakaribia kumponyoka kwa woga. Yule aliyempeleka amezuiwa pale pale. Yeye mgeni ameitwa asikokujua. Alisita kwanza kabla ya kufuata. Akamtupia macho Saidi. Naye akamfanyia ishara ya kumruhusu kuitikia wito. Hakuwa na la kufanya zaidi ya kufuata. Akaingizwa kwenye chumba kimoja kidogo. Mlikuwa na meza kubwa katikati ya chumba. Chupa za damu zisizopungua tatu zimestakimu mezani. Hapo akazidi kuchanganyikiwa. Yupo kwenye fumbo zito. Bado hajaifahamu maana ya yale aliyokuwa akiyashuhudia kwa wakati ule. Bambizi akachukua kisu kidogo. Akamwuliza Jafari.

"Unaogopa damu? Kama unaogopa basi huwezi kazi. Kamata kisu hiki"

Kilikuwa kisu kidogo. Hakuweza kupinga amri. Yupo sehemu nzito. Alijua dhahiri kuwa sehemu hii haikuwa nyepesi hata kidogo. Akakichukuwa kisu. Bambizi akanyoosha mkono wake wa kulia.

"Kata hapa kidogo kwenye huu mkono, nataka unitoe damu kidogo"

Moyo ukamwenda mbio. Mikono ikatetemeka kama aliyeshikwa na homa kali. Akajikaza kiume. Kisu kidogo kilifumbatwa na kiganja chake cha mkono wa kulia. Akailazimisha nafsi yake kukata sehemu aliyoambiwa lakini hakuweza. Mkono wake haukuweza kutaharuki-Bado anajishauri. Akajaribu tena lakini pia hakuweza.

"Wewe kazi unaweza kweli? Na usipoweza basi nakukata wewe tena sehemu kubwa sana"

Alipoambiwa vile akashituka. Sasa mambo yanaelekea kubaya. Sura ya Bambizi ilionekana kukosa huruma. Imejaa ukatili. Mashavu yake yalikuwa yamefora kama yaliyotaka kupasuka. Kuua kwake ni kazi nyepesi mno. Ndani ya akili yake halikuwamo neno huruma. Damu yake haikuwa na chembe za imani na utu. Ukawa ni mtihani kwa Jafari ambaye hana ujasiri hata wa kuchinja kuku. Lakini alipoambiwa vile alijikuta anakipeleka kisu hadi mkononi kwa Bambizi. Akamchinja kidogo. Damu ikatoka. Bado hajiamini. Alihisi ni mtego wa kuuwawa yeye. Bambizi akachukua pamba iliyokuwapo mezani na kuifuta damu iliyoanza kutiririka mkononi. Akamwita Jafari nje ya kile chumba hadi alipokuwapo Saidi.

"Kapigeni kazi. Ila…. Ila… nawambieni kitu. Kila mlichokiona kiishie hapa hapa"

Waliitikia na kuruhusiwa kutoka. Walishusha ngazi hadi chini. Saidi alibeba mkoba wa ngozi mdogo. Wakatoka hadi kwenye geti. Hawakurudi tena kwa bosi wao, Midumange. Jafari alitamani wafike nje ya jengo lile. Aliliona kama tanuri. Moto unamwakia. Mlinzi wa geti aliwafungulia, wakatoka hadi nje. Hapo Jafari akashusha pumzi.

Saidi akaangua kicheko kikubwa. Kicheko cha inda huku akimtazama Jafari.

"Baba mikojo inakutoka. Hahaha! Ahaaa haa! Kumbe ubabe wote ni huku huku nje tu. Leo umekutana na vidume. Umeona watu wanavyoishi eeenh!"

Jafari alinyamaza kimya. Uchungu unamchungulia. Anamtazama Saidi kwa jicho la hasira. Amemleta pale. Maisha yenyewe ndio yale. Maisha hatarishi. Mh! Kweli umasikini utumwa.

"Unacheka sio! Aahaaa umefurahi si ndio?"

Jafari akaanza kusema kwa hasira.

Saidi akaufungua mkoba wa ngozi aliopewa na Bambizi. Akaufungua na kumwonesha Jafari kilichomo ndani.

"Unaona mali hizi? Hapa baba nimebeba kama milioni ishirini, tena unaona haya majani bro.. hii ni sigara kubwa babaa. Ametuwekea pamoja na paketi za unga."

Jafari akawa hayataki maneno yale kwa muda ule. Akili yake ipo ndani ya jumba la Midumange. Kubwa la kifahari. Utajiri wote ameupata kwa njia ile. Viko wapi vyombo vya dola? Viko wapi? Nani anawashughulikia watu kama hawa? Watu kama Midumange. Ndio hawajulikani? Au wanalindwa? Mbona wanaishi kwa kujiamini kiasi kile. Biashara ile inapitia wapi nchi hii? Nani anaipitisha?.

"Jafari twende kwa mteja wangu wa kwanza, atakuja sasa hivi. Tena huyu anatoka shamba. Mtu mweupe huyu. Ngozi ya pesa. Yeye akija hapa anachukua pakiti mbili. Hadi Midumange hushangaa jinsi biashara ninavyoiuza *faster*. Wiki moja nampelekea mkwanja wake. Mwanangu paketi hizi nauza ngapi unajua? Milioni nyingi kaka. Na tukitoka hapo nitawapelekea washkaji bangi hii, najua hairudi. Ah! biashara ni mapema mwanangu, hakuna cha kuuweka usiku apa"

*****

Pajero ikasimama karibu na duka la vifaa vya ujenzi. Eliza akashuka na kumtaka Zaharani amsubiri ndani ya gari. Yeye akanyoosha njia hadi upande wa maduka mengi. Watu walikuwa wakiyatafuta maisha. Sijui yamejificha wapi. Maana kila siku hutafutwa. Wala husikii kuwa mtu ameyapata maisha, kila siku utawasikia watafutaji wakilalama. Sijui ni nani mpataji anayeshukuru. Wauza mitumba walishughulika kuinadi biashara yao, huku umati ukikisanyika na kujichagulia.

"Elfu mbili, elfu mbili, elfu mbili, elfu mia tano, elfu mia tano"

Mwengine akajibu kwa vitendo-Suruali akainyakua na pesa akakabidhi. Wengine walichakua nguo na kuzitupia macho. *Fahari ya macho haifilisi duka.*

Eliza alikua akiangaza angaza kama aliyekuwa akitafuta kitu. Alipoangalia kuliani kwake, jicho lake likauteka ule umati uliokuwa ukifaharisha macho na kununua mitumba. Alipolilenga kushoto likakutana na gari mbili za abiria zilizokuwa zikiwahi zamu. Kila dereva alitaka awe wa mwanzo kibaoni. Akalirudisha jicho usoni pake, kwa mbali akamuona kijana aliyekuwa akiduruduru anakuja upande aliokuwepo Eliza.

Jasho lilimwaika mwilini kama aliyenyeshewa na mvua ya masika. Sura ya fadhaa ameivaa usoni. Uso uliokuwa umejikunja kwa ladha ya jua kali lilotwaa utosini pa Saidi ukakunjuka. Ukakunjua tabasamu baada ya kumwona mteja wake, Eliza.

Saidi alibaini moja kwa moja kuwa mgeni wake amefika. Na bila ya shaka, huyu ndiye Eliza aliyekuwa akiwasiliana naye pasi na kuonana. Wakati huu Jafari alikuwa chooni kukidhi haja yake. Mji na mambo yake ya kimji. Kila kitu ulipie, takrima ni nadra kutokea. Vyoo maalumu viliwekwa kwa ajili ya wapita njia na wageni. Mjini hakuna cha bure. Saidi alikuja kuonana na mteja wake, Eliza. Akamkabidhi ule mkoba wa ngozi. Eliza akauchukua hadi kwenye gari. Akafungua mlango na kuzitoa pakiti zote mbili. Akaziingiza kwenye begi lake. Zaharani hakujua ni kitu gani. Lake jicho tu. Eliza akarudi kwa Saidi na kumkabidhi bahasha na ule mkoba wa ngozi.

Ndani ya bahasha mlikuwa na donge nono inavyoonekana. Saidi naye alihitaji kuyaridhisha macho yake, akamtaka Eliza ampeleke garini ili apate kuzihesabu vizuri pesa zilizokuwemo bahashani. Walipofika, Zaharani hakukijua kilichokuwa kikiendelea, alimwona kijana akiingia kwenye gari. Eliza alikuwa amesimama nyuma yake. Akaitoa bahasha na kuzihesabu.

"I've taken a little bit, but next time I'll give you a cheque. Nimechukuwa kidogo. Ila mara nyengine nitakupatia hundi"

"Okay, I will tell my boss about it. Sawa, nitamwambia bosi wangu kuhusu hili"

Furaha ya Saidi ikashitadi. Ameanza kuuza mapema. Hili lilimpa furaha kubwa. Akazichingulia tena pesa zilizokuwamo kwenye bahasha. Utadhani zilikuwa zake binafsi kwa jinsi alivyogubikwa na furaha nzito.

Kwa mbali, macho ya Jafari yakamwona Saidi akiagana na mzungu. Akasogea hadi alipokuwa amesimama Jafari. Wakati huu alikuwa ameshaitia kwenye mkoba wa ngozi bahasha yake.

"Kaka vipi? Nani yule mbona kama namjua?"

"Aaah unamjua! umemwona wapi wewe! Acha kunizubaisha mwanangu. Mteja wangu mpya yule bro…. muda wote umekwenda kuhamia chooni. Nilitaka uje umuone ila…"

"Yule amefanana na Eliza, yule mzungu wa kijijini"

"Wangu umebugi. Yule si Eliza. Anaitwa Janet"

Alisisitiza Saidi.

Eliza aliingia garini na kuondoka. Zaharani hakujua kilichokuwa kikiendelea.

Eliza alijiita Janet. Alilitumia jina hili kufanyia mambo yake mengine ya siri kama haya. Kumbe alikuwa mteja mkubwa wa madawa ya kulevya. Bado Saidi hajadhihirisha kwa Midumange kuwa kuna mteja mkubwa kama Eliza. Kwani wateja kama hawa Midumange hutaka aunganishiwe nao moja kwa moja. Dhana yake ni kuwa wateja wa Saidi wengi walikuwa wa rejareja. Ni kweli, saidi alikuwa na wateja wengi wa rejareja. Ila Eliza ni mteja mpya. Hadi sasa Saidi hakujua ni nani aliyemuunganisha Eliza kwake.

Kikawaida, Saidi hukaa wiki moja au mbili ndipo hurudisha pesa za mauzo yake. Itategemea na wingi wa wateja. Wapo waliotoka mashamba kuyafuata madawa ya kulevya mjini. Kwani siku hizi kuna shamba na mji? Mradi mambo yote hulingana, tofauti ni majina tu na vitu vichache mno.

Mabunda ya pesa yaliyoibadilisha rangi ya ndani ya bahasha yalimtoa mate Jafari. Hajawahi hata kuziona, achilia mbali kuzishika.

Pesa nyingi. Mtu anazitoa kwa mkupuo mmoja bila ya kutetereka. Duniani kuna watu wamejikusanyia mijimali. Wanaihujumu kwa kuekeza kwenye haramu tupu. Mh! Na sisi ndio tunazihangaikia hizo hizo bila ya kujua chanzo chake.

Siku hizi pumzi humzidi mara kwa mara Tatu. Hajiwezi ndewe wala sikio iwapo hali hii itamtokea. *Tepwe tepwe*. Zaidi ya mara tatu sasa tatizo hili la moyo limeshamtokea. Hulia mara kwa mara bila ya kujulikana sababu. Nyumba ya Bi Shumbana imeshughulika kulichunguza tatizo lakini bado halijabainika.

"Una nini mwanangu? Mbona sasa umekuwa mliaji mara kwa mara kama unayeomboleza!. Na ukianza kulia ndio tatizo la kwikwi hukupandisha pumzi juu. Sasa niambiye hicho kinachokuliza ni kitu gani? Mwanangu usitafute kufa na kiherehere bado u-mbichi. Mtoto mchanga hapo ulipo"

Bi Shumbana hubaki kumsemeza angalau apate jibu la kumpasulia mwanga wa kulibaini tatizo, lakini hakufua dafu.

Akiambiwa hivi Tatu huingia chumbani na kulia pekeye. Hapo tena mawazo humjaa kichwa tele na kuzidi kuchanganyikiwa.

Ni heri nipotelee pote. Kwanini wanaume hawajali. Yuko tayari Zaharani nitoke roho miye. Sawa kama ndivyo anavyotaka, mi nitakufa na yeye atabaki na huyo mzungu wake. Ananifanya mimi ni mtoto mdogo sana. Sipambanui zuri na baya. Hata hao watoto siku hizi wanajua zuri na baya. Yote haya aliyawaza Tatu.

Sasa ameshabaini kuwa ukaribu wa Zaharani na Eliza haukuwa wa bure. Tena kupitia kinywa chake mwenyewe Zaharani. Alijinata kuwa hawezi kuacha kuwa karibu na Eliza. Kwa jeuri, bila kujali. Haya yalimtesa sana Tatu kila alipoyawaza. Alijua kuwa hatima ya penzi lake imefika. Mwanamme aliyemweka ndotoni; anayemtarajia kuwa mume wake. Lakini ametekwa na mgeni, hasikii, haoni. Siye Zaharani wa zamani, aliyeshinda kutwa kucha kwa Bi Shumbana. Hata chakula siku nyengine alikila huko huko. Lakini leo wapi! Wiki mara moja. Na akija siku zote huwa na haraka. Wala si kwa sababu ya kuondoka Jafari, kwani hapo mwanzo ujio wake haukumlenga Jafari pekeye. Zaidi alimjia Tatu.

Moto ulizidi kumwakia Tatu kwa salamu alizozipokea kupitia kinywa cha shoga yake, Mwajuma. Kila zilipomjia kichwani alizidi kuchanganyikiwa. Si wa kula si wa kunywa. Yupo yupo tu, mja wa kulia.

Sina mpango wa kuishi tena kijijini. Nimeshachoshwa na maisha haya. Afrika!Afrika! Ulaya ndiko kwenye mpango mzima. Hapa uchawi, chuki na kufuatiliana fuatiliana tu. Hii ndio iliyokuwa nyimbo ya Jafari isiyo kinanda. Ila haikukosa mdundo mithili ya ngoma-Moyo wake ulijaliza mapigo ya ngoma ya kushangilia ushindi.

Shauku ya safari ilizidhibiti pumzi zake. Ikazitia nguvuni na kumpa ujasiri wa kusimama na kujitangazia waziwazi kuwa yeye ni mja wa kwenda Ulaya. Alisema kwa kujiamini tangu siku aliyoahidiwa na Eliza kuwa akiondoka wataondoka wote.

***

Mzee Magogo amefika mjini saa tano mchana kwa gari ya abiria. Alieleka wizara ya mambo ya ndani kuonana na wahusika. Watu wengi walikuwapo nje. Alijua kuwa wale walikuwa wenzake. Wazee watupu. Wengine hata kutembea hawakuweza. Wapo walioletwa na watoto wao. Wengine walisaidiwa na *mikongojo* yao. Na wengine walikuwa wameshaondoka. Yeye amechelewa sana. Wenzake wamepanga foleni kama ulivyowekwa utaratibu. Yeye hakutaka kupanga foleni. Alijiingiza kati kati ya watu waliojipanga na kupita baina ya mstari na mstari akielekea mbele zaidi.

"Wewe ndio nini kujiingiza kati. Umetukuta sote hapa. Panga foleni na wenzako kule"

Mzee mmoja aliyepinda mgongo wake alikuwa akimtazama Magogo kwa jicho la hasira huku maneno ya kulaani yakimtoka kama mvua.

"Ama viumbe hatuna hisia za uungwana. Huyu jamaa anajifanya muhimu sana yeye. Sisi tuliotoka *vibiongo* hapa tangu adhana ya kwanza hatuna maana eenh! Labda nisiwe mimi Zakia, huyu hakai. Tutamtoa kwa marungu"

Bibi mmoja alitatalika kama bisi.

Mzee Magogo aliyasikia maneno ya Zakia, bibi aliyekuwa akitoa maneno makali. Akageuka kumtazama aliyekuwa akizungumza. Ishara ya jicho lake la ushari ikautawala uso wake. Kisha akasonya na kusogea mbele. Zakia alikaa kimya kidogo kuusikiliza mshindo. Alipopewa mgongo na Mzee Magogo aliendelea.

Mzee Magogo hakuficha makucha yake. Popote alipoingia aliyatoa. Hakuona tabu kugombana na mtu. Aliingia ndani zamu si yake. Wazee wakaanza kulalamika. Alijifanya kama afisa fulani. Akaingia hadi ndani. Alimwona kijana mmoja amesimama, akamwita kando. Yule kijana alikuwa amekamata karatasi na kalamu mkononi. Amevaa miwani. Shati lake lilikuwa limechomekewa ndani ya suruali yake ya kaki. Weupe wa shati uliionesha kwa mbali fulana yake ya ndani ilivyokatiza. Kijana huyu aliuitikia wito wa Mzee Magogo. Akasogea alipokuwa.

"Vipi mzee! Mbona umepita ndani moja kwa moja?"

"Baba nimeona wewe ni mwerevu unayefahamu mambo. Na unavyoonekana ni msomi tena mwelewa. Na sioni ishara ya roho mbaya kwenye paji lako la uso. Naomba utambuwe kuwa nahitaji msaada wako. Nina mgonjwa mahututi, na miye mwenyewe ni mbovu haswaa! Siwezi simama sana. Nataka uniambie taratibu za hapa. Leo unanisaidia. Kesho nitakusaidia wewe nikipata"

Alikamilisha maneno yake ya ushawishi huku akimfumbatisha kijana shilingi elfu tano. Kijana aliifumbata bila ya kuitazama. Kisha akamkamata mkono Magogo.

Yule kijana alikuwa kama aliyerogwa na mzee Magogo. Alimchukuwa moja kwa moja na kumpeleka sehemu iliyokuwa inatolewa huduma. Akamtaka afisa mwenzake amsaidie mzee. Amepatwa na matatizo. Alijazishwa fomu na kutakiwa aje wiki ijayo kwa ajili ya kuchukuwa kiinua mgongo chake. Kweli leo amelalia ubavu wa kulia. Maana kila jambo limekuwa jepesi licha ya kuchelewa kwake. Akaondoka na kuwaacha watu wakiendelea kuhiliki kwenye foleni ndefu na jua kali. Watu wakadhania kuwa yule kijana alijuana na huyu mzee, au pengine ni mwanawe. Mh! Kila mtu na bahati yake. Wazee wangapi ameshawarudisha nyuma kwenye foleni kwa kutofuata utaratibu! Lakini yeye hata hakuulizwa.

Watu wote waliokuwa kwenye mstari walimtumbulia macho Magogo. Wengine wakaendelea kumlengea maneno.

"Nchi hii ina visa. Jitu limekuja punde tu linatoka limeshakamilisha. Sisi tangu alfajiri tupo na hakuna liwalo".

Babu mmoja alisema kwa ukali.

Wakati anaondoka kuna mtu alimgonga begani. Fikra zake zikampeleka kwenye mtazamo wa ugomvi. *Labda wale niliowapora zamu zao wananifuata kwa ushari. Ila watakavyo na mimi nataka.*

Alipogeuka akamwona mzee amevaa kofia ya mdongea. Uso wake umejaa bashasha. Hapo akatanabahi kuwa mzee huyu hakumfuata kwa ushari, bila ya shaka anamfahamu. Bado akili ya Magogo ilikuwa ikizunguka pande zote aweze kumfahamu mzee huyu.

"Bwana Magogo swahibu.....ah! Milima haikutani lakini binadamu tunakutana. Kibogoyooo...Kidumumeeee"

Kuyasikia maneno hayo Magogo alimvaa Mzee Jape kwa shauku na furaha. Akamkumbatia na kuyakariri maneno yale yale.

"Kibogoyooo. Kidumeeeeee! Laahaulaa! Nilikuwa sijakujua Balahau. Duh! Kweli milima haikutani. Ni wewe Jape. Kibogoyooooo, ah, kidumeeee. Za miaka?"

"Safi Magogo. Ulipotelea wapi wewe mzee mwenzangu?"

"Ah! Mimi nipo kijiji cha Ndaamba. Leo nimekuja hapa kufuatilia hivyo vijisenti vyangu. Maana ni vijisenti hamna cha kulipwa"

"Ni kweli swahibu yangu lakini hakuna kupata kudogo. Ila wewe bado ubabe hujauacha. Umeingia ndani wala hukupanga foleni, na tena umeshakamilisha sasa unaondoka!"

"Ah! Si ubabe bwana, sisi ni wazawa bwana, si wakuja hapa. Wazee wameipigania hii nchi na sisi tukiwa nyuma yao"

"Kwani sisi ni wakuja?"

Jape naye akataka kuendeleza ubishi.

Mazungumzo yao hayakuchukuwa muda mrefu kwa sababu Mzee Jape alikuwa kwenye mstari. Ameondoka mara moja tu kumsalimia rafiki yake wa enzi. Rafiki yake wa kitambo sana. Wamepoteana tangu miaka ya sabiini walipostaafu. Tabasamu likaukunjuwa uso wa Magogo uliokuwa umekunjana muda wote. Kumbukizi zikamjia.

Sasa alitamani amwone mwanawe. Hakujua aanze wapi kumpata Jafari alau waonane. Anajua kuwa mwanawe yupo mjini. Lakini hajui anapoishi wala kazi anayoifanya. Mwisho akaona ni bora arudi nyumbani kupumzika. Jafari ni mtu mzima na akili zake. Asimuumishe kichwa. Akaondoka hadi kituo cha gari za abiria.

SURA YA TISA

" Leo kitoweo hakijapita, mpaka sasa sijamwona Mzee Kinyago, ah! Muhogo mtupu hauliki. Hebu Tatu nenda sokoni maana babako hadi sasa hajarudi kondeni, na ameshasahau huyu kama hatuna samaki hapa"

Bi Shumbana alimwagiza Tatu.

Tatu zenyewe siku hizi sizo. Hazishi kuumwa. Zimekuwa zikihiliki kwa maradhi yasiyojulikana. Zimeshaanza kuwaza kurudi kijijini kwa mama yake, angalau kupumua. Pengine atasahau, hivyo ndivyo mawazo yake yanavyomwambia.

Amevaa kanzu yake aliyokuwa akiipenda, nyeusi yenye vidoto vya kijani. Imeshaanza kumruka kimo, siku hizi amezidi kuwa mrefu kidogo. Kichwa kinasogea angani zaidi. Jinsi alivyokonda, amezidi kuonekana mrefu kupitiliza. Mifupa inaonekana sasa na shingo imemtoka. Mwenyewe hukaa ndani na kujiangalia, akajitazama jinsi anavyomalizika. Maji ya utu uzima yameshachemka mwilini. Vuguvugu na heka heka za utoto zimeshampa mgongo. Kifua kimesimama na sauti imelainika sasa.

Alimpitia rafiki yake mpenzi, Mwajuma kumpeleka sokoni. Kwa jinsi hali yake ilivyokuwa, hakupenda kwenda sehemu peke yake. Hajiamini hata kidogo. Lolote linaweza kumtokea. Mwajuma alikuwa anacheza na watoto nyumbani kwao. Anafukuzana nao, wengine wanalia kwa kushindwa katika ubishani na dada yao. *Sikuletei zawadi nikenda dukani, sitaki na wewe tena*-kauli hizi ziliwakera watoto. Alipomwona rafiki yake alitabasamu na kumkaribisha. Tatu kwa Mwajuma siku hizi! Wamezidi kushibana. Anamwamini Mwajuma kuliko Zaharani. Huyu amekuwa msiri wake mkubwa. Anayemliwaza muda mwingi. Hakukataa kumpeleka sokoni.

Bado ilikuwa asubuhi ya mapema, saa mbili na nusu. Njia ya kuelekea sokoni ndio hiyo hiyo ya kuelekea kwa Eliza. Hakupenda kupita njia ile Tatu, lakini hapakuwa na njia nyengine. *Pishapisha* za watu zilionekana kila upande. Kumekucha. Kila mtu anahagaika kutafuta riziki. Gari ya abiria ikawapita. Imejaza tele inaelekea mjini. Juu imesheheni mizigo. Magunia ya mkaa na mihogo. Mikungu ya ndizi imefungwa kamba, imetulia. Mkono wa tembo, pukusa, kijakazi, bokoboko na mtwike zilikuwa zimeshuwarika juu ya bodi la gari. Zinaelekea mjini kuuzwa. Utadhani sasa hivi zitaanguka. Watu wengine wananin'ginia, watano kwenye kibao. Wazee kwa vijana, wote wanakutaka mjini.

Mlango wa uwa wa nyumba ya Eliza ulikuwa wazi, sauti za watu zilisikika zikisema. Mguu mmoja uko nje. Ni nani huyu anayetoka kwa Eliza asubuhi hii! Si mwengine, ni Zaharani. Alilala humu humu jana. Masikini Tatu! Amelitupa jicho lake mara moja tu mlangoni. Anataka kumjua yule aliyekuwa akitoka kwa Eliza asubuhi hii. Duh! Moyo ukamgonga. Tatu husikia tu kupitia vinywa vya watu kuwa Zaharani amehamia kwa Eliza siku hizi, na hata kulala ni huko huko. Kumbe kweli! La kuambiwa si la kuona. Leo amemshuhudia mwenyewe anatoka kwa Eliza.

Macho ya Zaharani yakawa nje baada ya kuhakikisha kuwa mlango uko wazi. Kwa mbali akawaona wasichana wawili, wamefuatana. Mmoja amemwekea mkono wa bega mwenzake. Wamesimama. Kisha mmoja amekaa chini kwenye mchanga bila kujali. Inaonekana alikuwa analia. Na yule mwengine ameinama anambembeleza mwenzake. Akasita kwanza, mbona kama anamfahamu huyu aliyekaa chini. Rangi za nguo aliyoivaa hazikuwa ngeni machoni mwake. Rangi nyeusi na vidoto vya kijani. Ni Tatu, sasa ameshamjua. Zaharani akasogea. Tatu anamwaga machozi bila kizuizi. Kwikwi zimekithiri. Alifika akaungana na Mwajuma kumnyamazisha. Kufika kwake hakujapunguza maumivu, labda kuyazidisha. Alipoisikia sauti ya Zaharani alikaa kama aliyechomwa msumari moto. Alizidi kulia, tena kwa sauti.

"Zaharani nakuomba uondoke, huyu umemzidisha kulia. Hebu nenda samahani. Wewe unaona unavyofanya ni sawa, nenda! Nenda! Nakuomba uende"

Mwajuma alimtaka Zaharani aondoke, ni bora asiwepo, maana kuwepo kwake kunazidisha machungu. Akaondoka huku akigeuka nyuma. Anajua kuwa amemtwika mwenziwe gunia la misumari. Mambo yake yamwendea ila ya mwenziwe yanateketea.

Mbona umekuwa katili Zaharani, umetoka mbali na Tatu. Tangu hajui utu uzima ni nini! Leo anajua uwili na utatu. Anajua nyumba na u-nyumba. U-mama na u-baba anaujua, na ndio maana akatoa ahadi. Ya kwake iliibuka kutoka moyoni. Kumbe kwa mwenziwe ni kinyume. Pengine hapo awali ilikuwa ya moyoni ila si leo tena. Lakini mh! Dalili ya mvua ni mawingu. Katu usingefanya kigeugeu, tena kisicho mipaka.

Haya ni maneno yaliyojitoa chini ya uchochoro wa moyo wa Zaharani, yakamtwanga kichwani. Lakini wapi! Sikio la kufa halisikii dawa. Akawaacha wenzake nyuma ya mgongo. Akaondoka na kupotelea mbele kwa mbele.

Watu wamefurahi. Zoezi la usambazaji maji safi na salama kijijini limekamilika. Yanasubiri kutumiwa tu. Mgeni rasmi katika uzinduzi wa maji ni mkuu wa mkoa. Eliza alisema kuwa yuko tayari kuungana nao kwa ajili ya mradi mwengine wa maendeleo. Yupo tayari kutafuta ufadhili popote pale mradi kijiji cha Ndaamba kisibaki nyuma kama kilivyokuwa hapo mwanzo.

Pamoja na furaha ya wanakijiji kuwa naye pamoja Eliza, wengi wao waliyachukia ndani kwa ndani maadili yake. Vipi mwanamme alale chumba kimoja na mwanamke ambaye si mke wake. Watu walijua kuwa Zaharani ana lake analolifuata. Tena siku hizi si usiku si mchana, nyakati zote yupo na Eliza. Leo ya tano halali kwao. Hata wazazi wa Zaharani hawakulifurahia jambo hili. Walijua kuwa mtoto wao ametekwa na mzungu. Si hayo tu, mavazi ya Zaharani yamebadilika. Suruali za vipande ndilo vazi lake kubwa. Mwendo pia sasa umebadilika. Akitembea hutembea mwendo wa kuruka ruka. Na Mungu amemwondoshea utata sasa, hapo awali hakudiriki kuzungumza kizungu, leo hii ni hodari wa kuyatafuna maneno. Siye Zaharani wa zamani. Amekuwa mjuba. Kiburi kimemtawala. Utadhani siye yule aliyekuwa akipiga tanu na kuuza mkaa. Zaharani aliyependwa na wazee kwa heshima yake.

Zaharani huyu wa leo amebadilika hata kifikra. Ulaya imemchota mzima mzima. Njozi iliyomtawala ni kwenda Ulaya tu. Labda alidhani anakwenda kuchota pesa zilizokosa wachotaji. Baadhi ya siku, anapokaa na vijana wenzake maskani husema kuwa kuzaliwa Afrika ni kukosa bahati. Kwanini asizaliwe Ulaya! Hii ni kufuru, maana muumba mwenyewe ameumba pasi na kuombwa. Hakuna aliyepeleka barua ya kutaka kuumbwa. Iweje leo atoke mtu alalamike hadi kusema hivyo! Hebu mtazame alivyozidi kukufuru Zaharani-Anasema ni heri uzaliwe mbwa Ulaya kuliko binadamu Afrika. Mh! Imekosa nini Afrika?. Kwa nini vijana wanaisimanga?. Ukweli haupingiki kuwa Afrika inaburuta mkia kimaendeleo. Lakini Je! Ubora wako katika umbile la ubinadamu unausimanga na kuutusi kwa mdomo wako! Unaitupa hata thamani yako. Na huyo asiyekuwa mwafrika akufanye nini kama umethubutu kujitukana mwenyewe!

***

Maji yamepatikana kila sehemu sasa. Kilichobaki ni kuunga mabomba ya maji na kuyaingiza majumbani tu. Eliza alionekana mwokozi. Kwa upande mwengine muharibifu. Anatengeneza hili na kuharibu lile. Amembadilisha Zaharani. Kubwa ambalo linawakera wanakijiji ni kule kuishi na Zaharani kama mke na mume.

Mzee Magogo ameshatia nia mbaya. Amedhamiria kumfuata Eliza. Lengo ni kumkomesha. Hakujali umuhimu wake kwa alichokifanya kwa wanakijiji. Alimwona kama muharibifu aliyekusudia kuleta janga kijijini. Sijui amekusudia kumfanya nini mgeni wa watu. Na hata hajajua kuwa chanzo cha maradhi ya Tatu kimesababishwa na Eliza kwa kuwa karibu na Zaharani. Hili lingelikuwa kubwa kama angelilijua. Hapa ndipo penye kitendawili. Mzee Magogo hakujua kuwa Zaharani na Tatu, kwa kipindi chote hicho, wana mahusiano ya kimapenzi. Sijui akilijua hili atalipokeaje!

Leo tangu asubuhi yupo kondeni. Mawazo yote yalikuwa kwa Eliza. Alichokijua yeye ni kuwa Zaharani amenasa kwa mzungu. Hata mapenzi aliyokuwa nayo kwa kijana huyu yamepungua. Bwana Magogo na Zaharani walikuwa *watani* wakubwa. Lakini tangu ashirikiane na mzungu hana habari naye.

Hakuwa na hamu ya kuendelea kubaki bondeni kwa wakati ule. Alirudi nyumbani kwake. Hakusubiri kushusha pumzi. Alitoka ndani na nguo zake za kondeni. Alikuwa ameshika panga mkononi. Akanyoosha njia kuelekea kwa Eliza.

Kishungu cha watu kilikuwa kimejikusanya kama wingu la mvua. Kuna nini? Yeye hakujua. Akili yake ikamtuma kwenda kwa Eliza moja kwa moja. Hata hakutamani kujua kinachoendelea pale. Mara akasikia sauti ya mzee mmoja ikilitaja jina lake. Ikambidi asimame.

"Huyu ni mtoto wa kulea wa mzee Magogo"

Sauti ya mzee ilisikika. Ikabidi Bwana Magogo asogee pale walipojikusanya watu. Masikini Tatu, mtoto wake wa kulea. Ameanguka chini, pumzi juu juu. Akawapembua watu na kuingia katikati ya kundi.

Kila mtu anasema lake; Mara presha, kifafa, kizunguzungu, upungufu wa damu, mashetani. Ilimradi binadamu hakosi la kusema.

Akambeba mwanawe na kuondoka naye. Macho ya watu yakawasindikiza. Mwajuma aliwafuata nyuma nyuma hadi kwao. Alipofika naye nyumbani kwake, Bwana Magogo alichukuwa maji na kumpaka usoni na kichwani. Wakati huu Bi Shumbana alikuwa chumbani. Alipotoka alishtushwa na hali aliyoikuta.

"Akah! Kuna nini tena, mwenzako kasibiwa na nini tena Mwajuma? Hebu n'ambie"

Bi Shumbana amechanganyikiwa.

"Wakati tumefuatana kwenda sokoni, maana alinipitia nyumbani twende wote. Tulipofika pale karibu na nyumba ya yule mzungu alikaa chini Tatu. Kisha akaanza kulia. Sikujua analilia nini. Nilipoona muda unakwenda nikamwambia akae pembeni na pesa anipe mimi nikamnunulie samaki alioagizwa. Hata niliporudi, mimi! Ni..nikaona watu wamejikusanya pale pale nilipomwacha yeye! Sijui ana nini...."

Mwajuma akaeleza kwa ufupi huku akimpepea rafiki yake kwa kipepeo kilichosukwa kwa makuti ya mnazi.

***

Jafari ameshaanza kuonja pesa. Mabunda ya pesa yameingia mikononi baada ya kukamilisha mauzo ya mzigo waliopewa. Wamemuuzia Eliza na mzigo mwengine wameusambaza kwa vijana wanaonunua kwa rejareja. Hata wiki haikutimia, walirudi kwa Midumange kukabidhi pesa za mauzo. Si chini ya milioni ishirini zilikuwemo mikononi mwao. Kila mmoja alikabidhiwa laki mbili. Waliondoka wakiwa wamefurahi. Kupata ndiko huku. Hawakujali hatari iliyowazunguka. Ndani ya ziwa lenye mamba walijitosa. Mradi pesa iingie mikononi tu. Baada ya kupewa malipo yao walikabidhiwa mzigo mwengine wa madawa ya kulevya. Mara hii uligawiwa. Kila mmoja alipewa mzigo wake.

"Nilikwambiaje mtu wangu! Unaona maisha yalivyo rahisi! Ya nini kujisumbua, hahaha!"

Saidi akaanza kupiga mayowe kwa furaha.

"Ila Side! Ukiangalia kiundani jamaa ametupa pesa kidogo sana! Wewe milioni zote zile, katika milioni ishirini ametupa laki mbili kila mtu. Kwa hiyo laki nne tu ametoa. Mapesa yote yaliyobaki amejikusanyia yeye, aaah, hii bwana sio ishu. Tazama biashara tunayoifanya mtu wangu. Biashara ya hatari! Unadhani mwisho wa siku atakamatwa midumange! Aaah! Wapi. Ni mimi na wewe vidagaa. Yule ni papa"

"Ah! We wacha zako hizo. Akamatwe nani. Wacha kutia domo baya bwana! Mnajua midomo mengine nuhusi, ikisema basi imelikoroga"

Fungu dogo la pesa walizozipata waliamua kuzinunulia nguo nzuri za mitumba. Usiku ule wakaufanya wa kuburudika kwenye ukumbi wa sinema. Katikati ya mji palikuwa na ukumbi mkubwa wa sinema. Ulifunguliwa usiku hadi usiku. Viti vilivyokaliana pacha pacha viliacha mpaka mdogo uliotumiwa na wale waliokuwa wakipita kutafuta sehemu za kukaa. Harufu mchanganyiko ziliufunika ukumbi. Taa za rangi tofauti ziliwaka kwa kupishana-Zamu yako, zamu yangu. Mapanga boi yalisikika yakiugua na mengine kutoa milio ya *swiiswii*. Madirisha makubwa ya waya yaliuziba uwazi wa madirisha hayo. Zikabakishwa tundu ndogo ndogo. Mapazia yalining'inia kuwazuia wale waliotaka kufaidi sinema kupitia dirishani pasi na kulipa. Ingawa mengine yalikuwa na waya zilizoshikilia upande mmoja, na upande mwengine ulikuwa umeshaachia mikono na kutoa ishara ya kuchoka kuwepo pale.

Pazia kubwa lililokuwepo ukutani lilionesha picha kubwa za wale waliojulikana kama mashujaa na maadui. Mapambano yaliendelea baina yao na maadui. Visasi na hujuma vikachukuwa mkondo wake. Moto uliwaka kila sehemu. Miripuko iliteketeza majumba na kuwasisimua watazamaji. Ngumi zilizodunda mithili ya midundo ya ngoma ya msondo. Watazamaji wengine wakawa wanaruka na kutamani kuingia kuwasaidia wale waliokuwa wakiwavutia katika sinema ile. Wengine waliendelea kupendekeza.

"Angelifanya hivi pale, aaah! Yule adui asingempata bwana"

Picha iliyokuwa ikiendelea kuburudisha nyoyo za watazamaji ilikuwa ni picha ya kizungu iliyojulikana kwa jina la *Terminator*. Hii iliiigizwa na muigizaji mahiri na maarufu Arnold Schwarzenegger.

Saidi alisimama mbele ya kijana mmoja aliyesimama mlangoni kupokea pesa. Alilipa na kumlipia Jafari. Kisha walitafuta viti na kukaa. Jengo hili lilikuwa na milango miwili. Mmoja ulitumiwa na wateja, na mwengine walitumia wasimamizi waliokuwa wakidhibiti hali ya uwendeshaji wa huduma za sinema.

Kwa mbali waliingia vijana wawili kupitia mlango uliotumiwa na wasimamizi. Walipozuiwa kuingia waliingiza mikono mfukoni na kuonesha vitambulisho vyao. Waliruhusiwa kuingia. Vijana wale walianza kazi ya kupita kiti hadi kiti kama waliokuwa wakimtafuta mtu. Viti vitupu vilikuwepo lakini hawakukaa. Walisogea hadi katikati. Mmoja kati yao akainama na kumnon'goneza kijana aliyekaa kiti cha mwisho mstari wa mbele. Kisha wakawa wanasogea nyuma upande ule ule wa Jafari na Saidi. Wamebeba tochi mikononi. Wanamulika sehemu za viti. Baadhi ya watu walikuwa wanachukia kumulikwa usoni. Wengine wakawa wanalenga maneno makali. Wakasimama kiti kilichokuwepo mbele ya Jafari na kuzungumza na kijana mmoja aliyesuka rasta. Jafari na Saidi waliacha kutazama sinema. Sasa wakawa wanawatazama wale watu waliokuwa wakihojiana na Rasta. Amani iliyokuwa moyoni mwa Saidi ilikuwa imeshatoweka. Walishuku kuwa watu wale ni askari kwa jinsi walivyokuwa wakihoji na kutafuta.

"Unamjua Jafari Magogo?"

Aliuliza mmoja wa wale watu wawili.

"Mh! Simjui"

Rasta akajibu kwa mkato.

Saidi akamkanyaga mguu jafari baada ya kulisikia suali lile. Wakaanza kuzungumza kwa ishara. Walipomwacha rasta walielekea upande wa pili wa viti. Kidogo Jafari akashusha pumzi. Moto unamwakia kwenye kiti. Wakafanyiana ishara ya kunyanyuka na kutoka nje ili lisije wazukia balaa. Wakatoka kwa mlango wa nyuma. Mmoja kati ya wale vijana wawili aliwaona Jafari na Saidi walipokuwa wakitoka. Wakawafuata nyuma nyuma.

Kiza kilikuwa kimetanda. Kilichosaidia ni baadhi ya taa zilizowekwa nje ya milango ya maduka. Kwenye penu za nyumba mlikuwa na kiza. Walizivamia chochoro hadi nyumbani kwao. Saidi akatoa wazo; Alimtaka Jafari waondoke pale usiku huu. Hali ni ya hatari. Na iwapo watalala chumbani kwao lolote linaweza kuwatokea. Jafari hakulifurahia wazo lile. Lakini hakuwa na la kufanya. Mwisho akaona ni bora afuate mawazo ya Saidi ambaye ni mwenyeji zaidi mjini kuliko yeye. Wakachukua mkoba wao. Wakati wanataka kutoka, mlango ukagongwa. Wakatazamana bila ya kujua cha kufanya. Kila mmoja akaemewa. Saidi akautua mkoba na kuanza kuvuta fikra. Punde tu mlango ukagongwa tena.

"Duh! Kaka vipi tufunguwe?", Jafari akamuuliza Saidi kwa sauti ya chini.

SURA YA KUMI

"Usije ukafungua, subiri ajitambulishe kwanza tumjue"

Saidi akasema.

"Hebu *mshkaji* wangu Side fungua, tushaingia choo cha kike *mshkaji* wanguuu. Ni mimi Bomu"

Waliijua sauti ile. Alikuwa ni mmoja kati ya wateja wa Saidi. Saidi akashusha pumzi. Kama aliyetuliwa mzigo mkubwa. Kisha ukaurudisha tena kichwani kwa nguvu zote.

"Ah! Wewe Bomu vipi! Unaturushia mshkaji wangu. Mi nikajua ni polisi, ah! "

Jafari akafungua mlango. Macho yake yakaingia kiza kwa alichokiona. Bomu ameongozana na wale vijana wawili waliokuwa wakiwafuatilia Jafari tangu sinema-Vijana waliowatimua mbio kwenye chochoro. Saidi alikuwa ameinama uvunguni kuchukua viatu vyake vya buti. Bado anajipanga kuondoka kutafuta sehemu ya kulala. Huku Jafari amesimama kuwashangaa polisi, mwenzake hana habari.

"Oya Bomu jamaa hujawaona huko"

Saidi bado anauliza akiwa amewapa mgongo. Kumbe anaowaulizia wamesimama mlangoni. Naye akatamani ardhi ipasuke baada ya kugeuka. Anaowaulizia wapo mbele yake. Akili ikamruka. Pakutokea hapaoni. Pakujificha pamejificha pia. Miguu ikamfa ganzi. Jafari naye ameemewa.

"Kweli mbio za sakafuni huishia ukingoni. Na waliosema kamba hukatikia pabovu wala hawajakosea"

Jafari ametanzwa na mawazo.

Bomu alitumika kama chambo cha kuwakamata Saidi na Jafari kirahisi. Walipelekwa kituoni usiku ule ule. Walitiwa pingu moja.

Mambo yalikuwa magumu usiku mzima. Jicho hakulifumba. Jafari alijua kuwa ile ndio hatima ya maisha yake. Huku ndiko kuozea jela. Zilikuwa ni hadithi tu alizokuwa akizisikia kwa watu juu ya mateso ya jela. Leo ameshuhudia mwenyewe. Na hata hajapelekwa huko jela. Bado yuko rumande. Ila alijihisi tayari, rumande mwishowe ni jela.

Hali ya Tatu ilikuwa inaridhisha kidogo. Afadhali, si kama ya jana. Aliupata usingizi alfajiri. Si haba! Bi Shumbana angalau amepata *kubwaga ubavu*. Usiku kucha amekesha ubavuni mwa Tatu. Alimjali kama mwananawe mzazi. Mzee Magogo alipoona usingizi unamnyemelea, hata hakujali, alibeba redio yake na kuingia chumbani. Alilala na kukoroma. Alipoamka hali yake ilikuwa inaendelea vyema kidogo. Hakupelekwa hospitali. Tangu alipoanguka alibaki nyumbani kwa Bi Shumbana. Alibadilishiwa kila aina ya dawa ya mitishamba. Amepata nafuu afadhali. Na mchana ule hali yake ilizidi kujirudi.

Mzee Magogo alielekea mjini kuchukua kiinua mgongo chake. Leo anakwenda kuzitia pesa mkononi. Alifika mapema leo. Alikuwa mtu wa kumi katika foleni. Saa moja na nusu ameshafika mjini. Pamoja na hali aliyokuwa nayo Tatu, hakujali sana.

"Mume wangu, hivi anavyoumwa mtoto bado una moyo wa kwenda mjini!"

Bi Tatu aling'aka.

"Sasa nisipokwenda unadhani pesa za kumpelekea hospitali tutapazita wapi! Nyiye wanawake akili zenu fupi sana!"

Mzee Magogo hakufurahishwa na maneno ya mkewe.

"Jaza ya punda hiyo, si tumewazaa ndio maana tukawa na akili fupi!"

Bi Shumbana aliguswa na maneno, akaamua kurudisha mashambulizi. Mzee Magogo hakutazama nyuma. Aliongoza njia hadi mjini.

Wakati amesimama kwenye foleni, alimwona yule kijana aliyemsaidia wiki iliyopita. Siku ile aliyojaza fomu bila ya kupanga foleni. Leo alijibabaisha kidogo. Alijifanya kama vile hajamwona. Kwa vile alijiona ni mtu aliyepata nafasi ya mbele katika foleni, hakuona haja ya kutafuta msaada. Aligeuza uso wake kila alipomwona yule kijana anakuja upande aliokuwa amesimama.

"Mzee vipi huna akaunti ya benki wewe", Afisa mmoja aliuliza.

"Ah bwana wee! Mimi kibubu kinanitosha kwangu. Sina benki wala.... Mijambo yenu ya kisasa hii siitaki. Riba haramu bwana. Nipeni hivyo vijipesa vyangu niondoke miye"

Sauti ya Mzee Magogo ilinguruma kwenye ofisi. Aliwavunja mbavu watu aliposema maneno yale. Alipewa pesa zake na kuondoka. Hazikupungua milioni tisa. Alizitia kwenye mkoba wake wa ukili na kuondoka. Leo Mzee Magogo yu furaha tele.

Saa sita mchana alifika kwake. Amechoka. Akamkuta Bi Shumbana ameketi kwenye mkeka. Tatu anazungumza na kucheka.

"Mh! Mwanangu Tatu vipi hujambo?"

"Sijambo baba! Nashukuru si kama nilivyokuwa. Ila baba...", alijibu Tatu"

Mdomo wake ulitamani kusema neno lakini ulikua mzito.

"Naam mwanangu, sema tu!"

Sura ya uchangamfu ilionekana usoni mwa Mzee Magogo.

"Baba sijambo lakini...ni ...ningependa nirudi nyumbani kwa mama. Nikakae japo mwezi au miezi miwili. Na.. nahisi itarudi vizuri hali yangu"

Mzee Magogo hakufurahishwa na jambo hili. Alihisi kuwa ataonekana ameshindwa kumsimamia mtoto. Hakupenda kushindwa na jambo au kuonekana ameshindwa.

"Kwani Tatu hapa unaona hatuwezi kukuhudumia?"

"Hapana baba, ila natamani tu kuwa karibu na mama kwa kipindi hiki"

Shingo begani, Bwana Magogo akakubali baada ya Bi Shumbana kuzidi kumuomba mumewe amruhusu Tatu.

"Sawa, hakuna tatizo. Ila ni bora kwanza ujiangalie hali yako. Subiri upowe kisha utaondoka"

Tatu akakubali. Moyo wake ulikuwa unamwenda mbio sana. Alitamani arudi katika kijiji alichoishi mama yake. Alichokitamani sasa ni mapumziko ya

moyo wake. Awe mbali na Zaharani. Pengine
hatomuwaza.

***

Kumekucha. Kweupe pe! pe! Jua limeshajifichua.
Huyu anaingia na yule anatoka. Hizi ndizo
harakati zilizokuwa zikiendelea katika kituo cha
polisi. Jafari na Saidi wanasubiri maamuzi ya
polisi. Walisubiri kupandishwa mahakamani tu
sasa. Wamekamatwa na unga wa kokeni pamoja na
bangi. Mkamatwa na ngozi ndiye mwizi.
Hawawezi kulikanusha hili.

Askari mmoja aliyevaa magwanda aliwaita Jafari
na Saidi. Wakati huu walikuwa wamekaa juu ya
viti wakisubiri agizo la askari aliyeshughulika na
majalada ya washtakiwa.

"Sikilizeni, mimi namjua bosi wenu! Nyinyi si
vijana wa Midumange?"

Yule askari akawauliza Saidi kwa sauti ya chini.

"Ndio, ulijuaje?"

Saidi akauliza kwa mshangao.

"Sikilizeni, mimi najua kila kitu. Inabidi
mumwambie Midumange awasiliane na mkemia
mkuu. Kwa sababu hapa huu unga itabidi
ukathibitishwe kuwa ni kokeni au si kokeni.
Akipanga naye mkemia basi ushahidi utakosekana.
Pia mucheze na mimi karibu ili niokowe jahazi hili"

Askari alinyamaza baada ya mwanamke mmoja
kusogea pale. Alikuwa askari mwenzake. Amekuja

kuchukuwa jalada la kesi mpya. Alipomaliza haja zake, Saidi akaanza kumhoji yule askari.

"Sasa inakuwaje, fanya tumjuulishe basi huyo Midu"

Askari alitoa simu na kumpa Saidi azungumze naye. Baada ya muda alimaliza kuzungumza. Akarudi pale alipokuwa ameketi.

"Vipi umemalizana naye"

Askari aliuliza.

"Ndio tayari kila kitu"

Muda ulipita. Saidi na Zaharani walitakiwa wabaki rumande hadi pale watakapopandishwa mahakamani.

SURA YA KUMI NA MOJA

Zaharani alisikia kelele ndani ya nyumba ya Eliza zikiwa *zimeacha maji*. Sauti ya redio ilikuwa juu. Nyimbo ya kizungu ya wasanii wanaojiita *WESTLIFE* ilisikika. Zaharani alijitahiidi kuibonyeza kengele. Kwa bahati, kijana wa kizungu hirimu yake alikuja kufungua mlango. Akaanza kumhoji Zaharani. Kiingereza pekee ndiyo lugha aliyoijua. Nyuma ya kijana yule alifuatia Eliza na kumkaribisha ndani. Aliingia kwa kusitasita. Leo ndani kuna mabadiliko. Eliza aliishi peke yake, ingawa mara nyingi Zaharani hakuwa mbali naye. Lakini leo, Zaharani ndiye mgeni. Aliowakuta wote walikuwa wageni machoni mwake, lakini hawakuwa wageni ndani mwa Eliza.

Wazee wawili, wa kike na wa kiume walikuwa wamekaa juu ya sofa. Huyu wa kike alifanana sana na Eliza. Laiti kama si yale maji ya uzee yaliyomjaa basi asingeliweza kumtofautisha na Eliza. Nywele nyeupe zinaning'inia kichwani. Ngozi ya uso wake imekunjana. Hata hivyo pesa haimtupi mtu. Bibi huyu hakupungua miaka sabiini lakini bado anajiweza vyema. Upande wa kuliani kwake aliketi mume wake. Naye bado alionekana mtanashati. Ameshika sigara mkononi. Mkono wa pili amekamata gazeti. Miwani ndogo aliitumia kumsaidia kuona. Upara ulidhihiri wazi wazi utosini. Nywele zake zimefungwa *bolingo* kisogoni. Nyingi tena zinang'aa mafuta. Hii ilikuwa ndio timu aliyoishuhudia Zaharani nyumbani kwa Eliza. Alikaribishwa na Eliza na kuanza kutambulishwa wale waliokuwa usoni pake.

"Huyu baba yanku, naa huyu mama yanku. Nyengine huyu hapa ni ndogo yanku nilokwambia, nazaliwa sisi mbili tu"

Eliza aliwatambulisha wageni wake.

Mlango wa chumba cha Eliza ukafunguliwa. Kijana mwengine wa kizungu akatoka ndani. Mrefu, mwenye mwili uliojazia. Alikuwa na nywele ndogondogo. Taulo imekaza kiunoni mwake. Ameshika mswaki wa brashi mkononi. Kifua wazi kilizikashifu nywele zilizosongamana kifuani.

Alitamani kumjua yule anayetoka ndani sasa- Alikuwa nani! Mdomo wake ulisita. Moyo ulimkataza kuuliza. Macho yakashuhudia na kutambua kabla ya utamblisho. Yule kijana alikuja pale pale aliposimama Eliza. Akambusu shavuni na midomoni. Akaondoka pasi na kumwuliza kitu Zaharani. Akaelekea bafuni. Amesimama bila ya kusema neno. Zaharani akabaki kutazama mambo ya watu.

Aliumia kwa kitendo alichokifanya kijana mwenzake. Baba yake Eliza alinyoosha mkono kumsalimu Zaharani. Tayari Eliza keshamtambulisha Zaharani kwa wazazi wake. Ameshawaambia kuwa yeye ni rafiki na mwenyeji wake. Pia ameshamwaga sifa nyingi. Hakuacha kusema kuwa Zaharani amekuwa msaada wake kwa mambo mengi.

Aliupokea mkono wa baba na mama yake Eliza.

"Nice to meet you. Vizuri kukutana nawe"

Baba yake Eliza alijibu huku akimkaribisha Zaharani kwenye kiti.

Utadhani siye leo Zaharani. Aliyezoea kuja na kuingia hadi jikoni. Akapika na kupakua. Si jikoni tu, hadi chumbani kwa Eliza. Huingia na kulala na Eliza utadhani mke wake. Amepigwa na butwaa. Maneno yamempotea leo. Licha ya kuijua kwake lugha ya Kiingereza, leo amezidi kuwa mgeni wa lugha hii. Alitikisa kichwa tu kuashiria kukubali. Sijui anakubali nini. Aliketi karibu na Eliza. Akakaribishwa bilauri ya maziwa.Yamejaa pomoni jagini. Baada ya muda, yule kijana aliyeingia bafuni alitoka. Akaingia chumbani kwa Eliza. Baada ya kumaliza kubadilisha nguo alikuja na kumwita Eliza.

"Darling, who misplaced my camera? Mpenzi, Nani ameiondosha kamera yangu"

"Ooh! It's me, I told you, don't you know it's whereabout at present? Ooh! Ni mimi, nilikwambia. Hivi hujui ilipo hivi sasa?"

Eliza alikuwa anajibu na kuuliza huku akielekea chumbani.

Zaharani alikuwa anaumia ndani kwa ndani. Bado hajatambulishwa yule alikuwa nani kwa Eliza. Mwenye macho haambiwi tazama. Kila kitu kilijieleza kabla ya kuelezwa. Saa tano mchana ilikuwa inakaribia. Walikuwa na safari kwenda kutalii maeneo tofauti ya mji.

Punde, Eliza na kijana wake walitoka chumbani. Alijitia upofu Zaharani. Hakutamani kuwatazama. Lakini sauti aliisikia. Tena kwa mara nyengine ikamtambulisha na yule kijana.

"Zaharani, this is my husband. Zaharani, huyu ni mume wangu"

Hakujua ajibu nini. Akajikuta ametokwa na neno moja tu.

"Husband! Mume!"

Ameshangaa. Haijawahi kutokea hata siku moja kumsikia Eliza akisema kuwa ameolewa. Ameoneshwa picha nyingi za jamaa wa Eliza lakini si mume. Hata sura za wazazi wa Eliza hazikuwa ngeni machoni mwake. Ameshaziona kwenye picha. Leo amepata habari mpya. *Mume tena!* Kwake lilikuwa geni hili. Alijikuta anaumia ndani kwa ndani. Ameshazama kwa Eliza sasa. Ameshatia tamaa ya kuwa na Eliza. Amethubutu kumdharau Tatu aliyeanza naye katika vuguvugu la ndoto za ndoa tangu utotoni.

Wakati huu ulikuwa umemvisha matumaini ya kuiaga Afrika. Hivi ndivyo ilivyokuwa ndoto yake. Anaamini kuwa mwezi hautomaliza watakuwa wameshasafiri kwenda Ulaya. Mbona leo *kisirani* kimemwakia na asubuhi! *Mume! Eliza ana mume kumbe!*. Hajawahi kuambiwa. Licha ya ukaribu wake alionao, hili hajawahi kulisikia. Afanye nini? Kwa kweli hakujua la kufanya. Alitamani asingeyajua yale. Ni ipi hatima ya matumaini yake-Pia hakuijua. Aliamini kuwa kupitia Eliza atafika Ulaya. Akaamini kuwa huyu huyu Eliza ndiye mke wake mtarajiwa.Tatu amempa kisogo. Si mchezo kumwoa mzungu tena mwenye pesa zake. Atakuwa ameshayamudu maisha. Hivyo ndivyo alivyoamini. Lakini mbona yametokea haya asiyoyalalia wala kuyajua mapema. Alibaki kimya. Watu wakasimama kuondoka kwa ajili ya mizunguko yao. Hakuwa tayari kuungana nao licha ya kuwa amekaribishwa na Eliza. Alirudi nyumbani kwao bila ya kugeuka nyuma.

Ameemewa pasipo kujua la kufanya. Akaanza kumfikiria Tatu. Amemtenda. Amemuumiza sana. Hakujali chochote kilichokuwa kikimtokea kwa ajili yake. Alimchukulia kama mtoto. Akayachukulia mapenzi yake kuwa pia ni ya kitoto. Mapenzi ya wivu usio maana. Hapo kwa mbali akaanza kuelea kwenye bahari ya mawazo.

Tatu anamsemesha. Analalamika na machozi yanamtoka. Hataki kumwona Zaharani anapita na Eliza karibu yake. Hapendi kabisa kumwona akiwa na yule mzungu. Wapi na wapi rafiki mwanamme na mwanamke. Tena faragha peke yao ndani ya nyumba. Tatu analia hasemezeki. Anamlilia Zaharani. Anaanza kupata maradhi yasiyojulikana. Moyo hupata mshtuko mara kwa mara. Kulia kusikozuilika.

Akaibuka juu ya bahari ya mawazo. Akaanza kuelea juu ya maji. Akajiona ameketi kwenye kizingiti cha nyumba yao. Kweli thamani ya kitu utaijua mara tu ukikosapo. Akasimama. Akakutupia macho kuliani kwake, akahisi kama kwamba anajipeleka kwenye mto wa mamba wengi. Akageuka upande wa kushoto, huku akaona simba wanamjia, tena kundi kubwa. Akaamuwa kutazama juu, mh! Mvua ya mawe inataka kumwelemea. Akaona heri atazame chini, ajabu ya Mungu, ardhi inataka kummeza. Imelainika kama tope za *kiungauzi*. Kila anapoelekea anayaona mauti. Moyo wake unamwenda mbio. Akafunga safari hadi kwa Bi Shumbana. Anakwenda kumulizia Tatu.

Wakati anakata njia ya mfenesini, akamwona Mwajuma kwa mbali. Amempa mgongo. Ikambidi apaze sauti yake kumwita.

"Mwajuma! Mwajuma! Mwajuma! Subiri mara moja"

Wakasogeleana karibu. Mwajuma akamshangaa sana Zaharani. Amejikunja. Hachangamki na kudunda kama ilivyo kawaida yake siku hizi. Muda wote aliigiza mitindo ya kizungu.

"Kulikoni *bwana Ulaya*"

Mwajuma akaanza maswali yake ya kejeli. Lakini Zaharani hakutaka kubishana naye.

"Hivi shoga yako yuko nyumbani kwao?"

"Shoga yangu yupi huyo"

Alijifanya kama asiyejua kuwa anauliziwa Tatu.

"Mh!Mwajuma, nakuulizia huyu Tatu"

"Amesharudi kwao tena nasikia anaolewa, sijui ndio kashaolewa, ah! mimi hata sijui bwana. Fimbo ya mbali haiui nyoka"

Alipoambiwa vile akakodowa macho.

"Mbona unanitazama hivyo!"

Mwajuma amemshangaa Zaharani. Anajua kuwa leo *amefikwa*. Na anavyoonekana ana shida ya kumwona Tatu. Lakini Tatu wa nini! Amemwonesha jeuri na kufikia kumtumia salamu kuwa hana haja na wanawake wa kiafrika. Anajiandaa kwenda Ulaya. Leo anarudi kwa shida ya huyu huyu Tatu wa Afrika!

"Zaharani nachelewa. Nenda kwa mzungu wako huko Bwana wa Ulaya"

Mwajuma akaongoza njia. Hakutaka tena kumsikiliza Zaharani. Akaona ni bora aelekee kwa Bi Shumbana. Huko atapata uhakika.

Jua limepamba moto. Limeamua kuchomoza kisawa sawa. Limechana mawingu na kuinyoosha miale yake ardhini. Li juu ya utosi wa Bi Shumbana. Amelikalia uwanjani. Anaanika muhogo kwa ajili ya uji. Alipenda sana uji wa unga wa muhogo.

"Ah! Leo baraka naona. Mgeni wa Tunu siku hizi! Hupatikani babangu Zaharani. Mi' nasema hupo kiamboni petu"

"Nipo Bi Shumbana"

Nyumba ya Bi Shumbana i baridi. Inazizima. Hakuna dalili ya mtu ndani. Hata vyombo havigongani. Amezoea akifika humkuta Tatu ameshughulika. Mara amebeba sufuria. Mara anamenya hiki na kukata kile. Ilimradi ni pirikapirika tu. Lakini leo Bi Shumbana ameshughulika pekeye.

Mdomo wake ulikuwa mzito kuuliza. Moyo wake ulimsuta hata kuuliza akahisi tabu. Wakati anawaza kumuulizia Tatu au kutouliza, Bi Shumbana akamjibu kabla hajauinua mdomo wake.

"Tatu amesharudi kwao. Maradhi yamezidi kumthakili. Ameona bora akapumzike kwa mamake. Hapa n'lipo niko *doro*. Ah! Nyumba ni watoto babaangu we usisikie la kuambiwa. Watoto ni neema kubwa. Siye tuliojaaliwa tushukuru.

Wenzetu hawana hata mwana wa kambo. Tatu si mwanangu wa kumzaa lakini sijamtofautisha na Jafari"

"Kwani mama Si.. si.. si.. nasikia amekwenda kuolewa?"

"Mh! Mimi sijui hayo, amekwenda kwao kupumzika hii dhoruba ya maradhi. Hayo ya kuolewa nakusikia wewe sasa"

Zaharani roho kidogo ikamtua. Akajua kuwa Mwajuma alikuwa anamrusha roho tu. Hakungoja siku kupita. Alisubiri gari na kuelekea kijijini kwao Tatu. Kusudi akahakikishe yale aliyoyasikia. Sijui lengo jengine ni lipi. Mbona leo amekuwa almasi Tatu. Amekuwa wa kutafutwa kwa *uvumba na udi*. Amekuwa mali. Kuna nini! Ndio tuseme ameshafanya maamuzi ya kurudi kwa yule yule mwafrika! Au ndio wavyele wanayasadifu maneno yao-*Mchama ago hanyele, hwenda akawia papo!*

Gari ndogo aina ya *balloon* ilisimama uwanjani. Uwanja huu ulikuwa maarufu kwa ajili ya mikutano ya kisiasa pamoja na mihadhara ya kidini. Kwa muda wa dakika tatu hakuna kilichoendelea. Kisha ukachomoza mguu uliovishwa kiatu kilichochongeka ncha yake. Kinameremeta kwa weusi wa jongoo. Akatoka mtu mmoja mnene. Vazi lake lilikuwa la kiofisi. Tai ilimning'ia shingoni. Alizungusha kichwa chake kama aliyekuwa akimsubiri mtu. Hatimaye akamwona kwa mbali mtu aliyekuwa akimsubiri.

Mkemia mkuu na Midumange walitimiza ahadi yao. wakazungumza kwa urefu na mapana. Kisha

Midumange akatoa bahasha na kumkabidhi Mkemia. Mikono ikafunguka kuipokea bahasha. Wakaagana na kuondoka.

"Nilikwambia Jafari Midu yuko makini. Mtandao wake mkali yule. Si haba amethamini uwepo wetu. Maana mshkaji wangu yule jamaa angeliamua kutupotezea duh!... Mbona *ingekula kwetu*."

"Ah! Hii kazi...."

Jafari hakumaliza maneno yake. Yakaishia njiani. Wakarudi chumbani kwao kupumzika. Sasa wako huru.

***

Gari ikasimama chini ya kizingiti. Nyumba yao Tatu ilikuwapo njiani. Zaharani akashuka. Mama yake Tatu alikuwa amesimama mlangoni kumsindikiza jirani yake aliyekuja kumwamkia. Akashangaa kumwona Zaharani wakati ule. Bi Kazija alimjua Zaharani vizuri. Tangu kufika mwanawe kijijini, amekuwa hana nafasi kwa kumshughulikia. Kutafuta kila aina ya dawa ilimradi apone. Ameshahadithiwa kila kitu. Tatu hakubakisha hata chembe ya mchele. Yote amemwambia mama yake. Leo huyu aliyemsababishia mwanawe matatizo ndiye anayemwona machoni mwake. Uso ulimbadilika. Akajihisi amefikwa na zahma nzito. Lakini hakutaka kuionesha sura yake kuwa iko tofauti. Akampokea mgeni wake na kumkaribisha.

"Karibu Zaharani"

"Ahsante mama"

Wakasalimiana na kuulizana hali. Bi Kazija akataka kujua habari za Ndaamba. Mwisho Zaharani akaulizia hali ya Tatu. Hakuchelewesha kuligusia lengo lililompeleka kwao Tatu.

"Mwanangu Tatu hajambo vizuri. Na hivi ninavyozungumza basi ameshaolewa"

Bi Kazija akajibu pasi na wasi wasi. Aliubaini ujio wa Zaharani. Ulikuwa ujio wa shida. Mwendo wake kijijini ulikuwa mwendo wa mhitaji. Tena mwenye kuhitaji faraja. Naye akampotezea moja kwa moja faraja yake. Akaipindua faraja. Kichwa chini miguu juu. Moyo wa Zaharani ukashughulika. Ukamwenda mbio. Akawa hajui la kufanya. Maneno haya haya ameambiwa na Mwajuma. Lakini Bi Shumbana hakumwabia hivi. Sasa amwamini nani! Kama vile Mwajuma na Bi Kazija walikuwa na mawasiliano.

Tatu alikuwa chini ya dirisha la chumbani mwake. Analisikia moja moja linalozungumzwa nje. Pamoja na kuumia kwake, hakutoka. Hakukubali kabisa kumsaliti mama yake. Alijua dhahiri kuwa mama yake alifanya vile kwa makusudi, si kwa ajili ya kumuumiza mwanawe bali *kumdamirisha* huyu aliyetoka huko kumfuata mwanawe. Leo hii amemfuata Tatu kwa ajili gani!. Machozi yalimtoka. Akalia sana Tatu. Lakini aliendelea kubaki chumbani na kumwachia mama yake kazi yote. Atakavyoamua kufanya ndivyo hivyo hivyo.

Zaharani akauliza ili kujiridhisha, ijapokuwa hatoridhika.

"Ameolewa wapi?"

"Nje ya nchi"

Mama yake Tatu akajibu bila kigugumizi. *Amechachamaa.* Anayalenga maneno kama mabomu, kusudi amuumize Zaharani.

"Anachukuliwa Ulaya, ijapokuwa hawajafika lakini wapo njiani"

Bi Kazija akazidi kuugonga msumari.

Akahisi akiuliza swali jengine anaweza akajitafutia kifo. Kila swali aliouliza halikuwa na mwisho mwema wa jibu. Lilitoka jibu la kuumiza na kuuvunja moyo. Hakutaka hata kukaa. Aliaga na kuondoka. Alisogea sokoni kusubiri gari. Jioni ilikwisha tandaza mbawa zake. Jua linaelekea mafichoni. Hakuna tena gari ya abiria iliyofanya safari kwa wakati huu. Zaharani akazidi kuchanganyikiwa. Wapi ataelekea. Si karibu kama atarudi kwa miguu. Kulala kwao Tatu ni mtihani mwengine mkubwa kwake. Akabaki amejawa na mawazo. Akaamuwa kukaa baraza- kahawa. Hajui afanye nini.

SURA YA KUMI NA MBILI

Jahazi ni kijiji kidogo sana. Nyumba zake zilikuwa na nafasi nzuri. Maeneo makubwa yalibaki matupu-hayajajengwa. Uwazi wa maeneo yake uliuruhusu upepo kuangusha mbavu zake. Upepo ulikuja moja kwa moja kutoka usawa wa bahari.

Ukaungana pamoja na upepo uliotoka kwenye matawi na viale vya miti. Ukajiachia na kutoa kibaridi chembamba kilichokifanya kijiji kizizime hasa wakati wa jioni na usiku wake. Yafikapo mapambazuko hali ya hewa ilishitadi baridi. Baridi ilisimama wima. Upepo ukapepea vyema pasi na kusita. Jua halikutoa msaada wowote kwa nyakati hizi. Kinga pekeye ilikuwa ni jitihada ya mwanadamu aliyotunukiwa na Mungu ya kujihifadhi. Hapo mwenye koti, bwela-suti, suweta na nguo nzito zilitumika kujihifadhi na baridi.

Kwa muda aliotoka Ndaamba, Zaharani aliamini kuwa anaweza kwenda Jahazi na kurudi Ndaamba kwa gari ya abiria.. Ni kweli, gari ya saa kumi na moja za jioni ilikuwepo. **YAONENI** ni gari iliyolala Ndaamba. Ilirudi kutoka Jahazi kila siku baada ya kuwafikisha Jahazi abiria wake. Tangu ilipopata ajali, jambo ambalo hakulijua Zaharani, iko gereji kwa ajili ya matengenezo. Gari ya mwisho iliyofika Jahazi haikurudi Ndaamba siku hizi, hii ililala Jahazi.

Malimwengu yamemfika. Alivikukuta vitanga vyake vya mikono. Akavigeuza na kuvitazama kama aliyekuwa akihesabu kitu. Akaitazama baridi ilivyokuwa ikishambulia. Kama vile alikuwa akiiona jinsi inavyokizunguka kijiji. Akatamani isimame lakini iliendelea kukifunika kijiji gubigubi.

Akaanza kuhesabu nyota moja baada ya moja zilizokuwa zikijitokeza. Akawa kama mtu aliyetaka *kuzikasimu*. Nyengine akazitazama kwa jicho la kutaraji kama alivyo mnajimu. Na nyengine, kwa jinsi zilivyong'ara, akahisi zimekuja kumkandamiza na kumpotezea matumaini ya kuondoka Jahazi. Watu walipoondoka *baraza kahawa* kwa ajili ya kuelekea msikitini naye alinyanyuka kuwafuata. Swala *zilimpiga chenga*. Lakini leo alimkumbuka Mungu na kuujua msikiti. Akaandama njia na watu hadi msikitini. Alipomaliza kusali tu alirudi mahala alipokuwapo awali. Akasimama. Kisimamo kikamchosha. Kitako kikamshawishi akae. Akakaa juu ya shina la mnazi karibu na baraza kahawa.

Mvumo wa gari kwa mbali ukamjia masikioni mwake. Akasimama tena. Gari ndogo *Rav4* ikasimama karibu yake. Akashuka mwarabu mmoja na kusogea baraza kahawa. Kanzu nyeupe iliusitiri vyema mwili wake. Kofia ya lasi iliyofumwa kwa ufundi wa hali ya juu ilikifunika kichwa chake. Ilikuwa imekunjwa kwa mkato wa kuigawa mara mbili kuipunguza urefu wake. Maua yake yalifumana na kutoa picha ya maandishi yaliyosomeka 'Karibu'. Mguu wake ulijificha ndani ya viatu vya *makubadhi*.

"Bwana Sultani, *Sabahal-kheri*"

"Sabahal-kheri Burashid, mwajionaje na hali?"

"Tunashukuru kaka, bado tupo hai. Niwekee kahawa maana hapa nakimbilia harusini"

Mwarabu aliagiza kahawa.

"Nani tena *anayeasi ukapera* leo"

Bwana Sultan, muuza kahawa akauliza.

~ 135 ~

"Ah! Tuna mwenetu mmoja hapo kijiji cha Ndaamba anaozesha mwanawe leo. Nataka angalau nikaonekane maana sijapatia mguu hata mara moja"

Kusikia vile Zaharani akasogea karibu. Akajivuta nyuma kidogo kumsubiri Burashidi amalize kuyavuta mafunda yake ya kahawa. Alipomaliza kuaga akamsogelea karibu. Amejiinamia. Ukimwona tu utajua kuwa ni mwenye shida.

"Assalaam alaykum Burashidi"

Zaharani naye hakutaka kujitupa. Alijifanya kama vile anamjua Burashidi tangu awali. Kumbe jina lenyewe amelisikia kwa muuza kahawa.

"Waalaykum salaam"

Kwa mikono mikunjufu akaipokea salamu. Alikuwa na imani isiyo shaka kuwa mtu aliyempa salamu ni mtu aliyejuana naye.

"Samahani, nimekosa usafiri, na mimi naelekea Ndaamba. Ka..kama unaelekea huko naomba unisaidie"

"Ni kweli kijana naelekea huko, lakiniii...Duh! Ninakwenda na familia yangu yote, na kigari chenyewe kama unavyokiona. Sasa nahisi hatutaenea"

Moyo wa Zaharani ukarudi chini. Tamaa ikapotea. Furaha yake ikafifia na kufa kabisa. Na gari hii pia ameikosa. Sijui ni kipi alichokitazamia kutokea kwa wakati ule. Gari gani itakayokwenda Ndaamba muda huu?.

Akaondoka eneo lile na kujongea mbele. Akaketi kwenye baraza ya nyumba karibu na pindo la njia. Amejikunyata kwa baridi. Nguo aliyoivaa haikuhimili vishindo vya baridi hata kidogo. Midomo inatetemeka. Mikono ilianza kumfa ganzi. Punde akausikia mvumo mwengine wa gari. Taa zilimulika upande aliokuwa ameketi kwa nguvu. Akasimama na kusogea njia kuu aweze kuonekana. Aliuinua mkono wake kwa ujasiri. Huku ni kutia mkono kizani, pengine bahati yake itasibu.

Aliipungia mkono kwa nguvu zake zote kama askari barabarani aliyekuwa akilazimisha kuikagua gari. Ikabana breki kwa nguvu na kusimama chini yake.

"Zaharaani!"

Sauti ya mwanamke ikatoka mbele upande wa dereva. Yeye ndiye aliyekuwa ameshika usukani. Akatoa kichwa nje kumwangalia vizuri.

"Nafanya nini sese hivi huku? Oh! My God!"

Eliza na familia yake walikuwa wanarudi kutoka matembezi. Amewakwepa kule, anawapata huku. Akabaki kuduwaa. Pembeni alikuwapo mume wake Eliza.

"Nilikuja kutembea, nimekosa gari ya kurudia"

Akajibu kwa tabu. Amechoka. Baridi imeshamla. Mawazo yakamwandama kwa mara nyengine. Ya Tatu yakamwelemea. Ya Eliza yakamkalia kooni. Akafungua mlango wa kati na kuingia. Baba na mama yake Eliza walikuwemo. Wakamwangalia na kumsalimia. Wakawa wanazungumza kwenye gari. Hakutamani hata kuzungumzishwa. Alirudi kwao akiwa amechoka sana. Hakutamani kufanya lolote. Aliingia chumbani na kujitupa kitandani.

***

Hali ya Tatu iliendelea vizuri. Mwezi ulipita. Hakuacha kumfikiria Zaharani kila wakati. Aliamini kuwa Zaharani si mwenzake. Ni heri nusu ya shari kuliko shari kamili. Aliamua kutuliza roho yake. Baada ya mama yake kuwasiliana na kaka yake, ambaye ni babake mdogo Tatu, alitakiwa ampeleke Tatu kwa ajili ya kupima afya yake zaidi. Pia akapate mapumziko mazuri.

Baba yake mdogo Tatu aliitwa Kibopa. Aliishi nchini Kenya. Aliahidi kumtumia nauli mwisho wa mwezi. Tatu alikubali baada ya mama yake kumrai sana. Hapo mwanzo hakutaka kuwa mbali na mama yake hata kidogo. Mtu pekeye aliyemwamini. Mapenzi ya mama yalikuwa kama chemchemu. Hayakukauka hata kidogo. Yalizidi kufufurika kila sekunde. Yakamfunika na kumfariji. Akamwamini kwa kila jambo. Huyu ndiye mwenziwe. Hakutamani tena kurudi Ndaamba. Ijapokuwa alimpenda sana Bi Shumbana na mzee Magogo, walezi wake waliomlea tangu mdogo, lakini hakuona haja ya kuitia nafsi yake shimoni. Ndaamba kulikuwa na vitu alivyovipenda sana, na vile alivyovichukia sana. Aliwapenda sana walezi wake. Akampenda sana na rafiki yake, Mwajuma. Lakini aliyachukia sana mapenzi ya ulaghai. Mapenzi yaliyomsalitisha na mtu aliyempenda sana. Kurudi

Ndaamba ni kwenda kutilia mbolea maradhi yake. Ni heri alaumike kwa kuwakimbia walezi wake. Ijapokuwa alijua fika kuwa hawatofurahi. Wamemlea na kumkuza. Tangu yu mafua matupu, hajui hata kuishika nguo yake, seuze kuivaa. Leo ameshakuwa wa manufaa ndio amewakimbia! Heri ya hivyo kuliko kwenda akawa mzigo usio maslahi.

Safari ikawadia. Tatu akasafiri kwenda Nairobi. Aliondoka kuelekea mjini akisindikizwa na mama yake. Wakaagana uwanja wa ndege. Bi Kazija hakuweza kuyazuia machozi yake. Naye Tatu akalia shiba yake.

Baada ya muda walihimizwa kuwahi ndege. Muda wa kuondoka umekaribia. Ilikuwa ndio mara yake ya kwanza kupanda ndege. Lakini alikuwa na mtu wa uhakika wa kufuatana naye, hivyo hakuwa na wasiwasi mkubwa. Muda umeshasonga hajamwona mwenzake. Wasiwasi ukamjaa. Punde si punde akatokea. Alikuwa ni kijana mmoja, rafiki wa mwenyeji wake, yeye pia aliishi Nairobi.

Ndege ikapaa angani. Taratibu ikaanza kuzama mawinguni. Ikajifinya na kuwa ndogo. Mwisho haikuonekana tena. Waliokuwa uwanjani kama Bi Kazija wakayasadikisha macho yao kuwa ndege imesharuka. Akabaki kumwombea salama tu mwanawe. Ende kama maji ya bahari, kwenda na kurudi tena. Asiwe kama maji ya mvua, yakitemwa yametemwa, katu hayarudi tena.

Muda wa Eliza kuishi Ndaamba unaelekea ukingoni. Utafiti wake umeshakamilika. Anatakiwa kurudi chuoni. Baadhi ya miradi mengine ya maendeleo ameshaanza kuisimamisha. Amewaachia wenyeji kuisimamia. Wengi wao hawakuwa tayari kumwona anaondoka. Wengine waliona kuwa ni heri aondoke. Mila zake hazikulingana na zao. Mzee Magogo bado hajaondosha kiu yake. Hamu yake ni kumtia adabu Eliza japo kidogo.

Siku moja, saa mbili usiku, mzee Magogo alikuwa anapita karibu na nyumba ya Eliza. Akaikuta gari nje, bado haijaingizwa ndani. Aliisogelea karibu. Akaangaza kila upande. Baada ya kuyakinisha kuwa hapakuwa na mtu mwengine eneo lile, alitoa jisu lake nyongani na kuikatakata mipira ya nje yote. Halafu akaondoka. Alipofika mbele kidogo, akainua jiwe na kuirembea. Lengo lake ni kukivunja kioo cha mbele, lakini hakukipata. Jiwe likagonga pembezoni mwa gari.

"Ah! Mimi naona sijampata hasa huyu. Mh! Hana maana hata *pesa mbili*"

Akajisemea kimoyomoyo.

Punde mlango wa geti ulifunguliwa. Mzee Magogo akatembea harakaharaka ili asije akaonekana. Eliza alitoka na tochi yake kumulika baada ya kuusikia mshindo mkubwa.

Mipira ya nje ilikuwa imecherengwa kwa kisu. Karibu na mlango wa mbele wa gari palikuwa pamebonyea kidogo. Pande la jiwe lilikuwepo kushuhudia maamuzi ya mwenye gari.

Siku iliyofuata alimwita Zaharani. Akamshtakia kwa yale yaliyotokea usiku uliopita. Zaharani alitoa ushauri wa kuipeleka kesi polisi. Lakini Eliza hakuwa na muda huo. Hakutaka kabisa kuliafiki wazo hili. Mwisho akamtaka Zaharani waelekee mjini kununua mipira ya gari pamoja na kuyakamilisha masuala ya safari. Zaharani alitaka sana kwenda Ulaya, lakini si katika namna hii aliyoibaini sasa. Hapo mwanzo aliwaza kuwa Eliza ni wake. Na wakifika Ulaya mambo yatashamiri, pengine hata kufikia hatua ya ndoa. Lakini amejionea kwa macho yake, wala hakuhadithiwa. Eliza amemleta mume wake. Amemtambulisha mbele yake. Leo aelekee Ulaya kufanya nini?

"Sasa nikafanye nini Ulaya. Niwe mgeni wa nani! Ah! Lakini tulia, wacha nitengeneze safari. Nikipata nafasi ya kutoka tu hapa nitajisimamia mwenyewe. Sitokuwa na habari naye huyu"

Baada ya kufikiri sana alikata shauri. Akaichangamkia safari. Walitoka wote, yeye na Eliza hadi ofisi ya uhamiaji. Pia kuna mambo alihitaji kuyakamilisha ubalozini. Nayo akayaweka sawa. Masuala ya Zaharani yalibakia hatua ndogo kukamilika. Ilisubiriwa pasi yake ya kusafiria ambayo walitarajia kuipata baada ya wiki moja.

Moyo wa mama yake haukukunjuka. Kuwa mbali na mwanawe kungelimpa tabu. Amezoea kumwona akiwa karibu siku zote. Lakini aliamini kuwa mafanikio ya mwanawe ndio yake pia. Ni heri amridhiye. Ulaya kuna mengi. Na yeye atakuwa ananyoosha mkono wake kupokea matunda ya Ulaya. Mwombee mwezako kupata. Baba yake hata hakuwa na pingamizi yoyote.

Pasi yake ya kusafiria ilipatikana. Gari ya Eliza ikawa inatafutiwa *mshtiri*. Bei nyepesi tu, mradi iuzwe. Bwana Magogo alisikia kuwa gari ya mzungu inanadishwa. Naye nyimbo yake siku hizi ni kununua gari. Pesa zake za kiinua mgongo amezituliza *mchagoni*. Na kwa jinsi bei ya gari ilivyokuwa nyepesi, roho yake ilimuuma. Na mate yakamtoka. Hakujua hata amkabili vipi Eliza. Aliamini kuwa hakuna aliyemwona siku aliyofanya *unyambi* wa kuikata mipira gari. Lakini nafsi yake ilimsuta. Ikamlaumu pia. Gari hii hii aliyoihujumu ndiyo inayomwelekea mikononi. Ikambidi ajitose kumkabili Eliza. Alimkabili kwa kuinunua gari. Siri yake ikabaki moyoni mwake. Japo husemwa kuwa uso umeumbwa na haya lakini Magogo alijitosa kwa hili. Alipatana bei na kuinunua. Kuanzia wakati huu, alijitwika mzigo wa lawama. Kwanza amemchukia mtu ambaye hakustahili kumchukia. Mtu aliyemtimizia ndoto yake. Pesa zake zote za kiinua mgongo alizitumbwikiza kwenye gari.

SURA YA KUMI NA TATU

Kibopa alipenda sana kuwasimamia watoto wake katika masomo. Ili uikose bahati ya uwana kwake, kama mwanawe, basi uipe mgongo skuli. Si haba, watoto wake wote watatu waliongoka kielimu. Wa kwanza alikuwa chuo kikuu cha Makerere, Uganda akikamilisha shahada yake ya uzamili. Mwanamke huyu, mwaka wa thelathini huu tangu kuacha ziwa la mamake, mbio zake zote ni kwenye vitabu. Hataki habari nyengine. Anasubiri kumaliza masomo yake Makerere aende Scotland kuendelea na masomo katika chuo cha *Strathslyde*.

Mwanawe wa pili yupo Nairobi anachukuwa shahada yake ya kwanza. Mwengine alikuwa mdogo bado. Yeye alikuwa kidato cha saba. Kibopa hakuona shida hata kutoa milioni kumi kwa wakati mmoja, mradi ziwe zinakwenda masomoni. Pesa zake nyingi aliziekeza katika masomo. Mungu alimjaalia kipato. Yeye binafsi alikuwa mhadhiri katika chuo kikuu Nairobi. Pia alifanya kazi katika taasisi kubwa za elimu.

Gari yake ilifika mapema kumlaki mtoto wa dada yake. Dereva wake, Kibohari, hakuchelewa hata sekunde kumpeleka bosi wake kwenye safari zake za kila siku. Kabla ya kumpeleka chuoni kufundisha alimfikisha uwanja wa ndege. Profesa Kibopa alitakiwa kuingia darasani saa tisa mchana kwa siku ile. Hakumwamini dereva mwengine yoyote zaidi ya Kibohari. Haukupita muda mrefu tangu walipofika uwanjani, wakaishuhudia ndege ikikunjua mbawa zake na kufanya mizunguko yake kupata kituo chake ili iweze kusimama kama ilivyoongozwa.

Jua lingali mawinguni-halijachomoza hata mara moja leo. Haikudhaniwa kuwa ndege ingeweza kufika salama. Hali ya hewa imekalia ushari mtupu. Kutua kwa ndege kulikwenda sambamba na kutua kwa nyoyo za waliokuwa wakisubiri wageni wao kuwapokea. Waliteremka kwenye ngazi na kusubiri mizigo yao. Wakati huu Tatu alishughulika kumwangaza baba yake mdogo. Naye alimtafuta mwanawe na kumwona kwa mbali. Sura hazipotei. Damu nzito kuliko maji. Alimjua mwanawe bila ya *gatigati*. Akasogea na kumkumbatia. Miaka mingi baba na mwana hawajaonana. Alishukuru sana Kibopa kufika salama kwa Tatu. Pia akakutana na rafiki yake, Zuberi ambaye alimfuatanisha na Tatu. Wakasalimiana na kupeana habari za kwao.

Hali ilizidi kubadilika angani. Upepo ukavuma. Ukayakashifu maungo ya baadhi ya watu. Ukazinyanyua nguo zao na kuwayumbisha waliokuwa uwanjani. Wakakimbilia kwenye jengo la uwanja wa ndege kujificha. Punde tu likatoka tangazo la kuzisitisha ndege zote zilizokuwa zikisafiri mchana ule. Mamlaka ya hali ya hewa nayo ikasikika ikitoa utabiri wa hali ya hatari inayotabiriwa jioni ya siku ile.

"Tunaiomba mamlaka ya usafirishaji kusitisha vyombo vyake vya angani na baharini mara moja, hii ni kutokana na upepo unaotegemewa kuvuma kwa kasi mno jioni ya leo pamoja na mvua za hapa na pale……..."

Idhaa ya KBC Nairobi ilitangaza.

Kabla ya taarifa hii kukamilika, simu ya Kibopa iliita.

"Mume wangu vipi? Huyo mgeni wetu amefika salama? Maana hapa nimefungua KBC wamesema kuna ndege imeshindwa kutua kutokana na upepo mkali sana, sasa nilikuwa nataka kujua ni ipi hiyo?"

Mke wa Kibopa alikuwa amehamanika kutaka kujua. Kwa kweli hali ilitisha. Saa nane mchana ilikuwa kama saa moja usiku. Kiza kimetanda ndani ya muda mfupi. Watu wamejifungia majumbani mwao kusikiliza mshindo na hatima ya hali ile.

"Mke wangu usiwe na wasi wasi tayari tuko pamo..."

Simu ilikatika.

Kibopa aliwahimiza wenzake kuondoka kukimbilia garini. Gari ziliwasha taa kama wakati wa usiku. Mvua nzito nayo ikaanguka. Upepo ukapokezana na mvua. Mvua ikachukua nafasi. Wakaondoka na kueleka nyumbani. Mawasiliano nayo yakawa ya shida kupatikana. Yalipotea kabisa. Moyo wa mke wa Kibopa ukawa juu. Hakuweza kumaliza kuzungumza na mume wake simu imekatika. Akabaki kuchungulia dirishani labda angemwona mumewe.

Moyo ukapata faraja aliposikia mvumo wa gari. Akachungulia na kuiona gari ya mume wake. Alimlaki mumewe pamoja na wageni wake kwa mikono mikunjufu. Hali ya hewa ilimtisha Kibopa kuelekea kazini. Siku ile aliamua kupumzika nyumbani na wageni wake.

***

Zaharani alikuwa furahani kusafiri. Moyo umemtua sasa kwa hatuwa nzuri na mwelekeo wa safari yake. Akili yake imetwaa Ulaya. Siku alizihisi zimeganda-hazitembei. Akatamani kuzifunga kamba na kuzivuta ili zifike haraka. Ameshaijua siku ya kuondoka kwa ajili ya safari yake.

"Sasa ndio nakwenda kuanza maisha. Siku zote hapa nilikuwa maiti. Labda *maiti kwenenda.* Huko ndiko kwenye uhai, hapa tuna maisha tu-hatuna uhai. Nahesabu wiki yangu moja tu kuondoka. Ha!ha!ha! *bye bye* Afrika. *Never come back"*

Zaharani alikuwa anajisemea na nafsi yake kifua mbele. Anajitapa kama kwamba tayari yupo kwenye ndege kwenda ulaya. Shauku yake haimithiliki. Furaha ya kumchania nguo imemteka. Mpango wa safari alikwisha ukamilisha Eliza. Safari ilitegemewa kuanza kwa kupitia Nairobi. Baada ya siku sita wataelekea Ulaya moja kwa moja.

"Mwanangu Ulaya ni Ulaya. Usije ukawa mzungu wa matendo ukasahau kwenu. Unatuona sisi tulivyo. Hatufurahii kutengwa na wewe mwenetu. Kiza cha upweke hatukipendi ila tumechoshwa na pigo hili. Pigo la dhiki"

Bi Sabahi, mamake Zaharani alisema kwa unyonge. Ameegemea nguzo iliyoshikilia paa la nyumba. Imeshaliwa na mchwa kila sehemu. Umebaki *ufito* tu. Ukiupiga *kumbo* umeuangusha chini. Bi Sabahi amejisahau. Ilipoyumba nguzo naye akatanabahi kuwa anacheza na shilingi chooni. Akasogea pembeni karibu na alipoketi Zaharani. Ameshughulika kupanga nguo zake. Zipi za kuchukua na zipi hazistahili kuvaliwa Ulaya, kama alivyodhani yeye.

"....usijeukaupa nafasi ule msemo wa wahenga mwanangu, usemao fimbo ya mbali haiui nyoka. Maana wengine wakifika huko hawakumbuki lolote lile. Hebu mtazame yule dada yake Masudi, *afaliwa* ni nduguze tu yule, seuze wewe mwana. Hebu nitazame mimi! Hizo nguo ni muhimu zaidi yangu?"

Bi Sabahi alipandwa na hasira kumwona Zaharani ameshughulishwa na nguo, hamtazami yeye.

"Lakini *mother* nakusikia ati"

"Si adabu hizo. Ladha ya mazungumzo ni kuonana kwa kutazamana, upo?. Malezi mema watoto wa siku hizi hamuyataki. Ustaarabu wa wapi huo mlionao?. Ustaarabu wa paka, kunya mavi akajipaka"

Zaharani akamtupia macho Bi Sabahi. Akaziacha nguo. Bi Sabahi amestakimu juu ya mbuzi yake. Akavuta nazi yake na kukamata chuma. Akaibanja kwa pigo moja tu na kuyaachia maji yakimwosha mikono na kutiririka kwenye bakuli lilowekwa kwa ajili ya kukunia nazi.

"Sawa nakusikiliza mama n'ambiye"

"Ah! Miye sina zaidi, nataka utukumbuke tu. Hatuna tena nguvu, tumekwisha wazee wako. Twendea gesi na upepo tuuu"

"Sawa mama sitawasahau. Nitawakumbuka siku zote"

Mlango ukafunguliwa. Alikuwa ni baba yake Zaharani. Anarudi kwenye mihangaiko yake. Bila ya kusalimia, naye akatoa dukuduku lake, kama kwamba alikuwa akiyasikia mazungumzo. Maana alianza na mada ile ile.

"Ukifika huko ujuwe ulikotoka. Najua una hamu sana kwenda huko. Ujuwe kuwa macho yetu yote tisiini yako huko yanakumulika. Usije ukamezwa na jiji, usije ukaona umefika. Hapa duniani tunapita tu, ahera kuna hesabu. Jitahidi uchunge heshima yako na yote tuliyokufundisha. Usiondoke hapa u-mweupe ukarudi u-mweusi"

***

Bi Shumbana na mume wake hawakuacha kunung'unika. Kuondoka kwa Tatu kuliwasikitisha. Hakuwaaga. Ingawa taarifa ziliwafika kupitia kinywa cha mama yake, wao kama walezi wake hawakujisikia vizuri. Tatu alikuwa bado anahesabika kuwamo mikononi mwao. Alikwenda kwao kupumzika tu na kuiangalia hali yake. Lakini kwa upande wa Tatu, si kwenda na kurudi, alikuwa ameshaihama Ndaamba. Ila walezi wake hakuwaambia. Na hakutaka wajuwe kwa sasa.

"Sisi ni wakuambiwa hivi! Umepata kuona wapi wewe!. Sisi ndio walezi wake huyu. Hata kama ni ruhusa ilikuwa itoke kwetu. Ameshafika Nairobi ndio tunaambiwa sisi. Mh! Haya bwana ndio mambo. Ende salama na arudi salama"

Bwana Magogo alikuwa akisema huku akifungua redio yake na kuibadilisha betri. Ukali wake na ujabari haukendelea sana. Alilipa puuzo jambo hili. Siye siku hizi Magogo wa zamani. Angelinuna na dada yake kwa majuma na miezi-Lakini alinung'unika na kunyamaza.

Alipomaliza hapo alikwenda kwa Eliza kuitimiza ahadi yake. Ameshazilipa pesa zote. Bado kuichukuwa tu gari yake.

Eliza alikuwa ameshughulika kupanga mizigo yake. Kila kilicho cha tunu alikiweka tayari kwa ajili ya safari. Kilichopatikana Ndaamba na kuwa adimu Ulaya alikifungafunga na kukichukuwa. Alichukuwa mabungo, ubuyu, chokichoki na mapera.

Alipoisikia kengele ya mlangoni aliyathibitisha mawazo yake. Alikuwa akimtarajia Mzee Magogo, na kweli alikuwa yeye. Ameitimiza ahadi. Alifunguliwa mlango na kuingia ndani. Hapakuwa na mazungumzo marefu tena kwani mambo yote yalikuwa yameshakamilika. Tayari wameshaandikiana juu ya ushitiri wao. Mzee Magogo aliendesha mwenyewe gari. Hakuwa mgeni na udereva. Ameshawahi kuwa dereva hapo zamani. Pamoja na kuwa ameacha zamani, lakini fani haizeeki.

Alijiona kama yumo kwenye ndoto. Kwake ilikuwa siku kubwa. Yapaswa kuandikwa hata kwenye kitabu cha kumbukumbu. Kuelekea kule alikoamini kuwa ndiko duniani waishiko watu. Kule alikokujengea mawazo ya kila aina-Kama pepo ya dunia kwake-Ulaya. Na hii ilikuwa mara yake ya kwanza kusafiria ndege.

Aliongozana na familia ya Eliza kuelekea uwanja wa ndege. Alijaribu *kujitia hamnazo* kwa kulifumbia macho lile alilolishuhudia usoni pake. Uhalisia ni kuwa Eliza ni mke wa mtu. Na mume wake yuko machoni mwa Zaharani. Kilichojiri mawazoni mwa Zaharani mwanzoni kabla ya kulifahamu hili ni kummiliki Eliza ili yake yamwendee vyema. Ila kwa sasa ameshayafunika mawazo hayo kwenye kisima cha zege. Vyovyote itakavyokuwa ni sawa mradi aikanyage Ulaya. Eliza ni kama ngazi ya kupandia kufika kileleni, hivyo ndivyo alivyoamini.

Gari iliyowapeleka uwanja wa ndege ni ile ile aliyoinunua Bwana Magogo. Ilikodiwa kwa mchana ule. Ikawapeleka kisha bwana Magogo akarudi. Ndege ya saa tano za asubuhi ilianza kupakia abiria. *Nairobi Airline* ilikuwa tayari kwa ajili ya kupaa angani. Eliza hawakupata hata muda wa kupumua, iliwabidi wasogee uwanjani kuingia kwenye ndege. Wakati uliposalia ndege ilianza safari.

Eliza alikwishafanya mawasiliano na rafiki yake aliyekuwa akiishi Nairobi kwa ajili ya kuja kuwachukuwa na kuwapeleka hotelini. Alimpa kazi rafiki yake wa zamani kutafuta hoteli yenye mandhari nzuri. Walipanga kukaa siku sita. Profesa Kibopa aliwahi kuonana na Eliza katika harakati za masomo nchini Uingereza. Bado mawasiliano yao yalikuwa imara. Muda mrefu sasa Kibopa alimsisitiza Eliza kutembea nchini Kenya. Kwa Eliza, huu ulikuwa muda muafaka kuitimiza ahadi yake.

"Mke wangu, na leo nina wageni, ninakwenda kuwapokea uwanja wa ndege. Hawa ni wazungu, kwao ni Ulaya ila wamekuja Afrika. Nitawapeleka hotelini kwanza. Kama hawatojisikia tabu nitawaleta hapa nyumbani wapajuwe"

Profesa Kibopa alimuarifu mke wake juu ya ugeni wa Eliza.

"Sawa mume wangu walete tu hamna shida"

Profesa kibopa akatoa simu yake kumpigia dereva wake ili waelekee uwanja wa ndege.

Akiwa anamsubiri dereva wake, alimwita Tatu na kumtaka wafuatane akautembee mji wa Nairobi.

"Vipi mwanangu Tatu, utakwenda uwanja wa ndege angalau ukatembee?"

"Sawa mjomba! Nitakwenda"

Tatu alijibu huku akitabasamu. Alitamani apate safari naye aitembee Nairobi.

Aliingia chumbani na kujiandaa. Haukurefuka sana muda, dereva alifika na safari ikaanza.

Macho ya Tatu yalivutika na urefu wa majumba yaliyoutawala mji wa Nairobi. Huku gari ikisonga mbele na kuyaacha majengo marefu yakirudi nyuma. Watu wameshughulika kufanya shuhuli zao. Wanunuzi, wauzaji, matapeli, ombaomba, wanafunzi na kila aina ya wanajamii hawakukosekana kwenye msururu huu. Mji una mengi. Tembea uone mambo. Asingeyaona haya bila ya kutembea.

Walipofika uwanja wa ndege iliwabidi wasubiri. Ndege ilikuwa haijatua. Muda ulipotea na saa zikayoyoma. Saa nzima ilipotea bila ya kutua ndege yoyote. Profesa Kibopa alianza kujilaumu kwa kufika uwanjani mapema sana. Mvumo wa ndege iliyokuwa ikielekea kutua ulisikika. Ikaonekana katika upeo wa macho. Ikafuata njia moja kwa moja na kuzunguka hadi ulipokwisha mwendo wake ikasimama, abiria wakashuka.

Kila aliyekuwa akimsubiri mgeni wake alikaa tayari kumlaki. Profesa Kibopa alimtazama kila aliyepita, hasa alipoona wazungu alizidi kuwatolea macho. Eliza na wenzake walifika. Macho ya Tatu yalikuwa yakiwasindikiza watu wawili walioongozana. Kwake kilikuwa kioja. Mmasai na mzungu waliofuatana wakiwa wameshikana mikono walimshughulisha. Mmasai alikuwa amevaa rubega. Alisuka msuko wa rasta na huku akizungumza Kiingereza vizuri. Aliwatazama hadi pale walipopotea machoni mwake. Alishitushwa na sauti za maamkizi baina ya Eliza na Kibopa.

Alijiona kama aliyekuwa ndotoni. Kumbe wageni wenyewe kwake hawakuwa wageni. Walikuwa ni watu waliokuja kuupangua mfumo wa maisha yake. Wakaujaza mafumbo. Upande mwengine alikuwapo Zaharani. Amenyong'onyea kumwona Tatu. Moyoni ametanzwa na mawazo. Anajiuliza maswali bila ya kupata majibu. Aliambiwa na Bi Kazija, mama yake Tatu kuwa Tatu ameolewa Ulaya, lakini leo anamwona hapa.

"Labda huyu aliyefuatana naye ndiye mumewe, lakini mbona hana dalili za kuwa mke wa mtu!"

Zaharani aliwaza na kuwazua. Akamtazama Tatu aliyekuwa amesimama pembeni mwa Kibohari. Akamlinganisha Tatu na Kibohari, fikra zake zikiwa zinayapima mahusiano yao. Mawazo yake yakamshawishi kuwa Kibohari ndiye mume wa Tatu. Ama kwa upande wa Tatu hali ilikuwa mbaya zaidi. Alijiona kama aliyechomwa mkuki. Kumwona Zaharani ambaye hakumtarajia. Kote huku alikokimbilia kujipumzisha amemfuata. Kwa wakati huu alipata maswali mapya.

"Mh! Kumbe huyu mzungu ana mume wake! Amekuja kufanya nini kule Ndaamba! Au alikusudia kuyavuruga mambo yaliyotulizana?. Amekuja kulitifua vumbi na kweli amefanikiwa kulitifua. Na huyu Zaharani anakwenda wapi na watu hawa? Mh! Kuhangaika na ulimwengu"

Tatu alizongwa na mawazo.

Eliza na John, mtu na mume wake walikuwa wameshikana mikono. Kwa mazingira yale Tatu aliiridhisha nafsi yake kuwa yule alikuwa mume wa Eliza. Na kama si mume wake basi ni mchumba wake.

Kumbukumbu za Eliza hazikuwa karibu kwa wakati huu, hakumjua Tatu. Isingekuwa rahisi kwani hawajakutana mara nyingi. Ni mara moja au mbili tu walizowahi kuonana Ndaamba. Waliingia garini na kuondoka. Waliamua kuelekea hotelini moja kwa moja. Tatu alitamani gari iruke ili arudi nyumbani kwao. Zaharani alitamani ajuwe undani wa maisha ya Tatu kwa sasa. Baina ya Tatu na Zaharani hapakuwa na neno lililosemwa. Walitazamana kama walioogopana.

SURA YA KUMI NA NNE

Maisha ya kuzishika pesa yaliwalevya Saidi na Jafari. Wakatahamaki wameelemewa na kusongwa na mawazo kila dakika. Vipi watazipata pesa ili nao wawe kama Midumange. Hatari iliyowazunguka ilikuwa nyuma ya pazia. Hakuna aliyeiona ndani ya jicho la moyo. Ilibaki kupita mawazoni kama vumbi lililopeperushwa na upepo wa dhoruba kali. Usionekane hata ulipopita.

Nusura yao imo ncha ya vidole vya Midumange. Tegemeo la uhuru wao. Sauti ya huyu waliyemtegemea ni pesa tu. Akifilisika au akiukunja mkono wake leo hii basi hakuna liwalo zaidi ya kufia jela. Si hayo tu, hata akitokea mtendaji asiyejali maslahi ya tumbo lake na akapata ushirikiano wa watendaji wenzake katika kutoa hukumu sahihi, basi nao ingekwisha jeuri yao. Lakini wapi! Sikio la kufa halisikii dawa. Mradi mkono uende mdomoni.

Kibaya zaidi ni kuwa wamechoka kuonja. Sasa hamu imewazidi kimo. Wanatumia badala ya kuwa wauzaji. Jafari alikula kiapo mwanzoni kuwa hatojaribu hata kuufikisha mdomoni unga wa kokeni na bangi. Alijiahidi kuwa atabakia kuuza-kama muuza sumu. Lakini haikuwa hivyo. Sio kuonja tu, alikuwa mlaji. Laana za kiapo chake zikamgeuka na kumuangamiza kidogo kidogo. Chochoro zote anajulikana sasa. Ukimhitaji Jafari utampata vijiweni. Amekuwa mteja maarufu. Hakuna jambo la maana alilolifanya likaonekana. Pesa zote huishia kwenye ulevi na kuzifuja ovyo. Kumbi za starehe zote alizijua yeye. Saidi alikuwa mjanja wa mjini. Ulevi wake haukupitiliza kama Jafari.

Nguo zimetawanyika kwenye chumba kidogo. Mwanga hafifu ulipenya kwenye tundu ndogondogo za dirisha. Sufuria hazikuonekana kwa sisimizi na nzi waliokuwa wakiimba na kushereheka. Leo ya tatu havijagusa maji. Karibu na godoro lililonyambuka ililala gilasi ya maji iliyonuka harufu ya pombe. Usiku wa jana huo-Jafari alizimalizia chumbani pombe nyengine.

Aliliokota shati lake moja la rangi ya bahari, lilikuwa limechakaa. Harufu ya jasho iliyochanganyika na moshi wa sigara na bangi ilichagiza. Yeye binafsi alijitia pumbazo. Utadhani mishipa ya hisia za harufu imekatika kwa alivyokosa kujali. Nywele zimesokotana na kupiga wekundu. Yapata mwezi hazijaona kitana. Zilisalia kusokotwa sokotwa na kupangana kama mavi ya mbuzi yaliotawanyika.

Anaelekea kwenye maskani yake. Hii ilikuwa maskani maarufu kwa watumiaji wa madawa ya kulevya. Ilijulikana kwa jina la *Afandewakwetu*. Aliinama kidogo mlangoni kukinusuru kichwa chake. Urefu wake ungelimponza kama asingeliinama. Saidi alikuwa ameshatoka kwenda kuosha magari kama ilivyo desturi yake.

"Ni bora nipite kwa Side kuchukuwa jero yangu maana huyu mara hanilipi tena. Nitapata kupasha japo sigara tatu. Duh! Kichwa chenyewe kishaanza kuleta *mizinguo* hiki, kishatamani mambo yake"

Alipita chochoroni hadi kazini kwa Saidi. Gari zilikuwa zimeegeshwa kwa ajili ya kuoshwa. Nyengine zilikuwa zinaondoka zikiwa zinang'ara kama zilizotoka dukani sasa. Sura ya Saidi hakuweza kuitia machoni. Aliangaza kila upande lakini hakumwona rafiki yake.

"Afadhali umetokea!"

Sauti ya mwosha gari anayefanya kazi na Saidi alisema:

"….huyu jamaa yako leo hajatia mguu hapa. Yaani simu yake haipatikani kabisa. Atalalaje hadi sasa. Saa tatu hiyo mtu wangu!"

Jafari hakusema neno. Alibaki kusimama na kumtazama mwosha magari. Alidhani Saidi yupo kazini kama ilivyo ada yake. Lakini haikuwa hivyo. Amekwenda wapi! Hakuelewa. Hata hakusema chochote kwa wakati ule. Aligeuka na kuondoka.

"Nazungumza na wewe aloo! Hata hunijibu!"

Mwosha magari akaanza kulalama. Alijihisi kudharauliwa na Jafari.

"Mh! Huyu kijana siku hizi haeleweki. Ah! Amedata na mji. Ulodi wote umemtoka"

Alijisemea kwa sauti ya chini na kutikisa kichwa huku akiendelea kupangusa vioo vya gari.

Kwa mbali akamwona Saidi, akashituka kumwona ameongozana na bosi wao, Midumange. Gari waliiegesha pembezoni mwa jengo lililokuwa mkabala na eneo la kuoshea magari. Akawasogelea karibu. Midumange hakuwa katika hali ya kawaida.

"Afadhali nawe umetokea"

Midumange akapaza sauti.

Kweli hali haikuwa salama. Jafari alijua kuwa hawa watu walikuwa wakimtafuta yeye muda mrefu. Simu yake ilikuwa haipatikani, imeharibika siku hizi.

"Hebu njooni kwenye gari tuzungumze"

Bosi wao aliwaita. Nyuma alifuatiwa na walinzi wake. Walisimama na *kuchichipaa* mizizi ya shingo na mikono kuonesha ushujaa wao. Wakaingia garini.

"Hatari imewasimamia usoni penu"

Alitanguliza sentensi moja iliyoyanyanyua masikio ya Jafari na Saidi. Wakataka kujua cha mno kilichosababisha hatari hiyo iliyotabiriwa na Midumange.

"Sasa naona maadui zetu wanaanza kutupandia kichwani. Nyinyi mlikuwa na mteja wenu mkubwa, mnamkumbuka?"

Wakatazamana kama waliokuwa wakiwaza pamoja. Ni nani aliyemkusudia Midumange, hawakumjua.

"Nani huyo bosi, Jafari aliuliza"

"Yule mzungu! Yule hakuwa mtumiaji. Alitumika kufanya *ushushushu* wake tu, na naamini amefanikiwa. Cha kusikitisha zaidi ni kuwa ameshasafiri. Amejielewa haraka maana ningelimtengeneza vyema akajisahau na kusahaulika duniani."

Hapo wakatazamana tena kuthibitisha yaliyosemwa. Na kama ni mpelelezi, amewezaje kuthubutu namna ile! Ameshiriki kuliko wateja watumiaji katika kununua unga na bangi.

"Hivi bosi kweli yule alikuwa si mtumiaji?"

Saidi akauliza kwa shauku ya kutaka kujua.

"Ndio, yule sijui kafuata nini nchi hii! Lakini kazi hiyo ameifanya na naamini kiasi fulani amefanikiwa. Sasa niwambie kitu"

"Kitu gani?", akauliza Jafari.

"Kila mmoja atakuwa mtetezi wa nafsi yake awamu hii. Midumange atakuwa Midumange. Side atakuwa side sijui ndio Saidi. Na jafari ni Jafari. Midumange hatomsimamia Jafari, maana nyinyi ndio mnaoniletea wateja wa ajabu ajabu. Munakurupuka tu. Sasa likiripuka mara hii...."

Akawafanyia ishara ya kuwataka watoke garini.

"Lakini...."

Saidi akanyamazishwa na kofi la mgongo alilopigwa na mlinzi.

Kimya kikatawala. Wakatoka na kuongoza njia. Kitendawili kikawasokota mawazoni. Mkubwa wao amewakataa leo.

"Side unaona mambo hayo! Si bure mtu wangu. Huyu jamaa ametuita kwa lake huyu, tena zito. Au ametuchoka, anatutoa kijanja!"

"Wangu sikiliza, hapa mimi sijaamini, yule mzungu alivyokuwa akinunua unga kwa mamilioni ndio awe shushushu! *Impossible* mtu wangu hiyo"

Saidi alikataa katakata.

"Yaani hapa nilipo Side sina hamu ya lolote. Nimepoteza *mood* kabisa. Bora nikalale tu"

Jafari alimwacha Saidi akielekea kazini kwake. Alijua magari yanasubiri kuoshwa. Yeye akarudi chumbani kwake kulala. Midumange alijenga dhana kuwa Eliza hakuwa na nia njema kwao.

***

John hakuwa na asili ya Uingereza. Alikutana na Eliza katika mazingira ya dhiki. Mambo yalikuwa yamemtanza Eliza, naye aliamua kumsaidia. Mazowea yao yalichipua kama mche uliomea katika ardhi yenye rutuba. Wakaanza mapenzi yao. John alikuwa na asili ya Ujerumani.

Ni miaka isiyopungua mitano sasa tangu kutokea kisa hiki. Eliza alikuwa anapapatuana na askari baada ya kukamatwa njiani. Siku hiyo alikuwa ameazima gari ya rafiki yake. Muda wa kuendelea kuwepo Ujerumani ulikuwa umeshamaliza. Aliishi kimagendo. Siku tatu sasa yupo Ujerumani huku ikiwa ruhusa ya viza yake imekwishafika kikomo.

Askari wawili walimsimamisha na kuanza kumuhoji. Hofu ikampanda kichwani akiwa hajui la kufanya. Askari nao walikuwa wameshaanza kumdai uthibitisho unaoonesha uhalali wa yeye kuwepo katika nchi ile ya kigeni. Akawekwa pembeni kwa muda. Askari wakawa wanakabiliana na kundi la vijana waliokuwa wanaendesha gari kwa mwendo wa kasi mno. Waliipungia mkono gari hiyo. Haikuwa na uwezo wa kusimama papo kwa papo kutokana na mwendo kuwa mkubwa. Ilisimama hatua kumi mbele kutoka pale walipokuwa askari. Ikarudi nyuma tena kuwasikiliza askari. Walishuka vijana watano wakaanza kuzungumza na askari huku wakicheka. Askari na wale vijana walikuwa wanajuana vizuri. John alikuwa msemaji kuliko vijana wenzake. Akamwita askari pembeni.

"Huyu ni nani uliyemsimamisha pembeni? Mbona anaonekana kujawa na wasiwasi?", John akamwuliza askari.

"Huyu nimegundua ni mwengereza mwenye makosa ya kuendelea kuwepo nchini petu, amejawa na wasiwasi hapo alipo, viza yake imeshapitiwa na muda"

Askari alikuwa ameshagundua kuwa Eliza ana makosa.

Baada ya John kumaliza kuzungumza na askari, alielekea pale pele aliposimama Eliza. Akamtaka aingie kwenye gari yao kwani tayari ameshamwombea.

"Ingia kwenye gari yetu, baadaye tutakuleta uje kuchukuwa gari yako"

Kauli hii ya John ilikuwa kama iliyomroga Eliza. Moyo ukamshawishi kumfuata. Akadhani kuwa tayari ameshanusurika na mikono ya askari. Askari hawakuonesha pingamizi yoyote. Baada ya kuondoka machoni mwa askari ndipo alipoanza kujawa na hofu. Akajiona kuwa amefanya kosa la jinai kuiruhusu nafsi yake iongozane na watu asiowajua. Ni heri angelibaki na askari labda wangelimhurumia.

"Mbona nimewafuata watu nisiowajua! Hata tabia zao zinaonekana mbaya"

Alianza kujisemea kimoyomoyo.

Kama aliyeusoma moyo wa Eliza. John akaanza kuutafsiri moyo wake huku akicheka.

"Unavyoonekana dada ni kuwa una wasiwasi. Tena unajuta kuungana nasi, unatamani ungekuwepo na askari eeenh!"

John alianza kumfanyia tashtiti Eliza.

Ni kweli, kundi la John lilifungua redio kwenye gari kwa sauti kubwa. Wakawa wanacheka na kucheza. Walikokuwa wanakwenda hakukujua Eliza. Macho ya John yalibaki kumtazama Eliza. Akiwa na uhakika kuwa amejawa na wasiwasi. Kwa sauti ya chini, akamliwaza kwa kumwambia.

"Usiwe na wasiwasi, sisi si wahuni kama unavyotudhania. Tunajifurahisha tu hapa ndio maana ukatuona hivi. Na wale askari ni marafiki zangu. Wamethubutu kukusamehe ilhali wakijua kuwa una makosa. Isitoshe wanajua kuwa sisi si watu wakorofi. Unaishi wapi kwani wewe?"

Kabla ya kujibu swali aliloulizwa Eliza, alishusha pumzi. Akatabasamu na kujibu swali.

"Ah! Kwetu ni London, nimekuja kutembea tu hapa. Na muda wangu umekwisha"

Mazoea ya wawili hawa yalianzia hapo. Eliza aliweza kuendelea kubaki Ujerumani kwa muda wa miezi miwili. Akarudi nyumbani kwao akiwa tayari ameshakujua kwao John na kujulikana pia. Amekubalika mia kwa mia. Mama yake John alimpenda Eliza kama mwanawe.

Tabia za John hazikuwa wazi mbele ya Eliza. Ingawa alijua kuwa sigara zilikuwa kama maji ya kunywa kwa John. Jengine alilokuja kulibaini baadae ni kuhusu utumiaji wa madawa ya kulevya. John alitumia madawa bila ya kisisi.

Maisha ya Eliza yalikuwa katika utata mkubwa. Katika jambo alilolichukia maishani mwake ni madawa ya kulevya. Mbali na hilo, tabia nyengine za John kwake zilikuwa karaha. Ujabari wake haukuwa na mipaka. Maamuzi yake yalikuwa yakuamua wakati wowote tu. Na akiamua hapingiki. Hapo Eliza alifika. Aliwekwa kiganjani. Pamoja na usomi wake, alikuwa hasikii haoni kwa John. Aliishi Ujerumani sana baadae. Akarudi tena Uingereza pale John alipoamua kuishi huko. Aliyavumilia makubwa na hatimaye akaweza kuishi na John.

Siku ya kipigo Eliza alipata adabu yake. Alipigwa na kubaki kumezea mate tu. Hakuwahi kufikiria kumwacha John. Kwake hakutokea mwanamme mwengine aliyeweza kumpa moyo wake kama alivyompa John.

Kuja kwa Eliza Afrika, haikuwa rahisi. Mwanzoni ilikuwa vigumu kuipata ruhusa kutoka kwa John. Alipoingilia kati babake ndipo ruhusa ilipotoka shingo upande. Mwisho wa siku akaanza kuyashiriki madawa ya kulevya. Sasa Eliza ni mzoefu sana wa madawa ya kulevya. Ingawa alijaribu sana kujificha wakati atumiapo.

***

Sasa muda wake wa kurudi nyumbani kwao umefika. Wameamua wote kuja kumfuata. John hakufurahi kumwona Eliza ana mpango wa kumchukuwa Zaharani. Kuondoka naye hadi Kenya tu kulimkera sana. Sasa ameamua kutoa agizo zito la kumtaka Eliza asitishe mpango wake. Kichwa kikamzunguka Eliza. Ameshamtoa mwana wa watu mbali, akiwa amemjaza tamaa ya kwenda Ulaya. Zaharani hakujua kinachoendelea. Amegubikwa na mawazo ya kufika kule akudhaniako ndiko. Lakini wapi! Anapangiwa kurudishwa au kutelekezwa nchini Kenya.

Ndani ya giza nene, ametafrika. Chuki za John juu yake zikamdhihirikia machoni. Akayatanabahi yaliyopo kwa ncha ya jicho. Sauti kali ya lugha ya Kiingereza ikasikika masikioni mwake. Ikigombeza. Ikateta na kumshambulia Eliza.

"Kwanini! Kwanini! Unajiamulia?"

Maneno haya yaliukoroga moyo wa Zaharani. Akabaini kuwa ameshajichongea kuyajibu maswali ya John pale alipoulizwa juu ya safari yake. Naye akatoa mbivu mbichi. Aliyemdhamini safari *akamdumba*. Kumbe alikuwa akijipalilia makaa. John ikampanda chuki.

Eliza alijua kuwa John asingelifurahia kuujua ukweli kamili wa safari ya Zaharani. Wazimu wa John kwenye maamuzi ni sawa na mkuki wenye sumu kali. Hashindwi na jambo kwenye upinzani wake. Sasa ameamua moja kwa moja kukata shauri la kutenda lile analoliamua. Atakua mgeni wa nani Zaharani katika mji huu! Mji asioujulia mawio wala machweo ya jua.

Siku ya safari ilikuwa ni siku inayofuata. John hakumpa Eliza mwanya wa kufanya mazungumzo yoyote na Zaharani. Alishinda na Eliza mchana kutwa. Kila alipokwenda alikwenda naye. Eliza hakutaka kufanya lolote la kuzidi kuupandisha wazimu wa John. Alimwelewa mwanzo na mwisho. Akiamua hata kuuwa angeliweza. Ameshamfanya Zaharani kuwa ni adui mbele ya macho yake. Pengine tayari ameshaandamwa na fikra za ziada juu ya Zaharani na Eliza. Kwanini aamuwe kumchukuwa yeye na si kijana mwengine yoyote!. Kwanini asimchukuwe mwanamke! Msaada gani huu! Gharama za safari zimtoke Eliza. Mwanzo alijua kuwa Zaharani ni mwenye kujitegemea katika safari yake. Kumbe haikuwa hivyo. Eliza aliumia sana kumwacha Zaharani Kenya baada ya kumtia tamaa. Ni heri angelimwacha nchini kwao. Majuto yakamvaa. Alijua kuwa John akibaini juu ya msaada wa Eliza kwa Zaharani asingebaki kimya. Aliitafuta nafasi ndogo aweze kumsaidia Zaharani namna ya kurudi kwao, lakini pia hakuipata. Hasira za John zilipopanda zilimkataza hata kusema naye.

Walibaki hotelini hadi usiku. Eliza na John walilala chumba kimoja. Wazazi wa Eliza walikuwa chumba cha pili. Zaharani alilala chumba chake pekeye. Na hata mdogo wake Eliza, rika moja na Zaharani alilala chumba chake. Zaharani Hajui nini kitamtokea usoni pake. Wazazi wa Eliza hawakuyaingilia kati mambo ya wana wao. Nao pia walimchukulia Eliza kuwa amefanya kosa kufanya maamuzi pasipo kumshirikisha mume wake. Wakayaacha yawe yatakavyokuwa. Nani atamtetea Zaharani?. Hilo lilikuwa swali lisilo jibu. Hakuweza kulifumba jicho usiku mzima. Hata kulipopambazuka alihisi bado yu gizani. Aliyahisi machozi yasiyo kizuizi yakitengeneza njia mashavuni. Akayapangusa. Baadaye akainuka kitandani na kujiangalia kwenye kioo. Uso wake umepauka. Mikono imemfa ganzi kwa kiyoyozi. Akahisi joto limemwandama licha ya kiyoyozi kilichoweza kueneza hewa yake. Alipogeuka ubavuni akakiona choo. Akabaini kuwa choo kinamuhitaji kabla ya kutoka nje. Alipomaliza kuoga tu mlango ukagongwa. Chai ilikuwa tayari. Ikawekwa mezani.

Ajabu ya Mungu ikamkuta mgeni wa watu. Mhudumu aliingia na kuwacha kipande cha karatasi chini ya kikombe cha chai. Kimeandikwa kwa lugha ya Kiingereza. Kabla ya kuvaa nguo, aliamua kukimbilia mezani. Akakifungua na kukisoma.

Tafsiri ya maelezo...

Najutia makosa yangu. Samahani sana. Mume wangu ni katili. Kwa kuhofia usalama wa uhai wako, nimeamua haya niliyoyaamua. Tunaelekea uwanja wa ndege bila ya kukuchukuwa wewe. Hakubali John na anaweza kuua huyu. Kwanini umemwambia kuwa nimekudhamini? Huyu jamaa ana wivu sana. Chukuwa anuani ya Bwana Kibopa, mwambie afungue barua pepe nitamwelekeza kuhusu wewe. Ahsante. Samahani sana ila hapaharibiki kitu. Nakusubiri Ulaya. Najua utafika tu.

ANUANI -Kibopa, Nairobi ,+254 242230232

Wako, rafiki

Elizabeth.

Alijikuta akianguka chini. Pumzi zinamwenda mbio. Zaharani amechanganyikiwa kama mwendawazimu.

SURA YA KUMI NA TANO

Kitanda alicholalia Tatu kilikuwa cha futi sita kwa sita. Chumba kilichosakafiwa kwa marmari. Runinga kubwa ilifungwa ukutani. Ubavuni mwa kitanda ulikuwepo mlango, chini ya mlango palikuwa na zulia dogo lililojaa manyoya kwa ajili ya kujifutia miguu. Hiki kilikuwa ni choo kidogo kilichotumika chumbani humu.

Kichwa cha Tatu kililala chale. Kikazunguka kila upande kuushuhudia utajiri aliojaaliwa mjomba wake. Fahari ya kuwepo pale hakuiona.

Alimkumbuka mama yake aliyekuwa mbali naye-
Mtu pekeye aliyeweza kummiminia faraja wakati
wowote alipoihitaji, tena bila kikomo. Mtu pekeye
aliyeweza kumpa furaha isiyo kifani pale
alipoipoteza kwa watu wengine aliowaamini. Ni
yeye aliyemhurumia na kumjali zaidi ya pumzi
yake. Leo amemkimbia.

"Sasa hicho nilichokipa mgongo mbona
kimenifuata! Si ndiye huyu huyu Zaharani
anayeendelea kuteseka na ulimwengu. Tamaa
ameiweka mbele. Loh! Mungu nisahaulishe
machungu yasiendelee kunila mwana wa mja
wako miye! Niende wapi asipofika huyu! Ah! Sina
pa kwenda zaidi ya kubaki kwetu. Mwache yeye
akaonje ladha ya dunia! Kwani ladha? Ni ladha
gani hiyo ya kukunyima uhuru. Nguo ya kuazima
haisitiri utupu. Mtegemea cha ndugu hufa
masikini"

Mawazo yake yalisita ilipobishwa hodi. Sauti ya
babake mdogo iliita. Kama kawaida yake, kila
alipotaka kwenda kazini alimwita Tatu kumsalimu
na kubadilishana naye mawazo mawili matatu.

Alijinyanyua kitandani huku akiyafikicha macho
yake kwa mikono, labda alikuwa anaukimbiza
usingizi uliosalia machoni.

"Shikamoo Mjomba"

Aliukunjua mkono na kumwamkia babake.

"Marhabaa! Habari za kuamka?"

"Nzuri baba, nashukuru"

"Leo nitakwenda kukamilisha mpango wa masomo yako ili nawe uanze. Si vyema kukaa nyumbani tu. Unaona wenzako wote wanajitafutia elimu? Na mimi nitazungumza na mamako ili ubaki nasi hadi utakapohitimu"

Tatu alitamani kumkata kauli bwana Kibopa. Mawazo yake yalipishana mashariki na magharibi na mawazo ya mjomba wake. Ujio wake si kuanzisha makaazi bali ni matembezi ya muda- Na kwa matazamo wake yashafikia ukingoni. Iweje leo atafutiwe sehemu akasome! Si ndio tayari ameshajisabilia kuwa mtu wa Nairobi. Kwake hili lilikuwa zito.

"Lakini Baba, mimi nimekuja kwa muda tu hapa, na sasa nahisi ni wakati wa kurudi nyumbani maana mama amebaki peke yake"

Ucheshi wa Profesa Kibopa haukutoweka licha ya kutoifurahia kauli ya Tatu.

"Tatu! Mamako yuko na watu hayuko peke yake! Hatokataa akielewa kuwa nimekutafutia shule! *It's good* kwamba gharama zote zitakuwa juu yangu. Pata elimu sasa ujitegemee badaye. *Anyway!* Pumzika! Mimi nitayamaliza mwenyewe"

Alisisitiza bila ya kujali kilichosemwa na Tatu. Aliingiza mkono mfukoni na kutoa noti ya shilingi elfu moja na kumpa Tatu.

"Ahsante"

Aliitoa kwa unyonge huku akibaki mlangoni kumsindikiza mjomba wake.

Furaha yake ilipotea mchana kutwa. Alikuwa akitafuta njia muafaka itakayoweza kumnasua na suala la yeye kubaki Nairobi. Lakini hakuijua.

***

Aliugusa mwili wake kusadikisha. Bado ameemewa na kutanzika. Labda ilikuwa ni ndoto ya alfajiri. Akabaini kuwa yanayomtokea yalikuwa ni sahihi na si ndoto. Yu macho ndani ya fedheha ya ugenini. Akijiangalia mfukoni mwake hakuwa na chochote zaidi ya shilingi hamsini. Alimtegemea mtu aliyemtupa na kutoweka kabisa kwenye upeo wa macho yake. Kibopa atamsaidia nini yeye! Akajinyanyua na kujisogeza kitandani. Hamu ya kunywa chai ikasambaratika. Ni heri ingelikuwa ndoto angelijipa moyo na maisha yakasonga mbele. Masikini Zaharani.

Mhudumu akarudi mlangoni. Akajishauri kumwita mteja wake lakini mkono ukawa mzito kugonga mlango. Ameshamsubiri sana lakini hajatoka. Anaonekana kuguswa na yaliyomfika Zaharani. Ameyasikia yote yaliyosemwa na John wakati akipigishana kelele na Eliza.

"Masikini huyu kijana amesibiwa na nini sijui! Lakini duniani kuna vituko"

Yule mhudumu akajisemea chini kwa chini.

Zaharani naye akapiga moyo konde na kusogea mlangoni. Macho yake yakagongana na macho ya mhudumu.

"Nilikuwa na..na..nakuja kukuita tuzungumze. Maana nina shida na wewe"

Mhudumu alitangulia kusema huku akitabasamu. Uso wake ulifunikwa na joto la wasiwasi. Mikono ya shati yake nyeupe ameipandisha juu. Nywele zake zilikuwa zimesukwa rasta ndogo ndogo. Sketi yake ilifika magotini.

Zaharani akaonesha tabasamu la uongo. Moyo wake ulipatwa na mapigo yaliyoipoteza nuru ya macho yake. Alijiona kama aliye kwenye giza. Akajiweka tayari kumsikiliza yule dada pengine anaweza kumrejeshea japo mwanga hafifu.

"Wale wazungu ni akina nani kwako? *I'm sorry* lakini, *just*.. naa..nataka kujua maana"

"Ah! Wale ni..nimetoka nao kwetu lakini….!"

Hakujua awatambulishe vipi. Maneno yalikwama kinywani. Yakabiringishana kwenye ulimi. Lipi litoke mwanzo na lipi libaki ndani! Mwisho akakatishwa na yule mhudumu.

"Yule mwanamke ana moyo mzuri! Lakini Yule mzungu mwanamme amemkataza kukuchukuwa wewe Ulaya. Amemwambia pindipo akithubutu kukupeleka atakuua. Mwisho, yule dada amefanya mpango kunipa kikaratasi ili kikusaidie, sijui umeona chochote cha kukusaidia kwenye kile kikaratasi?"

Swali hili likawa zito kwa Zaharani. Akajihisi amechomwa kisu cha tumbo. Anaumia ndani kwa ndani.

"Mh! Amenipa anuani ya rafiki yake, amesema atafanya mawasiliano naye ili anisaidie. Na...na mimi kwa upande wangu, sitokwenda popote. Nataka safari tu ya kurudi kwetu. Na hata simu ya kumpigia mimi sina"

Machozi hayakuacha kububujika kutoka machoni mwa Zaharani. Kila alivyokuwa akimweleza mhudumu ndipo yalipozidi kububujika. Mwisho yakadhihirika.

Kwa vile ilikuwa ni sehemu ya kazi, mhudumu hakupendelea kuendelea kufanya mazungumzo na Zaharani pale.

"Pole ndio maisha. Subiri kama robo saa, namaliza kuweka sawa ofisi nimpishe mwenzangu wa zamu ili nirudi kwangu. Nitakuchukuwa tukayamalize. Usijali"

Mhudumu akaonesha moyo wa huruma wa kutaka kumsaidia.

***

Mamake Tatu hakuwa na pingamizi ya kusomeshwa mwanawe. Hili kwa Tatu lilikuwa gumu. Alitaka kurudi kwao hata hivi sasa. Kumpinga mjomba wake hakuweza. Ukizingatia kuwa mamake na mjomba wake walikuwa shauri moja. Aliposikia kuwa ameshapatiwa skuli na siku inayofuata atapelekwa kwa ajili ya kuanza masomo, alilia pekeye chumbani. Hamu ya kusoma ilimpotea zamani. Sasa ni miaka mitatu yuko *uraiani*. Hakupata fursa ya kuzungumza na mamake kwa siku zile. Lisilo budi hutendwa. Ndio kauli iliyomwinua kutoka alipo na kufuata agizo la wazazi wake.

***

Muda wa kutoka ofisini ulipofika, alimpisha mwenzake wa zamu. Zaharani akaiaga hoteli na kufunga *virago* vyake. Hatua kwa hatua aliongozana na Mhudumu hadi kwake.

"Mimi naitwa Janeti. Ni msichana niliyezaliwa na wazazi ambao kwa bahati mbaya walifariki kwa ajali wakati mmoja. Niliamua kujitegemea baada ya ndugu kutudhulumu mali zetu. Ni mimi pekeye niliyenusurika kufa kwani nilikuwepo shule. Na hapa ndipo ninapojisitiri. Ni chumba kimoja tu hiki. Subiri niandae chakula. Baadae nitaweka salio uweze kuzungumza na huyo mtu labda atakupa msaada"

Punde mlango ukagongwa. Kijana mmoja mrefu aliingia. Akamkumbatia Janeti na kumpiga mabusu moto moto. Kisha akamgeukia Zaharani.

SURA YA KUMI NA SITA

Akili ya jafari haikuweza kukubali kirahisi juu ya kile walichokisikia kwa Midumange. Ni mara nyingi waliweza kuyauza madawa ya kulevya kwa Eliza. Vipi ingeliyumkinika kuwa si mtumiaji! Alibaki katikati baina ya uongo na ukweli. Kila alipotaka kukubali, sauti ya kukanusha ilimteza nguvu-Akaendelea kubaki kwenye kukataa. Hakutaka kuamini. Alipata kumjua Eliza kijijini kwao. Alipokuja mjini na kuanza maisha mapya alikutana naye tena. Hakuwahi kujitokeza wazi wazi mbele ya macho ya Eliza, bali alifanya kila hila kujificha. Alimwacha Saidi akiendelea kufanya biashara na Eliza. Lakini alielewa kila kilichokuwa kikiendelea.

Ndani ya kiza cha mawazo, Jafari alijiona mkosefu. Ameipa mgongo familia yake. Alichokifuata hakioni. Ni kipi chenye thamani zaidi ya utu wake-Je! anao? Uwapi? Amejitundika kwenye dari. Amebaki kuning'inia tu. Nusu mtu, nusu hayawani. Haeleweki wala hajielewi.

Alipokaribia maskani ya AFANDEWAKWETU aliamua kukaa. Kwa wakati huu, muda ulikuwa umeshasonga. Yapata saa sita na nusu. Hakuna alilolifanya tangu asubuhi. Akaamua kurudi chumbani kwake. Kilichomvuta kule ni pombe yake iliyobaki nusu chupa. Akaitamani kwa hamu zisizo kikomo-Akaifuata.

***

Macho ameyatoa kumtazama Janeti. Alipojitoa mikononi mwa yule kijana aliyemkumbatia, alimtazama Zaharani kama aliyetaka kumwambia jambo.

"Vipi umepata mgeni?"

Sauti nzito ya kijana ikapasua katikati ya ukimya.

"Ndio, huyo amepatwa na shida kubwa, masikini!"

Moyo wa Zaharani haukukaa mbali na woga. Akili yake ikaendelea kumtabiri mtu yule aliyeingia na kuyaoneshana mahaba yake kwa Janeti. Yote hayo hayakumkaa akilini zaidi ya kuogopa kudhuriwa iwapo mwanamme huyu atamdhania vyengine.

"Shida gani hiyo?"

Yule kijana akasogea kwenye ndoo za maji, akaivuta moja iliyokuwa tupu na kuikalia. Akayatupa macho yake kwa Zaharani kama kwamba alikuwa akiisubiri hiyo simulizi inayohusiana na Zaharani isimuliwe. Alipomwona amenyamaza na kuduwaa, alimtupia maswali.

"Jina lako nani kijana na unatokea wapi? Pia niambie umefikwa na nini?"

Zaharani alijiweka vizuri kwenye mkeka na kuanza kusimulia. Wakati huu Janeti alikuwa anaandaa vinywaji. Alitoa chupa mbili za bia. Baada ya hapo, akamuuliza Zaharani kinywaji alichoweza kukitumia.

"Mimi naomba maji tu"

Hakutaka zaidi ya maji.

"Maji tu yanatosha! Kwanini usionje bia japo kidogo maana hata juisi hatuna", Janeti alisisitiza.

"Hapana! Siwezi na sijawahi kutumia"

Hapo Zaharani akaendelea kusimulia hadithi ya maisha yake. Akaitoa sababu ya yeye kukwama kwa safari yake na kubaki Nairobi.

"Duh! Inasikitisha! Kwa kweli kuna binadamu wako kama wanyama. Atakuachaje ugenini! Na huyo mwanamke amefanya kusudi. Watakuwa wako shauri moja hawa"

Batezi aling'aka kwa ukali. Akaonekana kuguswa na kitendo alichofanyiwa Zaharani.

Akanyoosha mkono kuiomba hiyo anuani aliyoachiwa Zaharani.

"Mh! Huyu Kibopa, si ni mwalimu wa chuo kikuu huyu, au siye?", akauliza Batezi.

"Hata mimi nilipata kusikia wakihadithi juu ya ualimu na nikasikia wa..wakizungumza kuhusu mambo ya chuo"

Kwa pupa, Zaharani akamuunga mkono Batezi.

Batezi ni kijana wa mjini. Alipendana sana na Janeti. Maisha yake yalikuwa mikononi mwa Kazi za nguvu. Alitumwa na matajiri na kujipatia chochote. Alipolisikia jina la Kibopa, alizivuta fikra zake na kuanza kulitafakari. Kweli alimjua Kibopa kwani ameshawahi kumfanyia kazi zake.

"Kama ndiye huyo Profesa Kibopa, ah! namjua sana. Na hata leo hii ukitaka nitakupeleka mtu wangu usijali"

Moyo wa Zaharani ukastakimu kwenye kivuli cha matumaini. Ukahisi kama uliomwagiwa maji baridi. Ingawa haielewi hatima ya safari yake.

Walipomaliza kupata vinywaji, walipanga kumfuata Profesa Kibopa. Wote waliamini kuwa yeye ndiye mkusudiwa bila ya shaka. Janeti na Zaharani waliagana, naye Batezi akaongozana na

Zaharani kuelekea kwa Kibopa. Waliingia kwenye daladala hadi nyumbani kwa Kibopa.

"Nakumbuka hii ndio nyumba yake huyu jamaa. Sasa sijui yupo"

Batezi alimwelekeza Zaharani. Hakutaka kusogea.

"Unajua vipi Zaalani! Mimi 'uyu jamaa tuliwai kugombana. Sasa sipendi anione kabisa. Wewe nenda. Alafu kama itakuwa sio yeye nitakusubili tutaludi *home*. Na kama ndiye nitajua maana hutotoka mda huu"

Zaharani alikubali huku moyo ukimwenda mbio. Ilikuwa kama bahati nasibu. Akaamua kusogea kwenye mlango na kubisha hodi. Alipofunguliwa mlango alifunikwa na tahayuri. Hakuweza kuunyanyua uso wake.

Tatu ndiye aliyeufungua mlango. Hakuweza kusema neno kwanza. Alijua kuwa nyumba aliyoikusudia ndio hii hii, wala haigeuki. Lakini Yule aliyemsimamia mbele yake hakumtarajia kwa wakati ule. Alipiga moyo konde na kumsalimia. Tatu naye akaelemewa na maswali. Anavyojua yeye ni kuwa Eliza ameshasafiri, na hata Zaharani asingekuwapo pale. Kulikoni? Akapatwa na maswali yasiyo majibu.

Baada ya sekunde zisizopungua kumi kupita, Zaharani alijitoa kimasomaso kwa kujaribu kumsemesha Tatu. Akakaribishwa ndani. Aliyemuhitaji kwa wakati ule hakuwapo. Maamuzi aliyoyapitisha ni kumsubiri. Hawezi kurudi kwa Janeti. Walikuwa ni watu wa kupita tu kwake.

Hakuyajua maadili yao hivyo asingeweza kubaki kwao. Matumaini yake ya mwisho yalibaki kwa Kibopa. Ukimwangalia Tatu naye anaendelea kujishauri. Anatamani aulize ili apate kuujua undani wa mambo. Mjomba wake na mkewe walikuwa wametoka. Walikuwa safari moja. Nyumba ilikuwa baridi, Tatu na mfanyakazi wa nyumba tu ndio waliosalia.

Alijisikia vigumu kumwacha Zaharani sebuleni peke yake. Naye Zaharani alitamani apate wasaa aweze kubadilishana mawazo na Tatu.

"Tatu! Tatu! Tatu!"

Zaharani aliita mara tatu. Tatu alijifanya kama aliyekuwa hajasikia. Hatimaye akageuka. Pole pole akaitikia kwa sauti ya chini. Imejaa kitetemeshi. Nyonge sana. Uso wake umegeuka pembeni bila ya kumtazama Zaharani.

"Naomba ukae hapa tuzungumze"

Moyo ni moyo-Hubadilika. Kiapo alichokiapa moyoni kumdharau Zaharani popote atapomwona alikifikiri. Kuendelea *kumtia pafuni* ni kuipa mwanya dharau ya Zaharani mbele ya wageni kwa tamaa yake isio haya. Lakini aliona si vyema kumdharau mtenda kosa iwapo naye atakubali kuwa amekosea. Isitoshe leo hii kiburi cha Zaharani kinaonekana dhalili, kimegeuka. Kiko wapi?. Mbona hakionekani! Kinyume na hayo, wote wawili wapo ugenini. Mwonekano wa sura ya Zaharani unajenga picha ndani ya macho ya mtu yeyote atakayejaribu kumtazama ya kuwa ana tatizo. Tatu pia amelibaini hilo. Akaamua kurudi na kuketi juu ya sofa kumsikiliza Zaharani.

"Nisamehe sana! Najua unaniona kama dudu lisilo thamani kwani nimekutia *hamkani* na kukupotezea muda. Umefika wakati wa kujua nilipotoka na niendapo. Ila najiona kama kuna nyoyo za watu nyuma yangu haziko pamoja na mimi. Zinanilaani na kunihukumu pasipo kunikamata. Labda, na ni uhakika naamini wewe nimekukosea sana"

Zaharani aliendelea kulalamika.

"Kwanini hamnipi ridhaa zenu nikapata mafanikio?"

"Hivi unadhani mimi naweza kukukosesha radhi?mbona unanipa jukumu na nafasi ya mzazi wako. Tenda utendayo mradi wazazi wasiwe na donge kwako"

Kinywa cha Tatu kiliendelea kumwaga maneno kama mfereji. Kabla ya Zaharani kusema neno lolote, Tatu aliendelea.

"Je wazazi wako wako radhi na safari hii"

"Ndio, wamekubali", Zaharani, kwa kujiamini akajibu.

"Sasa kama wameridhika usijali, mambo yatakaa sawa"

Ingawa alitamani kumuuliza kilichomsibu hata ikawa hajasafiri na Eliza, lakini mdomo wake ulikuwa mzito. Kila alipoendelea kuyatuliza makalio yake kwenye sofa, lilimchoma.

Akahamanika na kuamua kuondoka. Akamwacha Zaharani pekeye.

Tatu alisimama kama umweso na kuingia chumbani. Huko alianza kulia peke yake. Akamuomba msamaha Mungu kwa kila kosa alilolifanya-Liwe la dhahiri au la ndani, aliomba msamaha. Maisha yake yamekaa kama mchezo wa kuigiza. Hakuweza kusimama mbele ya Zaharani. Pia akaona vigumu kuyaendeleza mazungumzo yale. Akabaki chumbani na kumwacha ukumbini.

Haikupita hata robo saa mlango uligongwa. Alikuwa ni Profesa Kibopa. Akasimama kumsalimia. Ameongozana na mke wake.

"Karibu kijana! Wako wapi wenyeji wako naona wamekuacha peke yako?", aliuliza Kibopa.

"Hapana nilikuwa na shida na wewe", Zaharani aliwatetea wenyeji wake.

Mke wa mzee Kibopa aliingia ndani na kumwacha Zaharani akizungumza na kibopa. Alimsikiliza mgeni wake kuanzia mwanzo hadi mwisho. Kisha akamtaka atulize nafsi yake wala asifanye pupa. Kila kitu kitakaa sawa. Aliingia ndani na kutoa kompyuta yake. Alifungua barua pepe ili kuona kama kuna ujumbe wowote kutoka kwa Eliza utakaomwelekeza namna ya kumsaidia Zaharani. Bahati mbaya ilikuwa hakuna ujumbe wowote uliotumwa.

Alimhurumia sana kwani alizijua tabia za John. Kisha akamtaka Zaharani atulie pale hadi mambo yatakapokaa sawa. Kuendelea kubaki mbele ya macho ya Tatu kungelizikaribisha huzuni za wawili hawa. Lakini hakuwa na la kufanya mgeni wa Mungu. Akaamua kubaki pale. Mfanyakazi wa ndani aliitwa na kutakiwa amkabidhi chumba Zaharani.

SURA YA KUMI NA SABA

Mate yalimpalia, nusura yamtokee puani. Kikohozi kikamsakama kooni. Kamasi zimejaa pua tele. Harufu aliiona tunu, mchana mzima hajaweza kunusa harufu yoyote. Kulikoni? Alijiuliza. Ndani ya fikra za Zaharani mlijidundikiza mawazo mazuri na mabaya. Masikini, mwenyewe hakuyabagua mazuri ni yepi na wala hakuyatambua mabaya ni yepi. Yote kwake ni *donda sugu*. Laa Haulaa! Amekabidhiwa chumba chake. Kwani amekuja kuanza maisha kwenye mjii huu?

Yupo juu ya kitanda amelala chali. Usingizi unakuja na kurudi. Kama aliye ndotoni, akajikuta ameelemewa na jitu kubwa. Hawezi kuliona sura yake. Likamkamata na kumkamua kwa nguvu. Sauti haitoki, amebaki kutapatapa tu kama mfamaji. Dakika za mwisho ndipo nguvu ziliporudi. Akajinasua mikononi mwa adui yake.

Aliposhituka kutoka kwenye vita hivi, akakurupuka na kusimama. Uso akaupangusa. Akavitupia macho vitanga vya mikono yake. Vimemfa ganzi. Vikatuliwa na nzi, kama aliekuwa akichakura chakula ilhali hapana kitu. Ghafla, akampiga kofi nzi. Maskini kidudu cha watu kimekosa nini! Zaharani amesahau kuwa kumuadhibu mso kosa ni uonevu. Akavikukuta viganja vyake na kumwangusha nzi. Kisha akanyanyua mguu wake na kumsagasaga. Haukupita muda, Zaharani akiwa amekiegesha kichwa chake juu ya mto, mjusi akasogea na kumla yule nzi na kukimbia.

***

Siku zimepita bila ya mawasiliano yoyote. Zaharani ametupa jongoo na mti wake. Maneno haya aliyakariri Bi Sabahi kila uchao. Amekasirika, huzuni zimemjaa-Kisa Zaharani. Si simu, si barua, hata moja hajafanya kati ya hayo. *Magharibi ya roho* yamemkaa. Babake Zaharani hana wasi wasi. Anaendesha yake na yake yanamwendea.

"Mtoto kisirani, katuweka roho jitini. Sisi hatuna mana pesa mbili. Au ndio uzungu ushamzunguka! Ah! Haya tutaona. Kama kweli ni la kuwa basi haliwanywi"

Bi Sabahi alipaza sauti hadi nyumba ya pili ikasikika.

Babake Zaharani aliposikia alicheka Kwe! Kwe! Kwe! Akamsogelea Bi Sabahi na kumkebehi.

"Aaah! Pumbavu likipumbaa pumbaa nalo. *Vyereje*! Aondoshaye *guu* lake jaani hapa, panukapo uvundo akaurudisha tena! Mwache ende akale raha zake. Akitukumbuka *hewalla*, asipotukumbuka..........."

"E mume wangu we! Mtoto halengewi maneno, mtoto huombewa. Pengine hajatulia tu huko aliko. Si unajua mwanzo mgumu. Ugeni ni sawa na upofu tuombe heri tu"

Bi Sabahi akajipa moyo huku akielekea nje kuchanja kuni.

"Ah! Siipi *utesi* nafsi yangu"

Mumewe Bi Sabahi akamalizia na kutoka nje akiwa amebeba jembe kuelekea kondeni.

Hofu huwatala wazazi wengi wapewapo mgongo na watoto wao pasi na kujua maendeleo yao. Hivi ndivyo ilivyomtokea Bi Sabahi. Si yeye tu, na hata mamake Jafari, Bi Shumbana ameandamwa na homa ya aina hii. Tangu aondoke mwanawe kwenda mjini hajapata taarifa yoyote zaidi ya nong'ono za chini kwa chini. Tena zisizo nzuri.

Ameshawahi kuambiwa na baadhi ya watu waliowahi kukutana na jafari mjini juu ya tabia za mwanawe. Hawezi kuamini. Ingawa baadhi ya wakati hukaa na kutafakari kuhusu ukweli au uongo wa taarifa hii. Iweje mwanawe awe mtumiaji wa madawa ya kulevya!. Kamwe hawezi kuwa hivyo-Hivyo ndivyo alivyoamini.

"Babake Jafari! Babake Jafari! Babake Jafari! Loh! Mume wewe, tangu upate hiyo gari unajitia uziwi eenh!"

Bi Shumbana alianza kupigishana kelele na Mzee Magogo.

"E-ee, mimi si kiziwi. Chunga domo lako"

Mzee Magogo alikuja juu kama moto wa kifuu.

Mzee Magogo alitoa gari yake na kuelekea alikokujua mwenyewe. Amekasirishwa na mkewe. Hata kuaga hakuaga.

Baada ya siku tatu, ndani ya mchana uliokosa mwanga wa jua, Bi Shumbana aliamua kufunga safari kwenda mjini. Siku nyingi zimepita akiwa katika kampeni za kumtaka Mzee Magogo amfuatilie mwanawe, kwani lisemwalo lipo na kama halipo liko njiani. Yeye hakujali, alishughulika na hamsini zake tu.

Bi Shumbana aliamua kunyoosha njia mwenyewe. Aliingia kwenye gari ya abiria hadi mjini. Alikokwenda hakukujua lakini alimwomba Mungu. Ilipofika gari akashuka na kuanza *kususuma* kwenye mji. Aliduruduru njia zote. Ni kama aliyekuwa akicheza mchezo wa bahati nasibu. Alikuwa hajui anapokwenda. *Purukushani* za hapa na pale ndani ya mji huu zilipamba moto. Wafanyabiashara walizinadi biashara zao kujipatia wateja. Nguvu ya jua imeshitadi. Ameshachoka kuzunguka. Akaamua kutafuta kivuli kujipumzisha.

"Kamata huyo! Piga! Vunja vunja! Mwizi mkubwa"

Kelele za wananchi waliokuwa wakimfukuza kijana aliyekuwa akikimbia zilisikika. Akaanguka chini na kuzungukwa na watu waliokuwa na hasira. Akaanza kupigwa na kuburutwa kila upande. Bi Shumbana alikuwa akilishuhudia fujo

lile kwa mbali kidogo kutoka pale alipokuwa
ameketi.

"Mh! Mjini kuna visa. Ndio mambo! Ndio hatima
ya mwizi hiyo"

Bi Shumbana alikuwa akijisemea chini kwa chini.

"Sio mimi niacheni jamani. Ni...ni...niacheni.
Mimi si mwizi. Amekimbia! Amekimbia!
Amekimbia!"

Yule kijana alikuwa akijitetea huku kipigo
kikiendelea kumwelemea. Akaona naye asipitwe
Bi Shumbana, ni bora asimame akayaone bila ya
kuhadithiwa.

Uso umejaa damu. Shati limechanwachanwa.
Amejiwekea mikono ili kujikinga uso wake na
marungu pamoja na mateke yaliyokuwa
yakilengwa kwa nguvu zote. Askari walifika
kwenye tukio na kuwataka watu waliokuwa na
hasira wasiendelee kumshambulia kijana yule.
Kidogo ikapatikana nafasi, yule kijana akapata
kupumua.

Bi Shumbana alinyong'onyea kadiri alivyosogea
karibu. Pumzi zilimpa shida kupumua baada ya
kumwona kijana aliyekuwa akiteketea kwa
mashambulizi ya watu waliokuwa na hasira.
Mwanawe ndiye aliyekuwa akihiliki katikati ya
kundi lile. Mh! Jafari roho inamtoka mbele ya
macho ya Bi Shumbana. Hakujali alikuwa wapi na
mbele ya nani, alisogea na kumkumbatia
mwanawe.

"Nini kilichokusibu mwanangu!, hichi ndicho ulichokifuata mjini mwanangu? Aah! Utaniua Jafariii utaniua."

"Mama naomba utupishe kidogo! Tunataka tumchukuwe kituoni mtuhumiwa", askari mmoja aling'aka.

Bi Shumbana hakuweza kumwacha mwanawe. Alimng'ang'ania na kumvuta kwa nguvu. Ikawa ni vuta n'kuvute na askari. Mwishowe akashindwa. Taratibu mikono yake ikalegea. Huyo Jafari akapelekwa polisi. Mikono ya Bi Shumbana ilijaa damu. Hakuacha kufuata nyuma nyuma hadi kituo cha polisi. Akamshuhudia mwanawe akipelekwa ndani. Sura ya Jafari ilikuwa vigumu kutambulika kutokana na damu kumwenea. Alimtazama mama yake na kusindikizana kwa macho. Bi Shumbana alibaki nje akilia kwa sauti.

***

Ilipita wiki nzima bila ya ujumbe wowote. Hakuna barua pepe wala simu aliyoipokea Profesa Kibopa. Zaharani aliendelea kuishi katika nyumba hii kwa tabu. Hakuna kilichokosekana ndani ya nyumba hii isipokuwa furaha. Kwake Zaharani furaha iliadimika. Alibeba tuhuma kila alipomwona Tatu. Alijihukumu kabla hajahukumiwa. Na si peke yake, hata Tatu hakuiona furaha. Lengo la kuja Nairobi limepeperuka kama kishada angani, limekwenda *arijojo*. Kila Zaharani alipojaribu kuitafuta suluhu japo ya kuweza kukaa na kuzungumza na Tatu, hakufanikiwa.

Asubuhi mapema siku ya Jumamosi, Zaharani alikuwa amekaa juu ya kochi akiangalia tamthilia ya Kiswahili kwenye televisheni. Baada ya muda Profesa alisogea karibu yake.

"Zaharani naomba hiyo *rimota* kidogo tuangalie taarifa ya habari"

"Sawa Mjomba"

Ilikuwa ni siku ya mapumziko. Profesa aliamua kubaki nyumbani kuungana na familia yake. Punde alipokea simu. Namba ya kigeni iliingia. Ikabidi aipokee na kuzungumza naye. Alisimama kutoka pale alipokaa na kutafuta sehemu nzuri kwa ajili ya mazungumzo. Alitumia kama nusu saa kuzungumza na simu, kisha akarudi pale alipokuwa amekaa.

"Zaharani nimetoka kuzungumza na Eliza hivi sasa....."

Macho yalimtoka Zaharani kutokana na shauku ya kutaka kujua kulikoni! Pia mapigo ya moyo yakaongezeka alipolisikia jina la Eliza likitajwa.

"Anasema kuwa wewe uendelee kubaki na sisi hapa kwanza kwa ajili ya masomo. Huko mbeleni, baada ya kupata elimu unaweza hata kufanya safari mwenyeo"

Tamaa ilipotea. Akajiona amepoteza kila kitu. Amekuja huku kuzidi kujitia matatizoni. Akiwa amebaki njia panda kati ya kukubaliana na wazo hili, aliitikia shingo upande. Wakati huo huo aliendelea kujishauri. Mvutano wa mawazo uliegemea pande mbili. Ima, abaki na kukubali kusoma. Au aombe kutengenezewa safari na kurudi nyumbani kwao. Sasa akili kichwani mwake.

Kwa upande wa Profesa Kibopa, alimsikiliza vyema Eliza, pasipo kuyaeleza yote aliyoambiwa. Alibaki nayo moyoni na kuyasema yale tu aliyoyahisi yana umuhimu. Kiukweli, hata Eliza mwenyewe, ukiachia mbali Zahma alizozianzisha John, alipendelea kumwona Zaharani akipata elimu kwanza. Kwani elimu ya Zaharani ilikuwa ndogo sana. Yuko tayari asaidiane na Kibopa kumsomesha. Pengine huko usoni, ataweza kujitengezea safari mwenyewe au atahiari kubaki na kufanya kazi zake nchini kwao. Huu ndio msaada alioudhamiria kuutoa Eliza.

Baada ya kufikiria vya kutosha, maamuzi ya Zaharani yalikuwa ni ya kurudi nyumbani. Jambo hili kwake halikuwa na mjadala. Alikata shauri moja kwa moja.

Lolote liwalo na liwe, hivyo ndivyo alivyojikubalisha. Kukaa pamoja na Tatu kungelipoteza hata huo mwelekeo wa masomo kwa wote wawili. Yeye aliamini hivyo. Kibopa alikubali kumsaidia nauli ili aweze kurudi nchini kwake.

SURA YA KUMI NA NANE

Ama kweli! Uchungu wa mwana aujuwa mzazi. Tumbo lilikorogeka. Nguvu zilijitenga na kiwiliwili cha Bi Shumbana. Mwanawe aliyemhangaikia tangu kwenye mbeleko hadi amekipata kimo, leo anazichezea sulubu za watu wenye hasira. Hawana huruma kwenye kisasi. *Toba ya Rabi!* Sijui kuwa ni kweli ameiba au amezushiwa janga hili. Kichwa kilimzunguka Bi Shumbana. Akainyanyua mikono yake kumwomba Mungu, tumaini la pekeye, ampe suluhu njema mwanawe. Watu waliokuwa na hasira walibaki nje ya kituo cha polisi. Kama paka alieona panya, yuko radhi amnyambuwe kwa kadiri ya pumzi zake.

Baadhi ya watu walitawanyika. Pengine walikwishasadikisha kuwa chambo chao hakitoki kwa muda ule. Wengine walisuburi kuutia mwishoni ushuhuda. Bi Shumbana alibaki nje hadi saa kumi za jioni. Kilio kimemwisha. Sauti haitoki tena kwa kulia. Labda machozi ya damu ndio yaliyokuwa hayajayatoka. Punde kelele nyengine zikasikika. Moyo ukamlipuka tena. Ni sawa na lile lililovamia juu ya kichwa cha mwanawe. Kijana mwengine ameandamwa na kuletwa kituoni. Anapigwa vibaya na kundi lenye hasira. Askari walitoka kumnusuru kijana huyu.

"Mtoweni huyo wa mwanzo, ni huyu hapa mwizi"

Dada mmoja aliyekuwa amejifunga kanga kiunoni huku akiwa amekamata fimbo mkononi alipaza sauti. Jasho linamtoka.

"Mtoweni msimuonee huyo. Hahusiki"

Kidogo Bi Shumbana alipumua aliposikia kauli ile. Labda faraja inasogea. Kijana aliyeletwa wakati ule alikuwa anavuja damu kichwani. Alichukuliwa na askari hadi ndani. Mama mmoja aliingia kituoni. Akatakiwa kuonana na askari kwa ajili ya maelezo. Inavyoonekana, huyu ndiye aliyeibiwa.

Katika mizunguko yake ya kukata tamaa ya maisha, Jafari alikumbwa na mkosi wa hatari siku hii. Alikutana na kijana mmoja aliyekuwa akihema.

"Samahani broo., nikamatie mara moja huu mzigo, mkojo umenishika, wacha nijisaidie pale", kijana alimwomba Jafari.

Wema ukamponza. Mara tu baada ya kuupokea, kundi kubwa la watu likamvamia yeye na kumwandama. Na yule kijana mwengine akitimua mbio bila ya kuonekana njia aliyopita.

Alikuwa amebeba begi lililoporwa mikononi mwa mama huyu aliyechukuliwa maelezo na askari. Huu ulikuwa ndio uombezi wa Jafari. Ilithibitika kuwa hakuiba bali alizidiwa mbinu na yule kibaka aliyejifanya kuhitaji msaada.

Ameponea jela chupu chupu. Akatolewa ndani na kuruhusiwa baada ya kukamilika maelezo. Aliondoka na kuelekea nje. Bi Shumbana alimsogelea mwanawe na huku machozi ya furaha yakiendelea kutiririka mashavuni.

***

Mtiririko wa mawazo uliendelea kumthakili Zaharani. Aliyakumbuka maneno ya Profesa

Kibopa. Usiku wa jana kwake ulikuwa wa mapambano ya fikra. Mawazo ya kijitu kizima aliyoyapata kwa Profesa Kibopa yalitosha kuufungua ukurasa mpya wa maisha iwapo atayatia maanani. Mawazo yale yaliendelea kupita masikioni mwake. Akawa mkereketwa wa mawazo. Sasa akabaki kufanya maamuzi.

"Zaharani! Wewe ni kama mwanangu. Nimejuana na wewe kupitia Eliza. Nashukuru kukufahamu, pengine ndio hatua ya kuweza kuipanda daraja nyengine ya maisha"

Profesa Kibopa alimweka njia panda Zaharani. Bado alikuwa hajayafahamu mazungumzo yale.

"Ishi ukiwa na mtazamo wa mbali wa ukombozi. Na ili uufikie ukombozi wa maisha ni lazima ukomboke kimawazo. Penye mawazo finyu basi hapawezi kufikiwa kilele cha utawala bora wa maisha ya mtu binafsi na hata taifa kwa ujumla. Ishi kwa kufuata dira. Kipimo cha suluhisho la nafsi zilizotengana huwa mikononi mwa mtazamo mmoja wenye mwelekeo mmoja. Umejipanga vipi katika maisha? Ni ipi dira yako ya maisha? Una malengo gani katika maisha ya kujitegemea ?"

Profesa Kibopa alizungumza kisomi zaidi. Kisha akaanza kuyamimina maswali kwa Zaharani. Hakuwa na jibu hata moja kwa maswali yale. Alibaki kujiinamia kama aliyekuwa akibuni sera. Kisha Bwana Kibopa akaendelea.

"Ipo haja ya wewe kusoma. Huku ukiamini kuwa elimu ni ngao yako. Ukiitakidi elimu kuwa ndio mbawa za kukufikisha kwenye anga lililojinadi kumpokea mtunza hazina hii. Ili dhoruba ya kuburutwa na kuyumbishwa kwenye haki isikukumbe basi kwanza ujenge imani ya kile ukifanyacho, iwe kwa mtazamo wa walio wengi wakuaminika na sio wingi wa povu"

Kwa mara nyengine, Zaharani akapata swali. Lakini hili aliamua kulilenga moja kwa moja kwa Profesa, akiamini kuwa atapata jibu toshelevu.

"Kwani waliofanikiwa wote ni wenye elimu?"

Profesa Kibopa alilipokea swali hili na kicheko. Akamtazama Zaharani na kujishika kichwa. Kama aliyeulizwa swali zito akilitafutia jawabu lake.

"Kicheko changu hakina maana ya kudharau swali lako bali nimelipenda swali. Sio kweli kuwa waliofanikiwa wote ni wenye elimu. Wapo waliorithi mafanikio ya koo zao na wao wakayasimamia. Wako walioupata utajiri kupitia biashara zilizozaa tija. Na wapo waliofanikiwa kupitia elimu. Labda nikwambie jambo swahibu yangu Zaharani. Katika maisha kuna kitu kinaitwa fursa. Hivi unaelewa maana ya hili neno?"

"Opportunity au sio"

Zaharani aliuliza kama aliyekuwa hana uhakika. Tena aliuliza kwa Kiingereza, kama aliyekuwa mgeni wa Kiswahili.

"Ni sawa lakini hivyo ni kwa Kiingereza. Kimaana ni kuwa kuna namna na nafasi kadhaa wa kadhaa unazoweza kuzitumia ukafikia lengo. Sasa basi nikuulize. Je kwenu kuna utajiri ili ukausimamie?.

Je kwenu kuna urithi wa kuutunza vyema ukayaboreshe maisha yako? Na je wewe una mtaji wowote wa biashara ili uusimamie na kuiona tija yake baadaye? Je wewe una nafasi ya masomo unayoweza kuitumia ili siku ya siku uwe kwenye kundi la waliofanikiwa kwa kupitia elimu zao? Kama mimi?"

Zaharani alibaki kimya. Labda swali la mwisho angeliweza kulijibu kwa jawabu la ndio lakini hakuweza. Alibaki kimya akiamini kuwa jibu liko wazi na Profesa analijua.

"Zaharani. Kasome. Naomba ujifikirie tena. Kama unataka uondoke kurudi nyumbani, basi mimi hata kesho nitakufanyia utaratibu ili urudi. Laa Unahitaji kuitumia nafasi aliyoitoa mzungu au hata usishughulike na huyu mzungu-Mimi binafsi niko tayari nikulipie ili usome. Hii dunia ni ya wasomi. Maana hata hao matajiri lazima wafuate maelekezo ya kitaaluma katika kuyaboresha mafanikio yao. Upo rafiki yangu lakini?"

"Nimekufahamu sana. Naomba nipe muda niyatafakari haya baadaye nitakujibu"

Mjadala huu ulikuwa bado unausokota ubongo wake. Upande wa pili akanasa kwenye mawazo ya Tatu. Vipi angeliweza kuishi sehemu moja na Tatu. Hili lilizidi kumkwaza. Maamuzi yake ya mwisho aliyoyaamua ni kurudi kwao. Aliuamini na kuukubali ukweli aliousema Profesa Kibopa bila ya pingamizi. Lakini alipomfikiri Tatu akaona hakuna litakalokuwa labda kurudi Ndaamba au abaki skuli yenye dahalia. Suluhisho mbadala likainyamata

~ 192 ~

akili yake. Aliporudi Profesa alitakiwa kuleta majibu ya maswali aliyoulizwa.

"Nakubali kubaki ili nisome lakini ikiwa nitakuwa dahalia sio nyumbani. Siwezi kwenda na kurudi maana sitasoma"

Alivyofahamu Zaharani ilikuwa tofauti na alivyokusudia Profesa. Yeye alipanga kumpeleka kwenya mafunzo ya amali, yaani fani. Na alikuwa tayari ameshachagua kumpeleka chuo cha ufundi katika mji wa Mombasa. Zaharani alidhani kuwa atakwenda masomoni kwenye msururu wa vidato. Profesa Kibopa hakuwa na pingamizi na hilo. Yeye alimtaka Zaharani achukuwe fani ya ufundi juu ya mambo ya umeme.

Tatu alikuwa bado hajaanza masomo. Baada ya kusikia kuwa Zaharani anaelekea Mombasa kwa ajili ya masomo, shauku na hamu ya kutaka kuzungumza naye ilimnyemelea. Akatamani apate nafasi ya kuzungumza naye. Kwa uzoefu na umaarufu wa Profesa Kibopa, kupata chuo ni kazi ya mara moja. Baada ya wiki mbili Zaharani alitarajiwa kuanza masomo.

Ni kawaida ya nyumba ya Profesa Kibopa kutawala ukimya wakati wa mchana kutwa. Yeye na mkewe hushinda kazini hadi jioni. Mke wake alikuwa daktari. Ndani hubaki Zaharani, mfanyakazi wa ndani na Tatu, bado wawili hawa hawajawahi kukaa wakazungumza. Kila mmoja alimkwepa mwenzake. Leo Tatu amebeba ujasiri na kuuweka mbele.

"Zaharani! Zaharani!", Tatu aliita.

Wakati huu Zaharani alikuwa akitoka msalani kuelekea chumbani.

"Naomba utafute muda tu..tuzungumze"

"Sawa, mimi niko tayari hata saa hizi", Zaharani aliifurahia fursa hii.

SURA YA KUMI NA TISA

Jua lilianza kuviaga viumbe vya duniani baada ya kuvifariji mchana kutwa kwa mwanga wake. Taratibu likajongea kuelekea mafichoni kwa ajili ya mapumziko ya usiku mzima. Mwili wa Jafari ulikuwa umelowa damu. Majaraha yamemjaa mwilini. Aliongozana na Bi Shumbana hadi kituo cha daladala. Hakuna gari iliyotarajiwa kwenda Ndaamba kwa wakati ule. Hali ya afya ya Jafari iko kwenye wakati mgumu. Uamuzi wa mwisho wa Bi Shumbana ni kumpeleka Jafari hospitali pale pale mjini.

"Laiti angekuja mume wangu bwana Magogo! Ah! pele hupewa msi kucha. Mume wangu anao usafiri, makombo ya mzungu ila *hatustafidi* hata kidogo. Sawa, ndio mambo", Bi Shumbana alilama.

"Kwa-ni ma-ma, aaakh, aaakh! Ba-ba a-na ga-ri", Jafari aliuliza kwa kudodosa.

Maneno yalimpa tabu kinywani.

"Ndio lakini sina faida hata chembe *niliyoambulia* kwa huo mgari wake"

Kutoka sehemu waliokuwa hadi hospitali ulikuwa ni mwendo wa nusu saa. Jafari hakuweza kuinua mguu wake. Alijiona ameshaanguka chini. Papo hapo fahamu zikamruka. Hakujielewa tena.

"Jamani mwanangu, nisaidieni, mwanangu anakufa. Tobaaa! Mungu wangu nisaidie"

Alinadi kwa sauti iliyoambatana na kilio.

Wengine walitamani watoe msaada kwa kuutanguliza mbele ubinadamu. Ila kilichowavunja moyo ni kumjuwa yule aliyefikwa na tukio lile. Jafari wanamjua wengi waishio mjini, si kwa wema bali mlevi wa kupindukia sasa. Amefurutu ada. Walikuja na kumchungulia, lakini loh! walipomjua kuwa ni yule mlevi waliyemzoea hawakujali. Walibeza na kuguna. Wengine walisema waziwazi.

"Ndio hatima ya ulevi hiyo! Asiyefunzwa na mamaye....."

Haya yalimtia unyonge sana Bi Shumbana. Akajiona mama asiye maana kwenye mboni za waungwana. Akajinasibu na waliowatupa watoto wao. Labda yeye ndiye mkosa kwa kutomzuia mwanawe kuja mjini. Hakuna mzee apendaye kuharibikiwa. Na apendaye hivyo, bila ya shaka ni punguwani au hayawani mwenye sura ya mtu. Alizidi kunyong'onyea. Alichelea kumpoteza mwanawe baada ya kuvuja damu nyingi mwilini. Muda si mrefu, mja aliyeonja chembe ya uungwana alimhurumia Bi Shumbana. Kama hujafa hujaumbika. Wala usimcheke kilema maana mcheka kilema huwa yeye! Huyu akasogea usoni mwa mama Jafari. Akamsalimia na kuahidi kumsaidia.

Kwa bahati gari yake haikuwa mbali. Alielekea nyuma ya jengo kubwa lililokuwa chini ya ujenzi, akaja na gari yake. Wakasaidiana kumwingiza garini kuelekea hospitali. Shukrani ziso kifani zilimiminika kutoka katika kinywa cha Bi Shumbana.

"Mungu akulipe heri na fanaka maishani. Upate gari kubwa na ndogo. Ufae wenzio duniani ukastirike peponi. Tumesuswa miye na mwanagu, wewe umekunjua mikono ya fadhila."

"Hapana mama, huu ni wajibu wangu. Kwani wema hauozi. Usinishukuru ukapitiliza", yule mtoa msaada akagogoteza.

Hakupenda kuona shukrani zinachupa mipaka. Kusaidiana ndio maisha. Alifika naye hospitali na kuwaita wahudumu kwa ajili ya kumtia kwenye machera hadi kunakohusika.

***

Zaharani alifanya pupa la kutaka kuyakaribisha mazungumzo na Tatu mara baada ya kuombwa kufanya hivyo. *Alibweteka* juu ya sofa na kuifungua shauku yake iliyotapakaa moyoni. Moyo haukuacha kudunda kwa kasi. Hakukijua kilichokusudiwa kuzungumzwa na Tatu. Ilimbidi aketi na kumtazama. Wakati huu alikuwa amesimama. Akasogea kwenye sofa na kukaa. Walielekeana. Kila mmoja akamtupia jicho mwenzake. Kimya kikapita pasi na kusemwa jambo. Zaharani akaamua kuuvunja ukimya.

"Naam Tatu nakusikiliza"

"Naamini umependezwa na maisha ya Nairobi ndio maana ukaamua kuendelea kuitelekeza familia na jamii yako kwa ujumla. Si geni kwangu wala kwako. Wewe ni shuhuda wa nafsi yako, na ulimwengu mzima unalitambua hilo. Wewe huko tayari kuendelea kusota kwenye vumbi la ufukara la nchini mwetu. Na hiyo ndio sababu iliyozikoleza tamaa za kuishi Ulaya na kuamua kujilabu kuwa unahama nchi, unatuachia nchi. Lakini masikini ulisahau kuwa mkataa kwao mtumwa. Kuhama kwenye uzawa wako hakuzai tija yoyote labda nakama, usaliti na tuhuma mbaya"

Kwa kimya kilivyoshitadi, hata nzi aliweza kusikika akipiga mbawa zake angani. Zaharani amekumbwa na baridi, mara joto, mara pumzi, mradi maneno yamemtwanga barabara.

"Tena basi ulivyokosa kutafakari kabla ya kutenda, umejisahau na kuwasahau wazazi. Wewe ndiye tegemeo lao kwa sasa. Wewe ni mkubwa kwenu. Ila...Nakuomba ukumbuke ulikotoka. Na ukumbuke tulikotoka. Kwenye ndoto za kitoto. Nilizitazamia kuwa zinaelekea kwenye kilele cha udhahiri wa mambo, lakini wapi mwenzangu!"

Tatu alikoma hapo kwanza akitaraji alau neno moja lisemwe na Zaharani. Amebaki kimya muda wote huu. Hajui aseme nini. Tatu ameyafunua mengi yaliyofichikana moyoni mwake. Bado alitamani kuendelea lakini kwanza alimpa uwanja Zaharani aseme neno na yeye. Labda atazikanusha tuhuma zile. Kilichomshangaza Zaharani ni ule ujasiri wa hali ya juu aliokuwa nao Tatu. Aliyesimama kwa uchungu na kuyatema aliyoyameza siku nyingi. Yalimpa ugonjwa wa kukata matumaini ya uhai. Huku pia amefikaje? Si ni kwa ajili hiyo hiyo ya kuyatuliza mawazo yake kwa kumsahau Zaharani. Lakini hapakuwa kitu. Naye amefika kule kule bila ya kupanga. Angelikuwa Ulaya saa hizi. Ndio maana binadamu takatakiwa tusijisahau kwani tukipanga na Mungu hupanga.

"Tatu umeniweka kitako kunisimanga! Hata chumbani sijafika kubadili nguo, nakusikiliza wewe lakini.... Lakini mbona unayarejesha yaliyopita?"

Zaharani akaanza kujitetea kwa kuyasimamisha mazungumzo aliyoyadhania kuwa ni masimango ijapokuwa yana ukweli.

"Sikusimangi Zaharani! Nazungumza ya haki ya moyoni. Bado sijaujua msimamo wako wa maisha. Kuishi ugenini? Kurudi kwenu? Kwenda Ulaya au kubaki Nairobi? Kumjali wa kuzuka au wa asili tena wa mazoea!"

"Tatu! Pigo la dhiki likikupiga basi huwa sawa na mfa maji. Tamaa mbele ndio hii. Saa hizi ni mtu mpya, siye Zaharani umjuaye wewe. Nimefunzwa na vituko vya dunia. Ah! Mtegemea cha ndugu hufa masikini. Sasa wewe una ushauri gani?"

"Mimi sitaki nibaki hapa. Ninachokitaka ni kurudi kwetu tu. Mama yuko peke yake"

Tatu alishikilia msimamo wake mbele ya Zaharani, lakini hakuweza kumpinga mjomba wake.

"Lakini itabidi ukubali. Maana limekwishaamulika hilo. Si hasha ukaambiwa umeshalipiwa ada ya masomo pia. Utapinga kweli?", Zaharani aliuliza swali la uchokozi.

Ni dhahiri kuwa Tatu hakutaka kubaki, na ni kweli hawezi kupinga.

"Sijuiiii...sijuii... kama sitapinga au kukimbia"

"Sasa Tatu ukimbie kwa jambo la manufaa yako! Mh! hii kali"

Mazungumzo yao yalikuwa ya kirafiki zaidi kama hakujapita jambo. Kweli binadamu ni mwepesi wa kusahau. Kama vile zimepita karne.

"Kwani wewe ndio umeshaamua kusoma?", Tatu alimuuliza Zaharani.

"Mtazamo wako ni kama wangu. Mawazo yangu yamekaa kama kinyonga. Hayako huku wala kule. Nimekuwa *nataka-sitaki* naona sijielewi"

Jambo kubwa lililoanza kuipa fikra mpya akili ya Zaharani ni Tatu. Anamwona wa maana leo hii. Msimamo wa Tatu wa kutaka kurudi nyumbani ulimshawishi Zaharani.

"Basi sawa tutarudi", Zaharani alijikuta akiyatamka maneno haya.

Tatu alihitaji maelezo ya ziada juu ya namna ya kurudi. Wameshamuahidi Profesa Kibopa kuwa watasoma. Naye ameshadhamiria kuwasomesha kwa gharama yoyote. Leo hii wamgeuke! Hili lilihitaji fikra za hali ya juu kulipambanua.

Mlango uligongwa. Alikuwa ni profesa Kibopa na mke wake. Tatu alisimama kumpokea mkoba.

"Naona munabadilishana mawazo kidogo", alisema bwana Kibopa akionekana na furaha.

Wote walitazamana na kucheka. Baada ya hapo waliingia vyumbani mwao na kuendelea na shughuli zao.

Moyo wa Zaharani umekuwa mpya. Ukaribu ulioweza kumkumbusha kipindi cha nyuma cha mazoea yake na Tatu ulirudi, ijapokuwa ulirudi kwa kitambo kidogo. Akajikuta mwenye mtazamo mpya. Tatu amezidi kukuwa sasa. Si maungo ya mwili tu bali hata akili imepevuka. Kweli kutembea ni kusoma. Maana Tatu amekuwa mzungumzaji mzuri. Amezidi kunawiri siku hizi. Mapenzi yake yalichipua tena kama yaliyomwagiwa maji. Yakamea na kusitawi *bukheri* kabisa. Uzuri wa sura yake ulimithilishwa na wa malkia wa kale moyoni mwa Zaharani. Kifua chake kilizivuta hisia na kuonesha utu uzima ulivyokuwa ukisogea vyema.

Si yeye tu bali hata Tatu amejisahaulisha yote yaliyopita nyuma. Yuko tayari arudiane na Zaharani. Waliachana kwenye maswali. Hawakuweza kuendelea kupanga lolote lile mara baada ya wenyeji wao kurudi kazini.

Hakuna mhudumu aliyeshughulika. Kila mmoja alijifanya amezongwa na kazi. Basi hata kutazama hawakutazama ili kujua kulikoni! Mh! Nchi imejaa balaa hii. Kwanini muda ule ufanywe kama si muda wa kazi! Hili liliwashangaza wengi. Wakati wa jioni na usiku huduma zilipatikana kwa muhali tu. Utadhani wameyazuia maradhi yasiwapate watu muda ule. Hawakujali, hawakuthamini hata kidogo. Usiombe kuumwa siku ya jumamosi ukataraji matibabu kwenye hospitali ya umma. Utakiona cha mtema kuni, maana utakufa huku unajiona.

Yule kaka aliyemsaidia Bi Shumbana alimbeba Jafari kwa mikono yake hadi ndani. Hakujua amweke wapi kwani hakuna daktari wala mhudumu aliyemwelekeza. Alijikuta akimweka kwenye kitanda odi ya wanaume na kuvamia ofisini mwa daktari. Duh! daktari hayumo lakini chumba kilikuwa wazi. Dada mmoja aliyekuwa akifagia, aliyevaa nguo ya zambarau na kujitwika kilemba kidogo kichwani, alijibu kwa sauti ya kung'aka.

"We kaka unakwenda wapi? Huoni kuwa hamna mtu humo?"

Hakujibu neno. Alitoka na kusogea mapokezi.

"Dada nisaidie. Namuhitaji daktari maana tumepata mgonjwa."

"Kaka hakuna daktari muda huu. Hapa pengine, tena labda tu kama saa tatu usiku anaweza akaja, sina uhakika", alijibu bila ya kuangalia.

Alikuwa ameshughulishwa na televisheni iliyokuwa ukutani.

Juhudi zake ziligonga ukuta. Akaamua kutoka nje. Bi Shumbana alikuwa ameketi kwenye bao akimsubiri kijana ili kujua kinachoendelea. Alipomwona tu alijua kuwa hakuna matarajio mema huko ndani. Alipoelezwa akazidi kuchanganyikiwa. Wakati huu yule kijana alikuwa na safari zake nyengine. Kuendelea kubaki pale kungelimkwaza sana.

"Mama nina safari muhimu sana muda huu, labda ukawaombe wewe mwanamke mwenzao watakujali. Naomba uniruhusu, naweza nikaja baadae"

Alitamani amzuie asiondoke lakini hakuwa na uwezo huo. Alimruhusu shingo begani. Kijana akaondoka na kumwacha Bi Shumbana akiemewa. Mgonjwa alibaki kitandani hadi saa tatu usiku bila ya kuulizwa neno. Bi Shumbana alibaki kulenga maneno tu pasi na msaada wowote. Alipochoka alikaa na kulia. Mhudumu mmoja alipata moyo wa imani. Akasogea karibu na Bi Shumbana kumfariji.

"Mama usijali, mambo yatakuwa sawa! Daktari atakuja sasa hivi. Mgonjwa wako nimeshampa huduma ya kwanza"

"Sawa! Akija akimkuta amekufa si tatizo tutamzika", alilenga majibu kwa uchungu mama Jafari.

Ilikuwa ni saa tatu usiku. Hapakuwa na matumaini. Jafari alikuwa hajapata fahamu.

SURA YA ISHIRINI

Siku zilipita kama upepo. Zaharani alipelekwa Mombasa na Tatu akabaki Nairobi. Wote wawili walilipiwa ada ya mwaka mzima. Walikubaliana pamoja kubaki masomoni kwa muda wote. Hawakuweza kumvunja moyo Kibopa. Walianza masomo yao.

Maisha mapya yaliwatesa mwanzoni. Hawakuweza kuonana mara kwa mara. Hili liliwaumiza. Wamezoea kuishi nyumba moja. Pamoja na kuwa waliweka azma ya kutaka kurudi nchini kwao hapo mwanzo, lakini jekejeke la masomo lilianza kuwajengea taswira nyengine iliyoweka mbele dhana ya kujitegemea kuliko kutegemea. Si Tatu, si Zaharani, hakuna aliyeona haja ya kuharakisha kurudi nyumbani kwao wakati wapo kwenye kitovu cha fursa. Na fursa haiji mara mbili. Ni wachache walio tayari kujitolea kama alivyojitolea Bwana Kibopa. Mkono wake ulikuwa mwepesi kukunjuka. Na ulikuwa mwepesi zaidi katika suala la elimu.

Wiki ya pili sasa imeshapita tangu kuanza masomo. Zaharani alikuwa amekaa kitako majanini. Akili yake imenasa kwenye ushabiki wa mpira. Hasikii haoni. Timu za madarasa zilikuwa kwenye mchuano mkali. Uwanja umejaa, Kike kwa kiume. Wengine walikuwa wakizunguka uwanjani na kupiga mayowe ya ushabiki. " Funga huyoooo"

Kelele zilipamba moto kila hali ya hatari iliposhamiri upande wa goli la timu pinzani. Mara unawaona washambuliaji wamekata tamaa pindipo goli linapokosekana. Katika hali hii ya papatu, Zaharani alikuwa akijihisi kama aliyekuwa akicheza yeye. Naye alisimama mzima mzima kila hali ya hatari ilipoibuka. Ilikuwa ni jumamosi tulivu. Saa kumi na moja jioni kando kando mwa uwanja wa chuo chao Zaharani. Uwanja ulikuwa mkubwa *uliokasimiwa* sehemu mbili. Sehemu ya kwanza ilikuwa ya mpira wa miguu na sehemu ya pili ilikuwa ni kwa ajili ya mpira wa kikapu.

Ikampitia sauti aliyoizoea masikioni mwake, ingawa bado hajaipambanua sauti yenyewe. Na wakati huu akili yake ilikuwa kwenye uwanja wa soka. Akaisikia tena ikimwita. Na bega lake likashikwa. Alipogeuka alishangaa. Hakutarajia kupata ugeni wowote kwa siku ya leo. Profesa Kibopa amekuja na Tatu.

"OOOOH! Duh! Leo Baraka kweli kweli kwa ugeni huu, aaah, siamini. Karibuni"

"Mh! Huna wasiwasi, umeshazoea. Umejiachia mpirani saa hizi. Mbona wewe huchezi? Au mwenzangu akina mimi huwezi mpira?", Profesa Kibopa alianza utani wake.

Tatu naye alikuwa hajiwezi kwa kucheka. Alifurahishwa na utani wa bwana Kibopa, ila kilichomfurahisha zaidi ni kumwona Zaharani. Yeye mwenyewe hata hakutarajia kuwa angelionana naye kwa kipindi cha karibuni. Leo kama bahati tu, alichukuliwa na mjomba wake na kumtaka aongozane naye ili akakujuwe chuoni kwa Zaharani. Safari hii ilijenga faraja moyoni mwa Tatu na Zaharani pia. Hakuna aliyetarajia kumtia machoni mwenzake siku hizi. Tatu alipata ugeni wa mjomba wake. Ambaye alimuombea ruhusa na kuondoka naye kwenda kumwona Zaharani.

Zaharani alikuwa na mengi ya kujiuliza juu ya ujio huu. Inawezekana profesa Kibopa alikuwa na jambo muhimu. Ila yote haya yalikuwa nyuma ya pazia. Hakuna aliyejua kati yao, Zaharani na Tatu.

"Naomba tutafute sehemu tukae kwanza ili tuzungumze. Sijui wapi lakini tutapata na vinywaji", Profesa Kibopa alipendekeza.

"... najua nakuvunjia starehe zako Zaharani lakini sina jinsi maana nina mambo muhimu kwenu. Na sikutaka nizungumze na mmoja mmoja ndio maana nimemchukuwa Tatu chuoni kwao. Sasa mtanisamehe kwa kuwakatisha na *programme* zenu", alimalizia.

"Hakuna shida *anko*. Twende hapo nyuma upo mkahawa tunaweza tukazungumza vizuri."

Waliongozana hadi upande wa pili wa chuo. Palikuwa na msururu wa maduka ya vyakula. Kwa mbele kidogo palikuwa na mkahawa uliouzwa vyakula na vinywaji. Waliingia humo na kutafuta sehemu nzuri ya kuketi. Ulikuwa mkahawa mkubwa. Sehemu hii ilimvutia profesa kutokana na utulivu wake. Kimya kiliwafanya wote wafurahi. Zaharani hajawahi kuingia kwenye mkahawa huu. Kamwe hakuzimudu bei zake. Lakini leo ni kupona kwa mwenyeji kwa ujio wa mgeni. Ama kweli! Mgeni njoo, mwenyeji apone. Usafi wa eneo hili ulikuwa wa kupigiwa mfano. Utoaji wa huduma ulikuwa wa kubembeleza na kufuatiwa kwa heshima zote. Mteja alikuwa mfalme kweli hapa. Aliyeagiza chipsi kuku, mikate ya ufuta, biriani, kahawa, maziwa, urojo, supu ya kuku, supu ya pweza, supu ya ng'ombe, katlesi, juisi ya embe, juisi ya nanasi, juisi ya pensheni, alipatiwa mara moja.

"Hapa ndipo unapokuja kujitibu eenh! Hahahaha!", alisema kwa mzaha profesa huku akicheka.

Alikuwa hajui kuwa ulalahoi wa Zaharani ulimkimbiza eneo lile. Alibaki kuliona nje tu. Hesabu ya pesa alizotunukiwa iliudhibiti mfuko wake barabara. Hakutumia kiholela. Sasa Profesa Kibopa akaanza kuyazungumza yaliyomleta.

Masikitiko makubwa kwa Zaharani na Tatu. Kuwepo kwao masomoni kulikwishawajengea mustakbali mpya. Tamaa yao ilikuwa ni ya kusuwasuwa. Inakwenda na kurudi kama mvua ya vuli. Profesa Kibopa amekuja kuwaaga kwa ajili ya safari yake ndefu inayotarajiwa kuanza siku mbili zijazo. Safari ya kikazi tena nje ya nchi. Ameamua kwenda kufanya kazi nchini Uingereza.

"Ni vyema kuonana na nyinyi ili mujuwe yaliyopo. Nimeamua kwenda kufanya kazi Uingereza sasa, na hapa nimeacha kwa hiari yangu. Nitakuwepo huko lakini sitokaa sana bila ya kuja kuiona familia yangu. Kusafiri kwangu hakutopangua mipango yetu mimi na nyinyi. Kama ni pesa za ada zitawafika. Na hata pesa za matumizi nitamwachia mama yenu. Hakuna shida yoyote. Yeye ni kama mimi na msijisikie shida kumwambia lolote lile."

Walitamani wayapinge maneno yale. Tayari wameshayagundua mengi kuhusu mke wa Profesa Kibopa. Ameanza kuonesha chuki zake kabla hawajaanza chuo. Chembe za chuki dhidi yao zilianza kufukuta chini kwa chini. Na kila siku zilipokuwa zikienda mbele zilizidi kujidhihirisha waziwazi. Hofu yao ni kuwa akiondoka profesa utakuwa wakati mzuri kwa mkewe kuwakomoa. Baada ya kumaliza mazungumzo waliagana na kuondoka.

Usiku kutwa hakulala kwa mawazo. Zaharani aliamini kuwa roho mbaya ya mke wa Kibopa ingeliwakwaza sana wakati huu. Kama pesa zitafikia mikononi mwa mkewe, si hasha kuzizuia bila ya kuzipeleka sehemu husika.

Alipoishiwa na pesa alirudi kwa walezi wake. Ulikuwa mwezi wa pili tangu aanze chuo. Alitarajia kuonana na Tatu ili wazungumze lolote lakini siku zote mbili alizokaa hakumwona. Siku ya kwanza ilipita bila ya kusema kilichompeleka pale. Uchangamfu wa mke wa Profesa Kibopa ulimvunja moyo na kumfanya awe mzito kueleza shida yake.

"Mama ni...nimeishiwa na pesa. Ndio ni...ni..nimekuja kuchukuwa"

"Mh! Sasa si uwende benki! Au umesikia hapa tunatoa sadaka! Amejitwika mizigo halafu anaondoka na kuniachia mimi. Mimi siiwezi. Pesa sina sina sina, mweupeee hapa nilipo", alijibu kwa sauti kali.

Kauli hii ilimchoma sana Zaharani. Alitamani na Tatu awepo pale ili wafanye maamuzi ya pamoja. Hakuwa na uwezo wa kujisomesha mwenyewe. Mgeni wa Mungu. Alimjua profesa Kibopa tu katika jiji lile.

Mke wa Profesa Kibopa alijulikana kwa jina la Bi Dawa. Aliingia chumbani. Wakati huu Zaharani alikuwa amekaa kwenye kochi. Alitarajia kuwa pengine ombi lake linashughulikiwa baada ya kushambuliwa kwa maneno makali. Punde tu Bi Dawa alitoka.

"Sikiliza we mtoto! Mimi sina pesa usitarajie chochote kutoka kwangu."

"Lakini mama….."

"Lakini nini. Lakini nini! Nimeshakwambia mimi sina pesa. Wewe kajisomeshe, ukishindwa utarudi kwenu"

Maneno haya yalizidi kumuumiza Zaharani. Alikuwa hana pesa na hali ndio kama hii inayojitokeza. Alimfikiria Tatu. Hajui mwenzake amefikwa na nini. Ukizingatia yeye ni mtoto wa kike.

"Pengine Tatu alijaliwa kwa vile ana uhusiano wa damu na profesa, sio kama mimi-wakuja tu", aliwaza moyoni mwake.

Kisha alitoka nje bila ya kusema neno. Machozi yalianza kumiminika bila ya kizuizi. Hakujua afanye nini. Hata nauli ya kurudi chuoni Mombasa ilimshinda. Mfanyakazi wa ndani alipitia mlango wa nyuma na kumfuata Zaharani.

"Pole kaka! Unajua nimeachiwa maagizo na Tatu. Yamemfika kama yaliyokufika wewe. Wiki iliyopita alikuja na amenipa barua hii nikupe"

Yule mfanyakazi wa ndani alirudi ndani mbio asije akaonekana na Bi Dawa. Zaharani alisogea dukani karibu na nyumba ya profesa. Aliegemea ukutani na kuanza kuisoma barua.

Zaharani, mpenzi wa moyo wangu.

Najua matumaini yalikuwa yameshachomoza nyoyoni mwetu ya kuwa tumepata sehemu ya kuyaandaa maisha yetu. Lakini si hivyo, ni sehemu ya kuziangamiza nyoyo zetu. Nimefanywa kama mnyama nyumbani kwa mjomba wangu. Nilipoomba pesa za matumizi nimefanyiwa kejeli ya hali ya juu. Sikupewa pesa. Nimerudi chuoni kwa msaada wa rafiki yangu ambaye tuliondoka wote chuoni. Lakini naamini maisha yangu yatakuwa magumu sana kipindi hiki. Nakufikiria wewe pia. Nahitaji uwe karibu yangu tujuwe la kufanya. Ukiipata barua hii naomba uje chuoni kwetu tuonane.

Wako wa moyoni, Tatu.

Miguu aliiona mizito baada ya kumaliza kuisoma barua hii. Alisogea mbele ya nyumba ya profesa na kuitupia jicho la hasira. Kisha akaondoka na kusogea dukani. Alikuwa haijui njia inayoelekea chuoni kwao Tatu. Haukupita muda, akiwa kwenye dimbwi la mawazo, Mfanya kazi wa ndani alikuja dukani. Alipomwona alimkimbilia na kumtaka amfahamishe kilipo chuo chao Tatu.

Aliandama njia huku akipita na kuuliza. Hayakuwa masafa mafupi. Ulikuwa ni mwendo wa kilomita tano. Alipokikaribia chuo alikuwa amechoka sana. Ama kweli! Mzigo huzidi uzito kila unapokaribia kufika.

Alijikongojakongoja hadi kwenye mlango mkubwa. Haikuwa rahisi kuingia ndani bila ya kuwa na kitambulisho cha uwanafunzi. Kwa asiyekuwa mwanafunzi ni lazima atowe maelezo ya kutosha kuhusu ujio wake. Huu ulikuwa mtihani wa pili kwa Zaharani. Wote wawili hawakuwa na simu. Alibaki mlangoni akizidi kufikiria mbinu za kuweza kumfikisha ndani na kuonana na Tatu. Ikashindikana. Alitamani kuondoka lakini moyo wake ulimzuia. Alitaka kujua msimamo wa Tatu juu ya hali iliyowakabili kwa sasa. Kwao hakurudiki wala chuoni hakusogeleki. Dhiki ndio imewakalia kooni.

Alibaki karibu na mlango wa kuingilia akiangazaangaza kila upande. Muda umeshapotea sana. Jua linaanza kuviaga viumbe vya ardhini na nchi kavu. Kama si Tatu kutembelewa na njozi za kupata mgeni basi angelishinda pale usiku kucha bila ya kumwona mwenyeji wake. Lakini Tatu alishinda na wasiwasi. Naye akawa anachungulia nje kila mara. Kwa mbali akabaini kuwa Zaharani amefika. Sasa ni juu yake yeye kufanya mipango yake ili aweze kutoka.

Jengo hili lilikuwa refu. Sehemu ya chini ilitumika kwa ajili ya madarasa ya kusomea. Sehemu ya juu ilitumika kwa ajili ya makaazi na malazi ya wanafunzi. Tatu alimchukuwa rafiki yake wakashuka ngazi hadi chini. Walipofika mlangoni wakakutana na mlinzi.

"Mnakwenda wapi ?"

"Dukani kidogo", Tatu alijibu.

"Hata iwe sana njoo, andika jina yako hapa. Tena dakika inne tu. Kizidi inne takuwa kesi kubwa", mlinzi alisema huku akibeba daftari lake.

Aliwakabidhi Tatu waandike majina yao na wakati waliotoka. Walipomaliza walimfanyia ishara Zaharani ya kuwa asogee maeneo ya pembeni ili waweze kuzungumza.

Katika simulizi ndefu iliyompa simanzi kubwa Zaharani, hakuna kilichompa matumaini tena kubaki Kenya. Tatu naye alikuwa hatamani hata kurudi kwa mjomba wake. Bi Dawa amekataa kumpa hata shilingi tano. Mwanamke mwenzake akazipate wapi pesa hizo. Ni yapi matarajio yake! Lakini msamaria mwema, rafiki yake aitwaye Zai ndiye anayembeba kwa siku mbili tatu. Na yeye itafika wakati atachoka. Muda usiopungua saa moja Tatu alikuwa amekaa na Zaharani. Kiza kimeshatanda. Zai alikuwa ameshachoka kumsubiri kwa kuhofia usalama wake. Sheria za chuo chao zilikuwa ngumu. Isitoshe, mlinzi wao alikuwa hana utani na mtu. Tatu alihofia kumtia matatani rafiki yake. Akamtaka atangulie kwani mazungumzo yake yalikuwa hayajamaliza. Alibaki

pekeye na Zaharani tu. Liwalo na liwe-
Alikwishaamua hivyo.

"Mimi ameniambia maneno mengi sana Bi Dawa.
Amesema tutajuwa sisi pa kuzipata pesa lakini
yeye hataletewa pesa na kutupa sisi hata siku moja.
Mwishowe akaniambia nibaki huku huku chuoni
nisimwongezee mizigo nyumbani kwake.
Naichukia nyumba ile mimi, naichukia na wala
sirudi tena. Amesema yuko tayari anisaidie nauli
nirudi kwetu lakini si kubaki pale wala
kumwomba pesa. Imeniuma sana Zaharani.
i..i..ime-ni-u-ma sana"

Tatu alisema kwa uchungu. Akakosa nguvu za
kukizuia kilio. Akalia sana. Zaharani akaanza
kumnyamazisha.

"Tatu sikiliza. Nenda kaandae mambo yako yote.
Vuta subira hadi kutakapokucha. Kimbia unifuate
palepale pa mjomba wako. Na sisi tutaondoka tu.
Tutarudi kwetu mpenzi wangu. Usijali. Tuna
wazee wetu na wala hawajatutelekeza", Zaharani
alishauri.

"Lakini tutapata wapi pesa za ndege na hatuna
kitu?", Tatu aliuliza kwa wasiwasi.

"Wewe njoo tu, mimi nakusubiri, niachie
mwenyewe mambo haya nitayamaliza. Si lazima
ndege, sisi tutasafiri tu. Ondoa shaka kwa hilo.
Nimeoshwa kwa muarubaini nilipozaliwa,
hapaharibiki kitu."

Tatu alicheka kwa msemo ule. Pamoja na kilio
chake lakini hakuweza kujizuia. Alinyanyua

mkono na kulenga kikofi cha faraja juu ya bega la Zaharani. Wakacheka na kupeana moyo. Zaharani aliahidi kurudi kwa Profesa Kibopa lakini si kurudi chuoni tena. Mipango yake ni kuomba nafasi ya kulala japo kwa usiku ule ili siku ya pili aweze kufunga safari kurudi kwao. Aliamini kuwa *zimwi likujualo halikuli likakwisha.*

Waliagana na kuachana. Kila mmoja aliitazama njia ya mbele yake. Mbele kuna kiza kwani jua limeshazama. Alipofika mlangoni alimkuta mlinzi anabishana na wanafunzi watatu wa kiume. Aliitumia fursa hii kupita bila ya kutazama nyuma.

"Wewe mudada uliyeingia, kuja hapa wewe! Nasema kuja wewe. Nikikukamata wewe utajijutia sana", yule mlinzi alimtisha Tatu.

Katika ukaguzi wa daftari kwa siku ile Tatu hakuonekana kujaza wakati aliporudi ndani. Sheria ilimtaka mtu aandike wakati aliotoka na akirudi aandike wakati alioingia ndani. Msimamizi wa dahalia la wanawake aliamua kukagua kwenye mabweni. Alikuwa akimtafuta Tatu. Alipofika chumbani kwa Tatu aliita kwa sauti.

"Wanafunzi wapya simameni nyote mutoke nje hapa"

Kila mmoja alijikurupua kutoka kitandani na kutoka nje ya chumba.

Alipouliziwa Tatu alijitokeza mbele. Yule mlinzi akaitwa.

"Mbona huyu yupo hapa. Umesema hajaingia ndani?"

"Hapana dada! Huyu itakuwa ndio ameingia kifichoficho. Nimemwita hadi nikachoka amenikimbia. Ametoka masaa mawili", mlinzi alimzamisha Tatu.

"Basi kesi hii tutaisimamia kesho asubuhi akija mwalimu mkuu"

Walitakiwa waingie ndani. Mawazo ya Tatu wala hayakujali kauli ile. Aliisubiri asubuhi ifike aelekee kwa Zaharani.

Zaharani aliweza kufika nyumbani kwa Profesa Kibopa saa tatu usiku. Aliomba kulala usiku mmoja na kuahidi kuondoka siku inayofuata. Bi Dawa alikubali. Hakuacha kutoa mashambulizi ya maneno. Zaharani aliyamezea mate huku akiisubiri asubuhi ifike.

SURA YA ISHIRINI NA MOJA

Usiku wa Tatu ulikuwa mzito. Jicho hakulifumba. Aliisubiri asubuhi ichomoze atoroke maeneo ya chuoni. Alikwishaandaa mbinu ya kukimbia na namna ya kumkwepa mlinzi. Aligeuka ubavu wa kulia. Hata dakika mbili hazikutimia, aligeuka upande wa kushoto. Akalala chale na kutazama juu. Moyo ukamwenda mbio mara baada ya kuiwaza safari yake ndefu ya maisha. Safari isiyotabirika. Nusu ya usiku ililiwa na mawazo. Nusu nyengine ikamezwa na kilio cha ndani kwa ndani. Usiku ukarefuka mara dufu. Kulipokucha, aliingia chooni na kupiga mswaki. Kisha akaoga harakaharaka. Wakati huo begi lake lilikuwa limetulizana nyuma ya mlango wa chumba chao. Anausubiri wakati kwa woga na kujipa ujasiri wa kuitimiza azma yake. Punde rafiki yake akainuka kutoka kitandani baada ya kuona taa ya chumbani imewashwa. Akatupa macho kwenye kitanda cha Tatu. Kumbe alikuwa ni Tatu, ametulizana kwenye dimbwi la mawazo.

"Tatu vipi! Kwani tayari kutoka?", aliuliza.

Hakupenda mpango wake ujulikane. Akainua kidole chake cha shahada na kukiweka mdomoni kwa ishara ya kumnyamazisha rafiki yake. Kisha akasogea karibu yake kumweleza mipango yake kamili aliyoidhamiria juu ya safari yake hii ngumu. Huyu alikuwa mtu pekeye aliyezijua siri za Tatu.

Muda ulipotimia kama alivyojipangia, alitoka na kwenda kwenye kengele ya hatari. Akachungulia kila upande. Alipoyakinisha kuwa hakuna aliyediriki kumwona kwa wakati ule aliibonyeza.

"Triiiiiiiiiiiiiiiiiiiiiiiiiiiiiiiiiiiiiiiiii"

Kengele ililia. Watu wakaanza kushughulika. Waliokuwa vyumbani wakatoka. Sehemu zote zilijaa watu wakiamini kuwa hali ya tahadhari imetolewa. Tatu hakutazama nyuma. Alijitikwa begi lake na kuutafuta mlango wa nje ulipo. Alikaribia kukatika miguu kwa mbio. Bahati nzuri, mlinzi hakuwapo mlangoni, aliungana na wanafunzi kuitulizanisha hali ya pale. Ukawa ni wakati muafaka kutoka pasi na kizuizi.

Kila gari aliyojaribu kuisimamisha ilikuwa imejaa. Watu walikuwa wakielekea kwenye harakati zao. Mara ikatokea gari kumnusuru. Ilikuwa na nafasi mbili tu. Akatafuta nafasi tupu na kukaa. Watu wote walimkodolea macho Tatu. Pumzi juu. *Wahaka* tele kichwani. Anaduruduru kila upande utadhani mwizi. Badala ya kubeba begi lake na kulipandisha sehemu iliyowekwa kwa ajili ya mizigo, alibeba begi la dada mmoja aliyekuwa ameketi karibu yake. Yule dada alimtazama Tatu kwa jicho kali.

"Wewe dada huoni! Rudisha begi langu wewe", yule dada alianza kutoa maneno makali.

Tatu akatahayari baada ya kugundua kuwa halikuwa begi lake. Akachukuwa begi lake na kulipandisha sehemu ya mizigo. Kisha akarudi tena kwenye kiti chake. Ulipofika wakati wa kudaiwa pesa, Tatu alikumbuka kuwa akiba yake ilikuwamo kwenye begi lake. Alifadhiliwa na rafiki yake mpenzi. Akamwomba konda amstahamilie hadi atakapofika kwani pesa ilikuwa mbali kidogo.

"Wewe dada unaonekana ni mwizi. Hapo umeingia pumzi juu juu! Ukabeba begi la watu na kugeukageuka kama mkimbizi. Sasa unataka kunitapeli. Hebu leta pesa wewe hakuna kulivuruga hapa. Leta kwanza masi'ara badae"

Tatu aliyahisi machozi yanamchungulia machoni. Kupewa sifa mbaya mbele za watu ilikuwa fedheha kubwa kwake. Huku watu wangine wakicheka kama waliokuwa wakitazama sinema ya vichekesho. Masikini ya Mungu, haijapata kutokea katika uhai wa maisha yake. Alistahamili lakini mdomo wa konda haukuwa na kituo. Uliendelea kumlengea mabomu. Naye akaamua kusimama na kulivuta begi lake. Laahaulaa! Hata hicho kijipesa alichopewa kumsaida kwa nauli nacho hakukiona. Alifungua kila sehemu yenye zipu lakini hakufanikiwa kukiona. Akajikuta analia bila ya kujizuia. Hakujua atowe jibu gani kwa konda. Chango zilisokotana. Moyo ulianza kumtonesha kama uliokuwa na kidonda. Akalia hadi sauti ikasikika. Waliokuwa karibu yake walijua kuwa Tatu alikuwa analia. Hisia za kibinadamu zikawasogelea baadhi yao. Wakaanza kuzikaribisha chembe za huruma. Mzee mmoja aliyeketi kuliani kwa Tatu akamtazama na kumuuliza kwa upole.

"Kwani mwanangu una tatizo gani? Mbona nakuona huko kawaida! Umechanganyikiwa. Hebu niambie kama mzee wako. Unakwenda wapi na una tatizo gani?"

Hakuweza kutoa jibu la moja kwa moja. Aliinua uso wake kumtazama mtu aliyekuwa akimuhoji. Akaitupia macho sura ya mzee. Tatu aligundua kuwa mzee yule alikuwa mtu mwenye huruma na mwenye nia thabiti ya kutaka kumsaidia. Ilipojengeka imani yake juu ya mzee, alimaliza kujipangusa machozi na kuzungumza.

"Na..na..nauli yangu imepotea", alisema kwa sauti ya chini, hakutamani kusikilikana na mtu mwengine hasa konda, kwani alichelea kuendelea kupokea matusi.

Kwa Tatu matusi yalikuwa kisu kikali. Alihiari bakora mbele ya matusi. Kumtukana hakukuwa na tofauti na kumvua nguo hadharani. Yule mzee alitoa pesa na kumlipia Tatu. Kisha akaendelea kumuuliza.

"Lakini tangu ulipoingia humu nilikuona huna raha. Bado hujaniambia una matatizo gani", Tatu hakupenda kulijibu swali hili.

Alimshukuru mzee kwa kumsaidia. Kwa bahati tayari alikuwa ameshafika. Alimtaka konda amsimamishie gari. Alishuka bila ya kugeuka nyuma huku konda akiendelea kumwaga maneno makali.

"Siku ya pili usizowee, mjini hapaa! Mwangalie vile, mnatoka shamba kuja mjini eti kutaf'ta ela. Ah! Mnatuchoosha sisi wajanja"

Maneno yale hayakumwingia Tatu. Alielekea kwa profesa Kibopa kuonana na Zaharani. Alimkuta nje ya nyumba ameinamia chini. Kipaji chake cha uso kilistakimu juu ya vitanga vya mikono yake. Alikuwa mbali kimawazo. Sauti ya Tatu ilimshitua. Faraja ikasogea. Hakustahili kufurahi kwani bado kitendawili kimetanda. Hakikuwa na jawabu sahihi. Lakini mbele yake alisimama mtu aliyemwona mpya kwa sasa. Alithubutu kumwita waridi lichanualo kwenye upepo mwanana. Akamtazama na kuanza kulikumbuka shairi la mmalenga mmoja wa kale aliyenudhumu kwa sauti ya kuvutia.

Kama wewe si waridi, kipi kinachonukia

Hata ukiwa baidi, harufu inanijia

Wewe ni wangu wa jadi, wa zama na daharia

Njoo nikustafidi, moyo upate tulia.

Uvundo hukaa mbali, mwisho wote hupotea

Waridi ua la kweli, harufuye huenea

Wala wewe si bahili, harufu wanipatia

Ewe waridi jamili, faraja nisogezea.

Alipomtazama tena Tatu akakumbuka kuwa
Mungu ameshapanga na binadamu hatuwezi
kupangua. Kila alivyomkwepa Tatu kwa tamaa
zake alimkuta Tatu amesimama mbele yake-
Haepukiki.

Walisalimiana na kupanga mambo yao. Chuki za
mke wa Profesa Kibopa zilikuwa za hatari. Sasa
aliweza kuyadhihirisha makucha yake bila kificho.
Aliyatoa nje na akawa tayari kumrarua yoyote
aliyemchukia.

SEHEMU YA ISHIRINI NA MBILI

Saa nne usiku mkewe hajamuona. Anajua kuwa mke wake alifunga safari kwenda mjini tangu asubuhi kumsaka mwanawe, lakini hofu imeshauvamia moyo wa Mzee Magogo.

"Mwanamke huyu amesibiwa na nini? Kuna nini huko mjini? Eeeh! Naona kumekuwa *Ging'ingi*, endaye harudi. Na hata taarifa hawatuletei", Mzee Magogo alikuwa akilenga maneno kwa hasira.

"Aaaaah basi si Giningi ni ahera mzee. Haaa haa! Duniani kuna mambo. Hebu niangalie mimi mtu mzima napiga pombe mpaka naitwa Chapombeee!"

Majibu haya yalikuwa yakitokea upande wa ubavuni mwa nyumba. Mlevi mmoja aliyasikia maneno ya Bwana Magogo naye akaamua kuyajibu.

"Weee *kelbu* potelea bondeni huko. Pombe zitawaua nyiyeee", Mzee Magogo akaanza *kumfurusha* yule mlevi.

"Miye pombe hainiui. Pombe miye hainiui, lakini wewe wanawake watakuua", mlevi aliendelea kuporoja.

Hasira zikazidi kumpanda kichwani Bwana Magogo. Akachukuwa fimbo yake na kuanza kumfuata mlevi kwa mwendo wa kasi. Punde akatanabahi kuwa yule ni mlevi na kwa sasa hana tofauti na mwendawazimu. Akaamua kumwacha.

"Mshenzi mmoja. Watu tuna hamsini zetu na wewe unatuengeza *kenda*! Hebu nenda huko kafie mbali", Mzee Magogo akazungumza maneno ya mwisho na kuamua kuachana naye.

Aliyawaza mengi yaliyojiri baina yake na mlevi. Kisha akajisemea moyoni:

"Hivi hawa wanaojitesa kwa ulevi au wanaojitendea mambo ya kinyama ulimwenguni wamefunzwa mazuri na walezi wao? Au ni urithi? "

Amejisahau sana Bwana Magogo kusema pasi na tahadhari. Hajui kuwa naye anayo ndani ya nyumba yake. Siku nyingi sasa hata hayajui yanayomsibu mwanawe huko aliko. Tena hili wanalo wazazi wengi kwenye jamii. Wengine hubaki kunyoosha mikono tu na kupokea paundi, dola au dirhamu bila ya kujua chanzo chake.

Alipotoka kwenye mawazo haya akarudi kwa mke wake. Bi Shumbana ameondoka kwa lengo la kumtafuta mwanawe lakini hakuna aliyerudi, si mtafutaji wala mtafutwaji.

Aliendelea kusikiliza mshindo usiku kucha. Nyumba ilizizima. Alilala pekeye hadi asubuhi. Imekuwa nyumba ya kuhamwa. Aliondoka Jafari, kisha Tatu (mtoto wao wa kulea), na mkewe hajarudi mjini hadi sasa. Aliisubiri asubuhi imuamulie la kufanya.

"Vipi Zaharani! Amekuruhusu au hajakuruhusu kulala ndani?", Tatu aliuliza kwa hamu ya kutaka kujua.

"Hapana Tatu, nimelala ndani lakini asubuhi amenitoa. Sikutaka kushindana naye. Nimemwambia atupe nauli ya kurudi kwetu mimi na wewe, pia amekataa. Sasa nimekaa ninakungojea ili tufanya maamuzi ya pamoja", Zaharani akamsimulia Tatu yaliyomfika.

Kwa upande wake Tatu aliamua kuingia ndani kutazama bahati yake. Mke wa Profesa Kibopa alifungua mlango. Akakutana na Tatu uso kwa macho.

"Mh! Kumbe bado hujaondoka! Mimi nasema mumeshafika Ndaamba saa hizi. Munasubiri nini?"

Hakutaka hata kuitikia salamu. Alianza kwa maneno makali.

"Nimekuja unisaidie japo nauli maana sina pesa", Tatu aliendelea kulalamika.

Akapembejea kwa sauti iliojaa kitetemeshi na heshima.

"Pesa, pesa, pesa. Pesa hutafutwa, haichumwi kwenye vilele vya miti."

Wakati huu alikuwa anajiandaa kwenda kazini. Alitia pamba masikioni na kutia mkoba wake kwapani na kuondoka bila ya kugeuka nyuma. Mfanyakazi wa ndani alisikitika sana.

"Poleni sana. Huyu mama hana huruma hata ndogo. Njooni mnywe chai kwanza"

Aliwataka Zaharani na Tatu wanywe chai kwanza baada ya kuhakikisha kuwa mama mwenye nyumba ameshaondoka.

Waliingia ndani na kunywa chai. Kisha aliwapa akiba ya pesa kidogo ambazo zingeweza kuwasogeza angalau Mombasa kwa ajili ya mpango wao wa kutafuta usafiri wa baharini kurudi kwao.

Ilikuwa vigumu kwao kusafiri kutokana na kukosa pesa. walimshukuru mfanyakazi na kumuaga.

Bado jua lilikuwa mawinguni. Upepo ulikuwa ukiwabembeleza kwa majonzi yaliyotuwama nyoyoni mwao. Manyunyu ya mvua yalijitawanya katika kiambo walichokuwapo. Pengine upepo ulitabiriwa kuzisafisha huzuni zao. Waliyatupa macho yao angani kuichunguza hali ya hewa. Walichelea kuroa. Ulikuwa ni upepo tu ukivisabahi viumbe na si mvua ya kuendelea.

Walijongea hadi kituo cha mabasi yaliyokuwa yakielekea Mombasa. Walifikia chuoni kwao Zaharani kwa ajili ya kuchukuwa mizigo yake. Chuoni kwao hakukuwa na pingamizi yoyote. Aliwaaga baadhi ya marafiki zake wa karibu na kuondoka. Kutoka chuoni kwao hadi pwani hapakuwa na masafa marefu. Wameshazifunga mawe nafsi zao. Wako tayari kwa lolote litakalowakabili. *Kata puwa uunge wajihi.*

Kila mtu alishughulika na kazi yake. Hawakujua wamsogelee nani. Walitamani wapate mtu atakayewaelewa na kuwa na nia ya kuwasaidia. Fikra yao ya mwisho ni kupata jahazi, mashua au hata meli za mizigo ambazo zingeliweza kuwafikisha nyumbani kwao. Ila pesa ndio kikwazo kwao. Yote haya yamo katika matarajio ya msaada. Kinyume na hivyo mipango yao ingelikwama.

Mawimbi yalipanda na kushuka. Yakayakokota majani yaliyokuwa yamekaa ufukweni na kuyalenga mbali na ufukwe. Ndege walikuwa wakizunguka angani kuzishangiria neema za MwenyeziMungu. Furaha na faraja yao imo maishani. Kupata kwao kudogo na kwingi hakukuzinyima furaha nafsi zao. Walifuatana kwa makundi na kuonesha mshikamano wao. Wakubwa waliwahurumia wadogo. Samaki nao walirukaruka juu na kuzama chini. Huu ulikuwa mchezo wa siku kutwa.

Mzee mmoja alikuwa akiwaongoza watu. Alikwenda kila upande na kuwatupia vijana maneno. Alikuwa amevaa shati na suruali. Shati nyeupe iliyonyooshwa kwa pasi ikanyoosheka. Kichwa chake kilikuwa na uwanja mkubwa uliokosa nywele na nyengine zilikuwa nyeupe pepe-Ziliota nusu kichwa. Alikuwa mbali kidogo kutoka pale waliposimama Tatu na Zaharani.

Mifuko ya saruji iliingizwa jahazini. Vumbi lilisambaratika eneo lile. Ilikuwa vigumu kuwatambua watu wa pale. Vijana wasiopungua sita, *walijitutumua* kubeba saruji. Walipishana kama *pia*. Punde yule mzee akawaita wale vijana na kuwalipa ujira wao kwa jasho walilolimwaga pale. Hii ndio raha ya kufanya kazi. Uvune wakati jasho halijakauka. Inavyoonekana huyu ndiye aliyekuwa mmiliki wa mizigo ile. Baadhi ya mizigo kama sabuni, unga na viazi ilikuwa tayari imeshaingizwa jahazini.

Yule mzee aligeuka kumtafuta nahodha wa chombo. Sura ya Zaharani ilibadilika baada ya kumwona mzee. Kwa mbali tabasamu lilitawanyika usoni pake. Akasimama kama aliyeitwa kumwelekea yule mzee. Tatu alishangaa kumwona Zaharani amepata nguvu mpya. Muda wote huu alikuwa amekaa na kutafakari, lakini ghafla amesimama kwa nguvu zote na kusogea usoni.

Mshangao wa Tatu nao ukapata tafsiri ya uchanangamfu wa Zaharani. Profesa Jamali, mmoja kati ya majirani zao wa karibu Ndaamba. Huyu ndiye aliyetoa nyumba yake ili aishi rafiki yake aliyewahi kusoma naye nchini Uingereza, Eliza. Kwa mbali nuru ya faraja ikawaangazia. Kumwona mtu waliyemjua maeneo yale. Bila ya shaka alikuwa mwenyeji kwenye maeneo ya pwani.

"Vipi Zaharani! Mbona upo hapa?", Bwana Jamali alianza kuuliza mara tu alipotambua kuwa kijana aliyemwona ni wa kwao, Ndaamba, tena anayemfahamu na wazazi wake.

Walisalimiana pasi na kulijibu swali aliloulizwa. Jicho la bwana Jamali lilikuwa likimtazama Tatu.

"Mh! Mtoto gani huyu mbona simkumbuki. Umeshaoa?", aliuliza bwana Jamali huku akitabasamu.

Yeye hakuwa mkaazi sana wa Ndaamba. Aliutumia muda mwingi nje ya nchi.

"Hapana, sijaoa. Huyu ni mwanawe mzee Magogo, anamlea nyumbani kwake", Zaharani alijibu kwa mkato akiamini kuwa Bwana Jamali angehitaji kujua sababu ya uwepo wao pale.

Lakini haikuwa hivyo, Zaharani ilimbidi aombe msaada kwa Bwana Jamali. Msaada pekeye aliyouhitaji ni kurudi kwao.

"Sawa. Msijali kwa hilo. Hili jahazi litaelekea Ndaamba usiku wa leo. Mimi binafsi sitokuwemo kwenye safari hii bali nitakuja kwa ndege kesho. Nitazungumza na Nahodha wangu. Hebu twendeni tukapate chakula kwanza au mumeshiba?"

Hakuna aliyekubali wala aliyekataa. Walimfuata Bwana Jamali hadi kwenye hoteli moja iliyokuwa karibu na ufukwe. Waliingia na kuagiza chakula walichotaka. Wote walikula pilau na mchuzi wa nyama kama alivyoagiza tajiri wao wa wakati huu.

Sasa matumbo yaliacha kunguruma. Utulivu wa nafsi zao ulikuwa umetimia. Walianza kutembea taratibu ufukweni wakielekea upande wa jahazi.

Bwana Jamali akakumbuka kuwa kuna jambo linamtia wasiwasi. Bado alitamani kujua kwanini vijana wawili wale wapo Mombasa. Tena ni wa jinsia mbili tofauti, si ndugu wa damu. Hakuweza kujizuia, ikambidi aulize tena.

Zaharani aliyaanika juani mazungumzo yote, mwanzoni hadi mwishoni mwa simulizi yake. Profesa Jamali alimjua Eliza vyema kabisa kwani walikutana masomoni nje ya nchi. Hata utafiti alioufanya Eliza ulikuwa na mchango mkubwa wa Bwana Jamali. Na ndiye aliyetoa nyumba yake kubwa kwa ajili ya Eliza katika kipindi chote cha utafiti wake. Alisikitishwa sana na simulizi hii. Alimpa pole na kumtaka ayaangalie maisha yake kwa utulivu na malengo.

Walielekea kwa nahodha na kutambulishwa. Hapakuwa na shaka yoyote kwani mipango yote ilikwishakaa sawa.

***

Saa nne daktari aliingia. Walikuwepo wagonjwa wasiopungua watatu ambao walikuwa hali mbaya. Mmoja wao alikuwa Jafari, wote walikuwa wakimsubiri daktari. Fahamu za Jafari zilikuwa bado hazijarudi. Bi Shumbana alisimama kwenda kumwomba daktari amwangalie mgonjwa wake kwanza. Utu uzima ukamwombea. Daktari alisogea na kumfanyia vipimo Jafari. Baada ya kumaliza alimwita kando mhudumu.

"Hivi mgonjwa huyu yupo tangu mda gani?"

"Ameletwa tangu mchana, na hajapata fahamu tangu muda huo"

"Duh! hatari, huyu ameshakuwa hali mbaya. Kwanini msiniambie kama hali imekuwa kama hii? Mungenipigia simu. Mimi sawa nilikuwa na mambo mengi leo lakini makubwa kama haya mungeliniambia. Huyu itabidi wampeleke India, laa si hivyo hali itakuwa mbaya zaidi. Damu imemtoka nyingi sana kichwani"

"Lakini dokta! Huyu haikumiminika sana mbona"

"Nimekwambia imemtoka nyingi ndani kwa ndani, nadhani itakuwa imeshaathiri ubongo wake", Daktari alimaliza kwa kauli hii na kurudi kwa mgonjwa wake.

Alitaka kumwona mtu aliyekuja na mgonjwa yule. Bi Shumbana alikuwa si mwendaji wala si mkaazi, si wa ndani wala si wa nje. Mradi mambo yamemzonga. Hakuwa na akiba ya hata senti mkononi mwake zaidi ya nauli yake. Kama ingehitajika pesa ya vipimo basi huenda angeshindwa kulipia.

Majibu juu ya hali ya mgonjwa yalimshitua sana Bi Shumbana. India ndiko kwenye matibabu. Kwa uwezo gani alionao yeye. Kusema la ukweli huu kwake ulikuwa mkosi. Kidole kimoja hakibanji chawa. Mzazi mwenziwe ametulizana kijijini. Angalau wangelikuwa pamoja basi angeliweza kupata japo msaada wa mawazo, kuliko kuelemewa na mzigo peke yake.

SURA YA ISHIRINI NA TATU

Upepo wa pwani ukaingia barabara maungoni mwao. Tokea walipokula chajio walichotunukiwa na profesa Jamali hawajaingiza kitu tumboni. Upepo wa pwani kweli mwanamme. Ulikwishayakwangura matumbo yao. Na njaa imewainamia. Jioni ya saa kumi ikatanda mashariki na magharibi yake. Kupwa na kujaa kwa maji kukajenga dhana nzito kwenye ubongo wa Zaharani. Akayaangalia maji yaliyokuwa yakija kwa kasi ya ajabu na kukokozoa kila kilichojikita ufukweni, kisha maji yale yakarudi kule kule yalikotokea. Visamaki vidogo vidogo vilijitumbukiza majini, vikaruka na kushangilia. Maji ndio uhai wao.

Tatu alisogea karibu na Zaharani na kumtazama machoni. Alichokigundua Zaharani ni machozi yaliyoanza kupukutika machoni mwa Tatu. Ikabidi amuulize. Tatu hakutoa jibu lolote. Alijipangusa machozi na kutabasamu. Hali ile ikamshangaza Zaharani. Kulia na kucheka kule kumesababishwa na nini, hili hakulijua. Punde Nahodha alikuja na kijana mwenzake. Akawataka Zaharani wajiandae maana muda si mrefu safari itaanza. Wao walikuwa tayari muda wowote. Walikuwa wameshachoka kukaa pale. Wanatamani wafike Ndaamba. Walifuata agizo la Nahodha. Waliingia jahazini. Nyoyo zao zilijaa woga, hawajawahi kupanda jahazi hata siku moja. Lisilo budi hutendwa. Tatu alizidi woga maradufu ya Zaharani. Usafiri ule na upepo ulivyokuwa ukizidi kuvuma! Alipata wasiwasi lakini akabaki kumwomba Mungu awasalimu salama.   Jahazi lilingo'a nanga.

Saa kumi na moja ilikuwa inasogea sasa. Jahazi liliondoka na kusogezwa na mawimbi yaliosaidiana na upepo. Taratibu jahazi likaelea majini. Kijana aliyekuwa ameogozana na nahodha kwenye msafara alitoa chakula na maji. Ilikuwa ni mihogo wa kuchemsha na dagaa. Akawakaribisha Zaharani na Tatu. Kwa njaa waliyokuwa nayo walisogea bila ya kusita. Mwendo wa masaa matatu majini ulikuwa wa salama. Nyota zilimwongoza nahodha kuelekea kule alikokukusudia. Kwa mbali wakaona taa inakuja kutoka mbele yao. Kutokana na kutanda kwa kiza cha mwezi kumi na tisa *mwandamo*, ilikuwa vigumu kwao kubaini kilichokuwa mbele yao.

Ile taa ilipowakaribia ndipo walipotambua kuwa ile ilikuwa mashua ndogo ya majeshi. Wakaisikia sauti ya bomba ikiwataka watie nanga. Nahodha akashangaa. Vipi wat.aweza kutia nanga eneo kama lile. Kwa mara ya pili tangazo likatoka. Halikuwa ombi sasa.

"Munatakiwa msogee kwa mbele, sisi ni jeshi la kuzuia magendo. Tunawataka mutie nanga kwa ajili ya ukaguzi"

Nahodha akashauriana na wenzake. Haikuwa rahisi kuweza kuamini kuwa kilichosemwa ni sahihi. Inayumkinika kuwa ni kweli mashua ile ni ya majeshi au ni majambazi tu waliokusudia uovu. Zaharani alikuwa mgeni wa mambo yale. Alibaki kumwomba Mungu awavuushe salama tu.

Nahodha na mwenzake wakakubaliana kutia nanga baada ya kuamini kuwa wale walikuwa majeshi. Walipopata sehemu nzuri ya ufukwe walitia nanga. Mashua ilikuwa nyuma yao inawasogelea. walishuka vijana watano na bunduki. Walikuwa wamevaa vazi la kijeshi.

"Habari zenu?", mwanajeshi mmoja alimuuliza Nahodha.

"Nzuri tu"

"Tunataka kukagua kidogo chombo chenu, kwani mumebeba nini"

"Sawa, hiyo ni saruji tu na unga kidogo"

Wanajeshi wawili waliingia ndani ya jahazi na kukagua. Zaharani na Tatu walipatwa na hofu walipowaona wanajeshi muda ule. Kila aina ya mawazao yaliwapitia akilini mwao. Baada ya ukaguzi walimtaka nahodha awaoneshe kibali cha mizigo iliyoshehenezwa jahazini. Walioneshwa, kisha wakamwita nahodha pembeni.

"Sawa hamna tatizo lolote lakini tunaomba mutufikirie na sisi hapa, lipieni ruhusa ya kupita usawa wa ukaguzi", mwanajeshi mmoja akatoa agizo.

"Lakini kamanda kibali tunacho tumeshalipa tulikotoka", nahodha akaanza kubishana na mwanajeshi.

"Si ombi ni amri, nyiye tufikirieni tu sisi walinda nchi yenu. Hebu angalia kazi tunayoifanya! Usiku kama huu tupo tunakulindeni nyinyi munaokwenda na kurudi"

Nahodha akabaki kushangaa, hakuwa na la kusema. Akamtazamwa mwenzake. Kisha akatoa noti na kuifumbatisha kiganjani mwa mwanajeshi.

***

Bi Shumbana *aliungulika*. Akamtazama mwanawe kwa jicho la huruma. Umama ukamtembea kwenye mishipa ya damu. Akaanza kuikumbuka miezi tisa ya dhiki. Miezi iliyoipoteza ladha ya vyakula vitamu. Miezi iliyolifanya tumbo liwe dhaifu- Lilikitoa kila kilichoingia tumboni. Lilizidi ukubwa kila uchao. Miezi ya kutaraji. Kweli hata ukiitwa mama kazi imepita. Miezi hii iliziteka kumbukizi zake. Kisha akazaa na kulea.

Kama aliyekuwa ndotoni masikini ya Mungu. Yanayomtokea yalikuwa yakiyakata maini yake. Hakuwa na la kufanya zaidi ya kuisubiri asubuhi. Yule kijana aliyemsaidia kumleta Jafari hospitali aliitimiza ahadi yake. Alifika hospitali saa sita usiku. Akaonana na Bi Shumbana na kutaka kujua yaliyojiri tangu alipoondoka. Alisikitika sana baada ya kujua kuwa tatizo ni kubwa sana. Tena kwa kosa lisilokuwa lake. Mkamatwa na ngozi ndiye mwizi. Jafari hakuiba lakini alisukumiwa mzigo wa wizi. Msamaria mwema aliamua kuelekezwa kijijini, Ndaamba. Lengo ni kumtafuta Mzee Magogo na kumpa taarifa. Bi Shumbana hakujua la kufanya. Pia walio kijijini hawayajui yaliyopo mjini.

Kwa vile usiku ulikuwa mkubwa, Bi Shumbana alimzuia msamaria mwema wake ambaye alikuwa tayari kuelekea Ndaamba usiku ule ule. Yuko tayari kwenda kuwaeleza watu wa Ndaamba juu ya mambo yaliyoko mjini. Huruma imemjaa. Lakini akaamua kufuata ushauri wa Bi Shumbana. Akaamua kurudi kwake na kuisubiri asubuhi kwa ajili ya kwenda Ndaamba.

Muda uliendelea kusonga mbele. Usiku ukapita katika hali ngumu. Jafari alikuwa nusu duniani nusu ulimwengu mwengine. Bi Shumbana alilala chini ya kitanda cha mwanawe. Kila baada ya sekunde mbili aliinuka na kumtazama. Ilipofika saa kumi na moja moyo wake ukakaa vyengine. Hakuridhika Bi Shumbana. Alipomtazama mwanawe akamwona ameyafumbua macho huku akisema maneno ya chini kwa chini. Alipata faraja ya ulaghai. Akasogea chumba cha daktari kwa pupa. Baada ya kumwita daktari alirudi mbio, nusura ajikate miguu. Alikuja kumwona tena mwanawe.

Kila kiumbe kina siku zake za kuhesabika. Ila siri hii ipo kwenye dhamana ya Mungu pekeye. Laiti angeifungua na kuiweka usoni mwa viumbe basi sijue ingekuaje. Lakini hakuna hodari wa kuitambua siku hiyo. Tayari Jafari ameshakata roho. Ameshatangulia mbele ya haki. Kwa harakaharaka Bi Shumbana hakuweza kutambua. Ila mara hii aliona mabadiliko. Pamoja na kupoteza fahamu kwake, Jafari aliweza kututa vyema kabla. Aliporudi mama yake kumwita daktari mapigo ya moyo yalikuwa yameshasita. Si hayo tu, hata ile taharuki ndogo aliyoishuhudia, ambayo ndiyo iliyomuhadaa na kumfanya akamwite daktari, haikuwepo. Daktari alipokuja aliweza kuthibitisha kuwa Jafari ameshaaga dunia.

Msiba mkubwa kwa Bi Shumbana. Alilia sana. Hata wagonjwa waliolala waliamka. Haukupita muda mkubwa msamaria mwema alitokea kama alivyoahidi. Akakuta hali imezidi kuwa mbaya. Watu wanamliwaza Bi Shumbana. Akatambua pasi na kuambiwa kuwa mgonjwa wao hayupo tena duniani. Alichokifanya ni kumwona Bi Shumbana ili amshauri juu ya kuuchukuwa mwili wa marehemu na kuupeleka Ndaamba. Hali ya pale ikazidi kuchafuka mara tu baada ya Msamaria mwema kuonana na Bi Shumbana uso kwa uso. Alizidi kulia.

Ulikuwa ni wakati wa kupeana pole kwa msiba na kufanya utaratibu wa kuondoka na maiti. Baada ya kupata idhini ya daktari, mwili wa marehemu uliingizwa kwenye gari ya msamaria mwema na kupelekwa Ndaamba.

***

"Enh! Mambo si hayo bwana! Mnajua kuwa riziki ya mtu imo mikononi mwa mtu. Sasa munaweza mukenda safari yenu. Nendeni salama"

Nahodha akang'oa nanga na safari ikaendelea.

Upepo ulilisukuma jahazi hadi Ndaamba. Hakuna hitilafu zozote zilizotokea. Pamoja na kuwa Zaharani na Tatu waliogopa sana. Hawajawahi kutumia usafiri wa jahazi. Kwao ilikuwa roho jitini. Asubuhi iliwapambazukia kando kidogo na

Ndaamba. Wakatia nanga na kuagana.
Walishukuru sana kwa fadhila walizopewa. Upepo
wa Ndaamba uliwapokea mikono miwili.
Ufukweni palikuwa na kuku aliyekuwa
akijikongoja. Mguu mmoja mbovu unamtesa.
Labda watoto wamempiga magongo. Au mwizi
alitaka kutimiza hujuma zake. *Labda* na *au*
zilichukuwa nafasi kwenye fikra za vijana wawili
hawa waliofuatana.

Furaha zisizo kifani zilishamiri nyoyoni. Lakini
moyo wa Zaharani ulipiga "Buh". Wasiwasi
ukamjaa kichwani. Wala si kwa kuogopa kusemwa
na watu, lakini alianza kupatwa na wasiwasi.

"Kuna nini huku kwetu leo. Kuna nini? Mbona
kumeshuwarika namna hii. Mbona hawa ndege
hawatupokei kwa nyimbo zao za asili! Na upepo
baada ya kutupokea tu umeamua kunyamaza.
Hata vilele vya miti vimetulia tuliiiii! Je umekutieni
unyonge ujio wetu? Na huko makwetu
tutapokelewa hivi? Twambieni kuna nini?",
Zaharani alisema peke yake.

"We Zaharani vipi! Mbona unasema peke yako?",
Tatu aliuliza kwa mshangao.

"Sisemi peke yangu Tatu, unajua na viumbe navyo
vinasema. Vina njia zao za kuwasiliana. Vinasema
hivi. Upepo, ndege, miti, nafaka, wadudu wote
hawa wanasema. Huoni walivyotulizana na
kutuangalia! Huoni wanavyotupokea kwa huzuni?
Mimi nahisi kuna jambo huku twendako si la
kawaida"

Bado Zaharani aliyaendeleza maneno yake ya utata.

"Ni kweli mpenzi wangu kuna jambo huku si la kawaida. Nalo ni la mimi na wewe kufungishwa ndoa haraka iwezekanavyo. Maisha yatakuja baadaye, kwanza ndoa. Au sio?", Tatu akaanza kuchomeka maneno ya kuipoteza mada ya Zaharani.

Walipita kwenye msitu mkubwa. Wakiziandama njia nyembamba ili kutokezea kwenye kiambo chao. Huku wakiyakokota mabegi yao. Miili yao ilionekana kudhoofika. Matumbo yamebatana kwa njaa. Kilichowasukuma mbele ni matumaini. Wameshajivua utumwa sasa. Wamerudi kwao, leo si watumwa tena. Nyumbani ni nyumbani hata kama kichakani.

"Hilo lipo kwenye fikra zangu Tatu, lakini naamini huku twendako kuna jambo zito zaidi ya hilo. Ni bora tusiandikie mate, tusogee taratibu tukajionee."

Walipokaribia nyumbani kwao walikutana na watu wanne waliowajua kwa sura, hawakuwa wageni machoni mwao. Wameshughulika. Wameroa jasho kwa kazi nzito waliyokuwa wakiifanya. Mmoja ameshika jembe analima kwenye eneo lililokuwa limefyekwa vizuri. Walisalimia na kuendelea na safari. Hawakuachwa kutazamwa. Waliwapa watu maswali mengi ya kujiuliza.

"Si nimekwambia huku si kwema! Unaona sasa…. Unaonaa?", Zaharani alimuuliza Tatu.

"Kwani wewe umeona nini?", Tatu bado alikuwa hajafahamu.

"Wale wanachimba kaburi"

Kusikia vile Tatu alipata wasiwasi sana. Akaanza kujawa na woga. Alitamani warudi kuwauiliza wale waliokuwa wakichimba kaburi. Wanataka kumjua aliyekufa. Wakasonga mbele. Walipokaribia kufika walipishana na watu wengi waliokuwa wakielekea upande mmoja. Walitamani wasingepita njia ile. Watu wote waliwazungumza wao. Zaharani anajulikana kuwa yupo Ulaya. Na kijiji kizima kinajua kuwa Tatu alipata maradhi kwa Zaharani huyu huyu. Akasafirishwa kupata mapumziko nchini Kenya. Leo wanaonekana pamoja. Watu waliacha midomo wazi.

Zaharani aliamua kuja na Tatu hadi nyumbani kwao. Kisha afanye utaratibu wa usafiri kumrudisha nyumbani kwao, kijiji cha jirani. Hakutaka kubaki kwa mzee Magogo (mlezi wake). Alimtamani sana mama yake, Bi Kazija. Ana mengi ya kumwambia juu ya yale yaliyomsibu nchini Kenya hadi akaamua kurudi. Kabla hawajafika nyumbani kwao wakamkuta Mwajuma, rafiki yake kipenzi Tatu. Furaha yake haikuweza kumithilika. Walikumbatiana karibu wabebane kwa jinsi walivyofurahi. Mwajuma alitamani amuulize Zaharani habari za Ulaya lakini mdomo wake ulikuwa mzito. Hakujuwa watu wale wamekutana wapi na wanatokea wapi asubuhi ile.

"Munajua yaliyopo hapa petu?", Mwajuma aliuliza.

"Jafari amefariki, alikuwa mwizi mkubwa huko mjini", akazidi kuongezea.

Zaharani akasita. Hakuweza kuendelea kutembea. Miguu aliihisi mizito sana. Akamkodolea macho Mwajuma kama kwamba alimtaka aibadilishe kauli ile. Hakuamini. Alipozipata pumzi zake za awali akauliza tena.

"Huyu Jafari Ma..Magogo?"

"Ndiye huyo huyo, wamempiga vibaya huko"

Tatu alianguka chini na kuzimia.

SURA YA ISHIRINI NA NNE

Chumba kilizunguka zwiii! Pumzi zilitoka kwa tabu katika tundu ndogo za pua yake. Macho yalikuwa yametulizana kwenye paa la nyumba. Alipoyazungusha upande wa kulia akakutana na makawa mawili yaliyotundikwa ukutani. Moja linasomeka " *Baada ya dhiki faraja*" na jengine limeandikwa *"Wawili wakipendana adui hana nafasi"*.

Hili kawa la pili likazirudisha kumbukumbu za Tatu. Akawa anajiuliza maswali mengi. Amefika kwenye chumba alichoweza kukimbukuka vizuri. Chumba alichoishi miaka mingi tangu maji anayaita *mma*. Akakumbuka dakika ya mwisho ya fahamu yake alikuwa amefuatana na Zaharani. Alikizungusha kichwa chake upande mwengine hakuona mtu. Masikio nayo yakafunguka, sasa akawa anasikia vilio vya kuomboleza.

Akakumbuka kuwa kilichomwangusha na kupoteza fahamu ni taarifa ya kifo cha kaka yake. Kweli Jafari alikuwa kama kaka yake wa *toka n'toke*. Pamoja na kuwa wazazi wao ndio waliokuwa ndugu lakini wao hawakuwekana hivyo. Waliishi nyumba moja tangu kifo cha babake Tatu. Taarifa hizi ziliutia simanzi nzito moyo wa Tatu.

Akajizoazoa pale juu ya mkeka alipokuwa amelala. Kichwa kilikuwa kinamuuma sana. Akajikaza kiume hadi mlangoni. Alipoufungua mlango akakutana uso kwa macho na mama yake mlezi, Bi Shumbana. Macho yamepiga wekundu kama yaliyofikichwa. Alisogea kwa kususumasusuma na kumkumbatia. Kama aliyeipata sasa taarifa ya kifo kwa jinsi alivyoangusha kilio. Alilia sana. Kumwona Tatu kulimrudisha utotoni mwa vijana wawili hawa waliokulia pamoja. Ikabidi wengine wabebe dhima ya kuwanyamazisha. Bi Kazija naye, mama yake Tatu aliwasili muda huu huu. Alishangaa sana kumwona mwanawe mazingira hayo. Kisha akatanabahi kuwa bila ya shaka kilichomtoa Kenya ilhali ni mwanafunzi ni ule msiba. Kumbe haikuwa hivyo-usilolijua ni usiku wa kiza. Akasalimiana na mama yake. Wakati huu haukuwa muafaka kuanza kusimuliana habari za Kenya.

Watu walikuwa wamesharudi kuzika. Zaharani alimtafuta Tatu ili aweze kuijua hali yake. Kwa mbali akamuona amekaa na wanawake watatu. Mmoja alikuwa ni Bi Shumbana, mwengine ni Bi Kazija, na mmoja alikuwa jirani yao wa karibu. Aliwafuata pale pale walipokuwa wameketi. Kilio cha Bi Shumbana kikaanza upya. Zaharani na Jafari walikuwa marafiki wa utotoni. Hata Zaharani aliishi na familia hii kama mtoto wa ndani. Kidonda cha Bi Shumbana kikatonesheka na kuzidi maumivu yake.

"Masikiiiini! Hatunae tena mwenzio Zaharani! Hatunae tena leo! Mwanangu wa pekeyeee!"

Zaharani akawa anamliwaza Bi Shumbana huku akijitahidi kuyazuia machozi yake yaliyokuwa mguu nje mguu ndani. Bi Kazija alibadilika ghafla baada ya kumuona Zaharani. Anajua Zaharani ni adui mkubwa wa mwanawe. Amemsababishia maradhi. Shauri la kumpeleka mwanawe Kenya ni kwa sababu ya Zaharani. Bado aliidadisi akili yake ambayo ilikosa uwezo wa kumpa majibu. Akabaki kufinga uso tu na kumtazama Zaharani kwa jicho la hasira.

Zaharani aliusoma uso wa Bi Kazija. Akajua kuwa mbele ya Bi Kazija hakuwa mwema zaidi ya adui aliyestahili hata kuuwawa. Kweli alikuwa na haki ya kujenga dhana hiyo, kwani Zaharani alisababisha matatizo makubwa kipindi cha nyuma. Ingawa ukurasa mpya umeshafunguliwa baina ya wawili hawa-Hakuna aliyejua hayo zaidi yao wawili.

Aliondoka kwa ajili ya kwenda kuonana na wazazi wake. Bi Sabahi alifarijika kumwona mwanawe. Siku nyingi alikuwa akiulizia na kutaraji. Hakupata jibu zaidi ya kuishi na tamaa iliyyootewa na majani. Licha ya kuwa hakuujua undani wa uwepo wa mwanawe kijijini pale, alitosheka kumwona amerudi akiwa salama. Akili yake haikutaka kuziafiki hoja za kuwa mwanawe amekwenda Ulaya. Hakuona dalili za kuwa mwanawe amefika Ulaya. Amerudi akiwa mnyonge. Mwili wake umeedhoofu. Muda wote anawaza na kulia.

Wapo waliodhani kuwa kifo cha rafiki yake wa karibu kina uhusiano na majonzi yale. Hata hivyo wazazi wake walimwita kando. Ilikuwa ni saa kumi alasiri. Bi Sabahi alimwita mume wake na kumtaka wakae na mwana wao ili wajuwe kilichomsibu. Wanaokwenda Ulaya hawana kawaida ya kurudi kama alivyorudi Zaharani; Kurudi wakiwa wamedhoofika, kurudi ndani ya siku chache-wengi wao hujisahau. Labda wale waendao kwa ajili ya biashara-wao huenda mara moja na kurudi.

Ukweli juu ya safari ya Zaharani ulikaribia kuanikwa uwanjani. Walikaa pamoja wazazi na mwana. Wakaanza kumsaili mwana wao. Uzito wa kuelezea mkasa uliomfika ulipeperuka. Akatanabahi kuwa wale ni wazee wake. Wanastahili kuelewa kila kitu juu yake. Simulizi ikawekwa kwenye mkeka kuanzia mwanzo hadi mwisho. Wote walibaki vinywa wazi hasa pale Zaharani alipoyafichua yaliyojificha moyoni mwake. Kauli hii ilimpitikia akilini Bi Sabahi zaidi ya mara tatu.

"Pamoja na yote yaliyonifika, sasa nimerudi kwetu. Najua kwetu hakuwezi kunitupa. Kwetu ndio mafikio yetu. Ndaamba ndio hazina iliyobaki kwenye urithi wangu. Lakini baada ya yote hayo, nataka mukaniposee Tatu. Nampenda sana wazazi wangu. Samahanini kama nitakuwa nimewavunjia heshima lakini kamwe ukweli haufichiki", Baba yake alibaki kucheka.

Akaanza kutoa maneno yake yaliochanganyika na mzaha.

"Umekushinda mpini, utaliweza jembe! Hebu kwanza yatazame maisha yako. Hayo yatafuatia baadaye"

Kauli hii ilimvunja moyo sana Zaharani. Ingawa hili alilitabiri, kwa anavyomjua babake, isingekuwa rahisi kuliunga mkono mia kwa mia. Mama yake alimtaka atulizane moyo wake. Mtu kwao hafi njaa. Na hayo mengine yatafuatia baadaye.

Nong'ono za mitaani zikaanza kuja juu. Zaharani alisemwa na kila mtu. Hadi kuku waliika *kokoikooo* kumsimanga. Alipopita alioneshewa kidole. Wengine walisema kuwa maisha yamemshinda. Wapo baadhi waliosema kuwa matakwa ya mzungu ni kumtia katika mila zao ila amekataa ndio maana amerudishwa kwao. Mradi kila aliyekuwa ardhini aliweza kusema alilosema kwa vile pumzi za kusemea hazijakoma.

Hali ya Zaharani ilianza kurudi kawaida. Alikuwa mpya. Kama udongo mkavu uliorowana tena. Ukaweza kufinyangika katika umbile lolote la mfinyango. Kwa zama hizi Zaharani huna la kumwambia kuhusu maisha ya Ulaya.

Baada ya siku tatu watu walitawanyika. *Matanga* yalipomaliza kila mmoja alirudi nyumbani kwake. Bi Kazija aliamua kumchukuwa mwanawe kusudi asiwe karibu na Zaharani. Alimuona kama kunguru kwa kifaranga. Walikubaliana na mzee Magogo kuwa mtoto arudi katika dhamana yake, kinyume na mara ya mwanzo alipoamua kurudi kwao bila ya ridhaa ya walezi wake. Haikuwa rahisi kukubali lakini lisilobudi hutendwa.

Tatu alikataa kurudi kwao. Kufanya hivi kulimpa nguvu mama yake kufanya maamuzi magumu kwani alijua kuwa sababu ya Tatu kukataa ni Zaharani. Akaitumia nafasi ya umama ipasavyo.

"Kama mimi ni mamako, nimekubeba miezi tisa tumboni mwangu. Nikakulea na sasa umekuwa mtu mbele za watu, basi twende kwetu"

Tatu hakuweza kupinga. Alimfuata Zaharani kwao. Wakapanga mengi. Wakaahidiana ahadi nzito nzito.

"Usijali nitaleta posa kwenu. Nitakuja karibuni. Sitokaa sana nitakutembelea. Nakupenda sana", Zaharani aliahidi.

Hii ilikuwa kauli ya mwisho ya maagano yao. Tatu alirudi kwa mzee Magogo kwa ajili ya kurudi nyumbani kwao

***

Walipobisha hodi walifunguliwa na mzee wa makamo. Alikuwa mrefu na ndevu nyingi kidevuni. Ishara ya uzee ilijaa kwenye nywele zake. Alikuwa mgeni machoni mwa Tatu. Huyu ndiye aliyewafungulia mlango. Kilichomshangaza Tatu zaidi ni kule kupeana mikono kwao, mama yake na yule mzee-Jambo ambalo ni kinyume na maadili yao. Hawezi mtu kumpa mkono mtu asiyekuwa *maharumu* yake.

"Tatu usishangae, huyu ni baba yako kwa sasa, amenioa hivi karibuni", Bi Kazija alisema.

Aliingia ndani na kuweka mizigo yake. Alianza kumtoa *maanani* mama yake. Akamuhisi kuwa amefanya kioja kikubwa. Vyereje mtu mzima kutafuta mzigo akauzindika ndani! Kwa Tatu hili halikumfurahisha. Lakini ndio limeshatendeka chini ya matakwa ya mzazi.

"Inawezekana mama amependa. Ameamua kwa utashi wa nafsi yake. Nitaitumia nafasi hii hii kumtetea Zaharani aje anioe iwapo hawatokubali. Mtu aolewa apendapo"

Wiki zilipita na maisha ya kijijini kwao yakamzoea Tatu, naye akayazoea. Alitamani hata kesho yake afike kwao Zaharani. Kila aliposikia hodi alikimbilia kufungua mlango ili amjuwe ni mgeni gani aliyefika. Mwezi ulikatika kama upepo bila ya mgeni aliyemtarajia kufika.

Tatu leo hakusema na mtu. Tangu alipoamka amesawijika. Uso umekunjana kama wingu la mvua ya masika. Alibaki kusema maneno ya chini kwa chini kila alipopishana na mama yake. Tangu alipopewa taarifa ambazo hakutamani hata kuzisikia alikasirika sana.

"Tatu mwanangu nimefurahi kuona upo karibu na mimi. Nafarijika sana kila nikitupa macho nakuona mwanangu mpenzi. Ila kuna jambo nataka nikwambie. Nataka sasa furaha yangu ya ndani itulizane kwenye hadhi yake"

Tatu alikuwa bado hajaona ndani.

"Una maana gani mama?"

"Tumezungumza na huyu babaako wa kambo. Tayari anaye mtoto wa kaka yake, ni kijana mtanashati, mtu na pesa zake. Huyo kila mwezi mara Ulaya, mara Dubai, mara China ilimradi ni mbio tu. Mwanangu huyu ndiye mume. Na miye nina furaha kubwa maana huyu atatutajirisha sisi"

"Mh! Mama unakosea", Tatu alijikuta anamkosoa mama yake.

"Anayetajirisha ni Mungu, mimi siko tayari kuolewa na mtu yoyote kinyume na Zaharani"

Bi Kazija alijikuta anampiga kibao mwanawe. Pumzi juu juu. Amekasirika sana. Naye Tatu alisimama na kuelekea chumbani. Alikaa huko muda mrefu bila ya kula kitu. Alikuwa analia tu. Alitoka saa saba mchana kwa ajili ya kunywa chai.

"Hodi huku wenyewe! Hodi hodi"

Bi Kazija alifungua mlango. Wakati huu Tatu alikuwa amelala usingizi chumbani mwake.

Ulikuwa ni ugeni wa watu wanne. Baba yake Zaharani pamoja na Zaharani, na jamaa zao wa karibu wawili.

SURA YA ISHIRINI NA TANO

Huzuni kubwa kwa Saidi, rafiki mkubwa wa Jafari. Chumba anakiona kidogo. Mazoea yana tabu. Ameshazoea kupigishana kelele na Jafari. Hakuna kiwanja hata kimoja cha starehe walichokuwa hawajawahi kwenda. Hata baadhi ya kumbi za starehe za gharama wameshawahi kwenda kutimiza utumwa wa bosi wao, Midumange. Wameshiriki kuuza madawa ya kulevya sehemu nyingi za mji huu.

Kila alipotaka kuinua mguu wake kwenda kwa Midumange aliuona mzito. Viungo vyote vilimsuta. Akamkumbuka kijana mwenziwe mbichi, damu bado inachemka lakini mauti hayakumpa nafasi. Ameiaga dunia. Alikuwa amelala juu ya gogo la mti huku akining'iniza miguu. Alisafiri mbali kimawazo.

"Ni heri nife masikini kuliko kuendelea na kazi hii ya ulevi. Kuuza madawa si kazi. Ni sawa na kuuza sumu. Ah! Kwanini niendelee kufanya haya mimi! Kuwatoa watu akili si kazi. Hatari ya maisha hii. Ni bora nikajipatie kiriziki changu hicho hicho kwenye kuosha magari kuliko kuendelea *kumangamanga* huku *uharamuni*. Mungu nisamehe miye mja wako. Nisamehe sana".

Alipozinduka kutoka mawazoni alielekea kwa Midumange. Taarifa za kifo alizipata kwa watu tu. Hata hakupata kuonana tena na rafiki yake.

Alijulikana na walinzi wote katika jengo kubwa la Midumange. Aliruhusiwa kwenda ndani kuonana naye.

"Imekuwa vyema kuja hapa leo. Nilikuwa natamani uje kijana wangu. Wewe ni katika vijana wanaojitahidi kunifanyia kazi zangu. Nimekuwekea tuzo yako kubwa leo hapa. Nasikitika kumpoteza kijana mwenzako kwa ajali iliyomfika, lakini yote ni mipango ya Mungu. Kuna nyumba nimekuwekea, nataka ukakae kule. Kila kitu kimo ndani......"

Alikohoa Midumange na kuiweka sauti yake vizuri. Wakati huu Saidi alikuwa ametulia anamsikiliza bosi wake.

Kilichomtoa huko ni kuja kuomba kuacha kazi. Alijua kuwa isingekuwa rahisi kukubalika. Aliibeba hatari kwa mikono yake. Amejipeleka kwenye mdomo wa papa mwenyewe. Sasa mtihani mwengine huo umemfika. Kabla hajasema kilichomleta ameshakabidhiwa nyumba na ufunguo wake.

" ... umetumika siku nyingi bila ya kuona matunda ya bidii yako. Leo nenda kaone"

Midumange alimaliza kusema hayo na kumkabidhi kijana wake mmoja ufunguo. Kisha akatoa agizo la kupelekwa Saidi katika nyumba yake mpya.

Saidi hakusema neno. Alimfuata kijana aliyepewa agizo. Walitoka na gari hadi kando ya mji. Nyumba moja nzuri sana iliwatazama. Bustani za kuvutia zikawapokea mikono miwili. Harufu za rangi mpya iliyopakwa kwenye kuta za nyumba zilikuwa zinawavuta kama sumaku. Wakaingia na kukagua mandhari yote. Kisha wakatoka. Saidi alitakiwa arudi tena kwa Midumange kwa ajili ya kusikiliza agizo jengine.

Alibaki kama bubu. Maneno yamepotea. Nyumba nzuri amekabidhiwa. Yake, tena mali yake. Anayahama maisha ya kukodi sasa. Amepewa nyumba na kila kitu ndani. Moyo ukabadilika. Moyo ukashawishika. Akasahau kuwa alikuwa anakwenda kutubia. Badala ya kutubia akaufungua mkataba mpya.

"Mh! Huu mtihani sasa. Nilikuwa nakwenda kuacha kazi hii kwa kukosa kuiona tija yake. Ila duh! Zari nje nje, hapana siachi kwanza. Maisha ndio haya haya".

Waliporudi kwa Midumange, Saidi alipewa agizo jipya.

"Nahitaji kampani yako kijana wangu, twende mguu kwa mguu hadi kijijini. Nataka kuoa sasa. Nimeshawekewa mchumba wa nguvu huko na baba yangu mdogo. Na leo amenitaka nipeleke posa. Mimi sina wazee, kuna huyo anko wangu mmoja huko huko, na wewe utachukuwa nafasi ya udugu mwengine tu. Kuna kanzu kama tatu hapa utachagua moja, ila ukaoge freshi. Na hiyo minywele ukatoe saluni sasa hivi. Muda umeshakaribia kutoka sisi."

Saidi alilipokea kwa furaha wazo la bosi wake. Alijiona kuwa amethaminiwa sana kwa kupewa hadhi asiyoitarajia. Alipelekwa saluni.

Kutokana na maadili yao, Zaharani alitakiwa kubaki nje na kuwaacha wazazi wake waingie ndani. Walitandikiwa jamvi jipya lililokuwa kipembeni. Paka mdogo alikuwa akijipitishapitisha miguuni na kulia kwa sauti kali. Labda alikuwa na njaa. Bi Kazija alimwita paka wake jikoni. "Hebu njoo huku usinisumbuwe akili yangu".

Kuketi kulimshinda Zaharani. Ikawa anakwenda huku na kurudi kule. Alitamani amwone Tatu. Lakini hakusikia hata sauti yake.

Baada ya kutambulika ujio ule, ilibidi aagizishiwe baba wa kambo katika kikao kile. Wakati huu alikuwa amekwenda kumwondosha juani ng'ombe wake. Alipokuja tu kikao kikaanza.

"Kilichotuleta hapa ni posa ya mwenetu kwa binti yenu. Tumekuja kwenu kuleta ombi la kijana wetu, ambaye amempenda binti yenu na mwisho, kwa vile ni jambo la heri, ameamua kututuma sisi. Naamini jambo la heri huenda kwa heri"

Baba yake Zaharani alianza kukifungua kikao.

"Kwa bahati nzuri au mbaya, tayari mwenetu ameshaposwa, na hao watu leo watakuja kutoa mahari", Baba wa kambo aliingilia kati na kumkata kauli baba Zaharani.

Mama yake Tatu hakutia neno lake, alibaki kutikisa kichwa tu kuthibitisha kuwa kauli ile ni ya ukweli.

"Hakuna posa juu ya posa au sio jamani?", Baba wa kambo akauliza huku akiwatazama wageni wao.

"Ndi..ndio, sisi tulikuja kuomba Mungu, laa kama ni hivyo hatuna pi...."

Alisita na kushindwa kuimaliza kauli yake mara baada ya kuhisi kuwa kuna mtu amemgonga mgongoni. Alikuwa ni mmoja kati ya wale wenzake aliokwenda nao. Naye akataka kusema neno.

"Ina maana kuna posa na tayari hata mtoto amesharidhia?"

"Ndio, ndio, hilo halina pingamizi. Sisi tumeshapokea posa. Ni dhahiri kuwa tayari tumeshakubaliana sote. Kaombeni Mungu kwengine inshaaAllah", Baba wa kambo alitilia mkazo kwa sauti nzito.

Zaharani alikuwa ametegesha sikio lake dirishani. Alisikia neno moja moja. Akili yake ikawa inamtuma afanye lolote litakalomkalia mbele. Sasa ilibidi abahatishe, hakukijua chumba cha Tatu, lakini akaanza kugonga chumba kilichokuwa karibu yake.

"Tatu! Tatu! Tatu uko wapi? Mambo yanaharibika"

Hakukosea. Kile ndicho chumba cha Tatu. Alikuwa amelala na hasira. Usingizi mzito ulimpa njozi mbaya za kila aina. Akaisikia sauti angali usingizini. Akaitambua. Mwisho akalifungua dirisha.

"Zaharani!", Tatu akaita mara baada ya kulifungua dirisha.

Nyuso zao zikatazamana kupitia dirishani. Kila mmoja akaonesha hisia nzito za mustakabali wa kuwa pamoja maishani.

"Tatu wazazi wangu wapo kwenye jamvi. Wamekuja kuleta posa ila wameshakataliwa kwa madai ya kuwa umeshaposwa, na leo kuna ahadi ya kuletwa mahari na hilo kundi jengine"

Moyo wa Tatu ukapiga kwa vishindo vikubwa. Akalifunga dirisha na kutoka chumbani.

"Mama! Mama! Mama!", Tatu alimwita mama yake kwa sauti kubwa.

Ikambidi mama-mtu asimame kuja kumsikiliza mwanawe.

"Nishasema sitaki kuolewa na mwengine zaidi ya huyo aliyekuja kuleta posa saa hizi", Tatu alisisitiza.

"Mtoto wewe unataka kunipanda kichwani. Shetani gani aliyekuingia wewe, *rubamba* au *ruhani*! Maana umekosa adabu sasa. Kijana huyu huyu ndiye aliyekaribia kukutoa roho leo unamkumbatia. Nipishe miye ukitaka usitake utaolewa na mume tushayekuchagulia. Nyuki hakumbatiwi"

Mvumo wa gari ulisikika nje ya nyumba yao Tatu. Ugeni mwengine uliingia. Vijana waliovalia kanzu za darizi na kofia za lasi mpya waliteremka kwenye *Rav4* jipya. Saidi na Midumange walikuwa katikati kwenye gari. Utadhani siye Saidi wa kijiweni. Amevaa na kupendeza sana. Midumange alifuatana na vijana (walinzi wake wawili). Ila kwa wakati huu hawakujifanya kama walinzi. Walivalia suti nzuri na kumfuata bosi wao nyuma.

"Nadhani wageni wengine hao", Baba wa kambo alidakiza.

Ikabidi baba yake Zaharani na wenzake waage na kuondoka. Wageni walipishana mlangoni. Kundi moja lilikuwa linaondoka na jengine linaingia sasa. Zaharani akabaki kupigwa na mshangao bila ya kujua la kufanya. Alikuwa amesimama na Tatu. Ameshughulika.   Huku   wazazi   wake wanamuhimiza kuondoka.

"Nenda Zaharani. Nakuahidi siolewi. Kaa tayari na wewe kwa lolote. Nakupenda sana"

Haya yalikuwa yakishuhudiwa na Bi Kazija pamoja na wazazi wa Zaharani.

Waliondoka shingo upande. Wakaelekea kituo cha dalaladala na kusubiri gari za abiria. Ni nani aliyeweza kuthubutu kuwatenganisha vijana hawa kwa sasa. Mambo yamenoga. Nyoyo zao zilikuwa zimesheheni mapenzi ya dhati. Kama waliokuwa peke yao. Hakuna aliyejali kuwa wazazi wao walikuwapo wakiyashuhudia yale.

Zaharani alikwenda huku akitazama nyuma. Naye Tatu akainua mkono wake kwa ishara ya kwaheri. Uchungu wa Bi Kazija ulizidi kuusawijisha uso wake. Alisogea karibu na Tatu na kuukwapua mkono wake. Akamvuta ndani.

"Mtoto usiye adabu. Kenya ndivyo ilivyokufikisha hivyo eenh! Limbukeni mmoja we! Watu wakitembea huiga mazuri"

Maneno mazito mazito yakawa yanatiririka mdomoni mwa Bi Kazija. Tatu hakujibu neno. Aliingia chumbani mwake na kujitupa kitandani kwa hasira.

Wageni waliketi. Huu ulikuwa usemi wa wazee wa PAUKWA PAKAWA. Hakuna aliyeleta pingamizi kwa posa hii. Kikao kilipokamilika, mahari yalitolewa. Walidaiwa milioni moja. Midumange na wapambe wake walitazamana na hapo hapo wakazitoa milioni mbili kamili. Milioni ya mahari na milioni nyengine ni ya waazee.

Tamaa ya Bi Kazija ilisimama wima. Alijua kuwa maisha wanayoishi vijana wale ni ya kifahari. Kupata mwanawe ndio kupata yeye.

"Hii ndio faida ya kuzaa. Uzae kisha ulee na huyo huyo aje akufae. Sio uzae, kisha uishie kusota kwenye dhiki. Upigwe na dhiki asubuhi na jioni. Utadhani huna mwana", Bi Kazija alijawa na mawazo.

Baada ya kukamilika mazungumzo yao, Siku ya harusi ilipangwa kabisa. Ilitakiwa ifanyike wiki mbili baadae. Wazo hili lilipendekezwa na Midumange. Kwa upande wa Bi Kazija ilikuwa vigumu kulikubali, walihitaji siku za kutosha kwa ajili ya maandalizi. Midumange aliahidi kusimamia gharama zote mradi shughuli ifanyike baada ya wiki mbili. Hilo likakubalika.

Hekaheka za kualika watu zikaanza. Kila nyumba aliyoijua aliipitia na kutoa taarifa za harusi ya mwanawe. Aliwapa taarifa watu wa ng'ambo pia. Akafika hadi kwa kaka yake, Bwana Magogo na kumualika. Lawama zikamuangukia. Hata hawa walezi wake hakuwashirikisha kikamilifu. Wao ndio waliokuwa walezi wa Tatu. Hakufurahi hata kidogo bwana Magogo, lakini jambo limeshapita hilo. Alilipokea kama lilivyokuja.

Kazi kubwa iliyompata Bi Kazija ni kumshawishi Tatu akubaliane na hali ilivyo. Alimrairai kwa kila mbinu alizozijua yeye.

"Mama yangu, sijawahi kukuvunjia heshima. Mama najua huwezi kunichagulia kibaya lakini kwa hapa kuna jambo linanitisha. Samahani naomba kukuuliza."

Tatu aliyafuta machozi na kumuelekea mama yake. Sasa akaanza kuhoji baadhi ya mambo.

"Unamjua huyu anayetaka kunioa? Anapoishi? Tabia zake? Wazazi wake?. Sawa umeamua kuniozesha huyo mtu, je umevutika na nini ? pesa? tabia? Au?"

Bi Kazija alimtazama Tatu, kisha akaanza kusema kwa sauti ya chini.

"Sikujui anakoishi. Lakini nasikia hana tabu ni mtu mzuri maana baba yako anamjua, ni mtoto wa kaka yake. Kikubwa zaidi ni pesa mwanangu, ana pesa huyu…."

"Kwa hiyo mama unatosheka na hayo? Mama dunia imebadilika hii! Zaharani ananipenda na anani….."

"Weee! Ishia hapo hapo! Unyamaze. Kati yangu mimi na wewe nani anayajua mabadiliko ya dunia. Aliyeiona dunia ya kale au aliyeibuka kwenye mgongo wa mtu wa kale? Mzazi au mwana? Usinipandie kichwani Tatu. Utaolewa ukitaka usitake"

Barua ya siri ilimfika Zaharani. Iliingizwa garini hadi kijiji cha Ndaamba. Mkono kwa mkono hadi kwa Zaharani.

Kutoka kwa wako mpenzi….

Nimeitolea nafsi yangu! Nimeikabidhisha kwako. Liwalo na liwe, mimi nakimbia nyumbani. Utajua wewe pakunipeleka. Siwezi kuruhusu kuolewa na mume nisiyemridhia. Kaa tayari. Wakati wowote nitafika popote ulipo. Hesabu siku nane kuanzia leo, ya tisa tutaonana.

Wako wa moyoni.

Alipomaliza kuisoma barua hii alitokwa na machozi. Mtihani mpya umemfika. Mwanzoni wazazi wake hawakuwa tayari kulibeba suala la ndoa kwa mwana wao. Ila kutokana na kumhurumia Zaharani walilikubali. Walikuwa tayari hata kuishi pamoja ndani ya nyumba yao baada ya ndoa. Bi Sabahi aliweza kumshawishi mume wake ambaye alikuwa mgumu katika hili hadi akakubali. Bi Sabahi aliahidi kutoa shamba lake ili apate pesa za kuiendesha harusi. Juhudi zao zimegonga mwamba. Sasa ni kumshukuru Mungu. Ila kwa mwana wao haikuwa hivyo. Alibuni mbinu mpya kila uchao. Sasa ni nani atakayemuunga mkono na kulibeba hili? Wameshajitoa tangu walipokataliwa.

SURA YA ISHIRINI NA SITA

Nini afanye? Wapi akimbilie na mtoto wa watu? Ni yepi madhara ya hatari hii iliyomwelekea Zaharani? Maswali yote haya yalizunguka kichwani mwake. Kila ifikapo asubuhi alianza safari ya kuzunguka kila kipembe cha kijiji chao. Ikawa sasa anafanya *swafaa na Marwa*.

Mzunguko huu ulikuwa ni mzunguko wa kuemewa. Alimkumbuka rafiki yake wa pete na kidole, Jafari-Ambaye kwa sasa ni marehemu. Pengine angelikuwa hai angelipata mawazo na kujua nini cha kufanya. Hakuna lawama kwenye amana ya Mungu. Ameshamchukua na kazi ya Mungu haina makosa.

Akaanza kumfikiria mtu ambaye atamsaidia kwa mawazo. Mawazo yalipigana vikumbo bila ya kupata jibu. Wakati huu jua lilikuwa limeshajitolea muhanga. Halina huruma na aliye ardhini. Limemtulia kichwani. Akauona umuhimu wa kutafuta kivuli. Akasogea hadi chini ya mwembe. Maembe machanga yamejazana vileleni. Akaanza kuyachuma yale yaliyokuwa karibu yake. Akawa ananyoosha mkono na kuyaweka chini. Alipoyapata mawili matatu ya kuiondosha hamu yake alikaa chini. Viembe vichanga akavidhulumu uhai utadhani mlaji. Akalichukua moja moja na kuyazamisha meno yake. Kisha akawa anayavurumisha mbali na pale.

Mawazo yakamjia. Akamkumbuka mwalimu wake mpenzi aliyemfundisha lugha ya Kiingereza wakati alipokuwa na hamu ya kuijua lugha hii. Wakati alipokuwa akiitazamia safari ya Ulaya na mwanamke aliyemtarajia kuwa atampa ufunguo wa kuifungua milango ya utajiri. Lakini hakuna lililokuwa, badala yake aliisaliti nafsi yake na kumtelekeza mwanamke aliyempanda kutoka moyoni. Sasa hataki kuyakumbuka haya kwani yashayopita si ndwele. Alisimama kutoka kwenye shina la muembe na kufuata njia hadi kwa Mwalimu Jabu.

"Mwalimu wako yu kitandani miezi tena sasa. Hajui lendalo wala lirudilo. Yupo kama gogo tuuu.. mwanangu. Pita umuone yupo hapo"

Moyo ulimpiga kwa nguvu. Akaitikia huku akiingia ndani kwa kusita sita. Kama aliyekuwa akijishauri kwanza. Mwisho akaingia moja kwa moja hadi chumbani. Kitanda cha kamba kilichobonyea kiliubeba mwili wa mwalimu Jabu. Alikuwa amedhoofu sana. Macho yanafumbuka kwa tabu. Pembeni palikuwa na bakuli la uji wa mchele, umejaa pomoni na nzi wanauzingira utadhani wanaulinda. Mmoja alikuwa anaelea kwenye bahari ya uji.

Akamwita kwa jina lake lakini hakuitika. Kwa muda wa dakika mbili kimya kilitawala eneo lile. Kisha akaja mke wa mwalimu Jabu na kuuondosha uji.

"Baba yangu samahani. Mganga wake anataka kuja kumfanyia dawa kidogo na kumfukiza mafusho. Kwa hiyo tu.. tupishe."

"Sawa mama hamna shida, nitakuja siku nyengine, Mungu atamuafu mgonjwa inshaaAllah"

Zaharani alitoka na kuelekea pwani. Hakuwa na lengo lolote zaidi ya kuzipoteza fikra zilizomkwaza na kumfanya awe hana raha ya lolote. Upepo ulivuma sana mchana huu. Kwa mbali alimwona mtu aliyemfahamu. Alikuwa ni Nahodha wa jahazi walilotoka nalo Mombasa. Alisogea karibu yake. Kwa mbali mwanga wa faraja ukamjia. Akaanza kupata mawazo mapya. Wakasalimiana na kufurahi.

"Vipi kijana unataka twende Mombasa, naona unatembea ufukweni?", nahodha akamuuliza Zaharani.

Kwa bashasha na uso uliokunjuka Zaharani akajibu, " Ndio"

Kisha Zaharani alimtaka Nahodha kama atakuwa hana kazi kwa wakati ule wakae kando ili wazungumze. Imani ya Zaharani ilijengeka kwa Nahodha huyu. Sasa alimuwamini na kumfanya mtu wa karibu katika kulitatua tatizo lake.

"Kweli huo ni mtihani mkubwa kijana. Umekumbwa na tatizo kama lililonifika mimi. Hiyo simulizi yako imenigusa kwa mapana na marefu. Nakuahidi nitukusaidia. Sisi tumerudi jana Mombasa. Ila mara hii hatukuwa na mzigo wa Bosi Jamali, si unajua tena kuhangaika. *Tunabangaiza* tu kupata riziki angalau mkono uende kinywani. Mimi nimekaa na mwanamke kama mkimbizi. Nilimtorosha kwao. Alipokelewa posa hivyo hivyo, tulikubaliana vyema tu kuwa tutaoana. Baada ya siku mbili aliniambia kuwa ameposwa. Yaani *mshkaji* wangu mimi sikungoja hili wala lile. Nilikata maji na demu wangu hadi Mombasa. Nikawambia mutatuota sasa, hamtotuona kwa siku za karibuni. Kwa hiyo, hayo mambo ni ya kawaida kutokea. Wewe jikaze kama mtoto wa kiume. Sisi tunaondoka baada ya siku tatu. Jiandae na mizigo yako na huyo demu wako. Kisha tutakubebeni humu kwenye helikopta letu la majini, hahaha si unaliona mwenyeo. Ukifika Mombasa mwanangu utapiga *mishemishe* tu. Nitakupa *madili* we' mweyewe utafurahi"

Nahodha alimpika Zaharani kimawazo naye akapikika. Akaondoka pale moyo wake uko safi. Pamoja na kuwa jambo analokwenda kulikabili lilikuwa ni la kijasiri lakini hakujali. Alijipa moyo na kuisubiria siku. Katika barua aliyoipokea kutoka kwa Tatu, mlikuwa na ahadi ya kuonana na Tatu siku ya tisa. Huko ni mbali sana kwa mujibu wa ahadi yake na Nahodha. Kivyovyote vile itampasa amtoroshe Tatu ndani ya siku mbili ili siku ya Tatu waanze safari. Akili yake iliafiki wazo hilo.

Siku ya pili alielekea kijijini kwao Tatu. Saa tisa mchana ndio anafika kijijini. Alikuwa akizunguka kama aliyepoteza kitu. Alikuja kwa baiskeli ya Bwana magogo. Tangu Magogo apate gari ameipa mgongo baiskeli yake. Zamani hakuitoa baiskeli kiholela ila sasa ni mtu wa gari tu. Baiskeli ilikuwa imetundikwa. Zaharani aliichukuwa wakati wowote alipoihitaji.

Alitembea kijijini huku akiusubiri usiku utandaze mbawa zake naye apate kutimiza azma yake. Alipomaliza kuzunguka alisogea karibu na nyumba yao Tatu. Alitamani Tatu atoke nje alau amuone. Muda si muda mlango ulifunguliwa. Macho ya Zaharani yakalidhibiti eneo la mlango ili kumbaini aliyekuwa akija nje. Mkono wa Tatu ulibeba kibati kilichokuwa na mataka. Alitoka nje na kwenda kuzimwaga.

"Duh! Hakuniona. Sijui mama yake yupo ndani au vipi. Au nitie mkono kizani leo"

Alijiuliza bila ya kupata majibu. Jicho lake la mbali lililenga shabaha yake mlangoni. Punde akamwona Bi Kazija akiingia. Shehena ya kuni ilikuwa kichwani. Alizilenga chini na kuingia ndani. Zaharani akabaki kujilaumu. Kumbe hata alikuwa hayupo mama-mtu.

Muda mrefu ulipita Zaharani akiwa ametulizana masafa marefu kutoka pale ilipo nyumba ya Bi Kazija. Baiskeli iliegeshwa kwenye mti na yeye akaketi juu ya bao. Haukupita muda mrefu Bi Kazija alitoka tena nje. Zaharani hakutaka litokee kosa kama lile la mwanzo. Alipopewa kisogo tu aliunyemelea mlango na kuingia ndani bila ya hodi. Moja kwa moja akaelekea jikoni. Tatu ameshughulika na mapishi.

"Tatu! Tatu! Tatu! Nimefika fanya tuondoke upesi", Zaharani aliita kama aliyechanganyikiwa.

Tatu hakuamini macho yake. Amefikaje Zaharani ndani mwao. Ujasiri gani alioubeba na kuingia pasi na woga!

"We Zaharani vipi! Unaingia na mama hajenda mbali, yupo hapo kwa jirani sasa hivi atarudi. Si nimekwambia nitakufuata"

Sauti ya Bi Kazija ikasikika kutoka masafa mafupi. Alikua akiagana na shoga yake na kuingia ndani.

"Unaona sasa! Mama amefika"

Tatu aliukamata mkono wa Zaharani na kumuingiza chumbani mwake.

"Tatu! Tatu!", Bi Kazija aliita.

"Labee mama"

"Mbona unaisahau nyungu huku? Utaunguza tuje tule makaa"

"Hapana ma..mama, nilikwenda chumbani mara moja tu"

Alikuwa akisema kwa wasiwasi. Moyo unamwenda mbio kama saa mbovu. Akili yote iko chumbani. Anahema kama aliyepandisha mlima.

"Mbona hivyo Tatu! Una nini?", aliuliza Bi Kazija.

"Sina kitu mama, nakuja mama naweka sawa chumba"

Tatu alikwishaiepua nyungu. Muhogo wa nazi tayari umeshaiva. Kisha akarudi tena ndani. Alipoingia chumbani hakumuona Zaharani. Akaangaza kila upande. Alipochungulia mvunguni mwa kitanda alimkuta ametulia. Wakatazamana. Tatu aliufunga mlango kwa ndani na kumtaka Zaharani atoke mvunguni.

Macho ya wapendanao yalitazamana kwa karibu. Machozi yakaanza kumiminika machoni mwa Tatu. Hayuko tayari kuikabili ndoa ya kupangiwa tena kwa mtu asiyemridhia, ilhali tayari ameshamchagua wa kumuoa. Kwa sauti ya chini Zaharani akaueleza mpango wake bila ya kupoteza wakati. Tatu hakuwa na jinsi, ilibidi akubaliane nao. Huu ulikuwa ni mpango wa kutoroka.

"Ko! Ko! Ko!", mlango wa chumba cha Tatu ukagongwa.

Bi Kazija alimtaka Tatu atoke wakale chajio chao. Zaharani akarudi mvunguni. Ulipofunguliwa mlango, Bi Kazija aliingia hadi chumbani.

"Una kazi gani humu naona umeshughulika mwanangu?"

"Nilikuwa napangapanga mama, si.. si unaona hizii naniii… hizi nguo zilivyotawanyika?"

Walitoka nje kwa ajili ya kula. Tatu hakuwa na hamu ya kula. Hakuweza hata kula tonge tatu. Alikunywa maji na kunyanyuka.

"Sasa unakwenda wapi? Watoto nyiye kila siku wali! Hamuuchoki?"

Bi Kazija alianza kulalama. Alidhani Tatu ameukataa muhogo kwa sababu hakupikiwa wali. Lakini si hivyo. Wakati huu mume wake alikuwa kwenye mihangaiko yake. Tatu aliingia chumbani na kibakuli cha muhogo. Alikificha kwenye kanga yake na *kudamadama* chumbani. Akaufunga mlango kwa ndani na kumtaka Zaharani atoke mvunguni. Alimkabidhi kibakuli cha muhogo na dagaa na kumtaka ale japo kidogo. Hata Zaharani hakuwa na hamu ya kula, fikra zake zote alizihamisha kwenye mpango wa kutoroka. Alikula kwa sababu chakula kimeletwa. Hakutaka kumuangusha Tatu.

***

Saa mbili kiza kilikuwa *kimeshajianjaza* kila kipembe cha kijiji. Bi Kazija alikuwa anasali sala ya ishaa. Tatu na Zaharani walidama dama hadi eneo la baiskeli. Walipofika hawakuikuta.

"Duh! Baiskeli yangu iko wapi sasa? Nimeiweka hapa hapa!", Zaharani alitoa sauti ya huzuni.

Aliamini kuwa baiskeli imeshaibiwa.

"Mh! Kwani hukuikomea?", Tatu aliuliza na hofu imemjaa.

"Nishasahau sijui nimeifunga, sijui sijaifunga, ah! Lakini sijaifunga naona. Kwani hapa kuna wizi?"

"Mh! Hapaaminiki, itakuwa imeshaibiwa hiyo"

Zaharani alifadhaika sana. Baiskeli yenyewe ni ya kuazima. Isitoshe mpango wao ni kuondoka usiku ule kwa baiskeli hadi Ndaamba. Kisha waelekee Pwani kwenye jahazi.

Hakujua afanye nini. Alijiona ameshakaa kitako chini na kubweteka bwah!

"Wee Zaharani unakaa mbona! Hebu tufanye utaratibu wa kuondoka. Sasa hivi mama atamaliza aanze kunitafuta"

Kwa mbali wakasikia chakarachakara za baiskeli zinakuja upande wao. Ikawabidi wajifiche. Akashuka kijana mmoja na kusogea hadi pale ilipokuwepo baiskeli ya Zaharani mwanzo.

"Mh! Mbona hapana mtu hapa! Au hii baiskeli haina mwenyewe. Kama haina mimi nitarithi", kijana aliyekuja na baiskeli alijisemea peke yake.

Zaharani akajitokeza kwa ujasiri bila ya kujua mtu aliyekuwa akikabiliana naye.

"Samahani kaka, hii ni baiskeli yangu."

"Usijali mimi niliazima tu mara moja, nilimtafuta mwenyewe sikumuona. Nikaona nichukuwe maana nilikuwa na shida muhimu mtu wangu"

Zaharani hakuona haja ya kuendelea kubishana wakati ule. Alitamani amueleze yule kijana kuwa kitendo alichokifanya si kizuri-kuchukuwa kitu cha mtu namna ile. Lakini ni heri imerudi, na asingeirudisha je! Si ndio ingekuwa fadhaa zaidi.

Akampakia Tatu na kuondoka. Alitamani aruke nayo baiskeli. Hata kwenye milima aliweza kupandisha kama aliyekuwa hakupakia mtu. Uzito wa baiskeli hakuuona. Alizikushanya nguvu zote na kuzimwaga kwenye baiskeli.

Ni mwendo wa saa moja hadi Ndaamba kwa baiskeli. Zaharani aliingia nyumbani mwao na kuchukuwa begi lake. Kisha alimchukua Tatu kwenye baiskeli hadi pwani. Nahodha alijua kuwa Zaharani atakuja usiku ule. Alifurahi kumuona tena akiwa ameutimiza mpango wake.

Walilala hadi asubuhi ndani ya jahazi. Upepo ulioambatana na baridi uliwasumbua lakini shuka liliwasaidia kuyapunguza makali ya upepo. Mchana wa siku inayofuata ulisubiriwa kwa ajili ya safari.

SURA YA ISHIRINI NA SABA

Usingizi ulijitenga mbali na macho yao. Waliweza kuiweka hiyo miili yao tu na kuinyoosha. Kila mmoja alibaki kimya pasi na kusema neno kwa mwenzake. Yaliyowapitikia akilini mwao yalitosha kuwa ni mizigo mizito iliyohitaji kutuliwa. Kila mmoja kati yao alitamani usiku ufunge virago na asubuhi itwae mwanga wake.

Nahodha alitoka alfajiri kubwa. Hawakujua alielekea wapi. Saa kumi na moja alfajiri walikaa kitako na kuanza kuzungumza. Zaharani na Tatu walibadilishana fikra juu ya safari yao. Hayakuwa matilaba yao kuondoka namna ile lakini iliwabidi waasi ndipo wayatimize malengo yao. Tatu alilia kila alipoyafikiri mengi ambayo alibaki kuyatabiri tu.

Nahodha alirudi na vishazi vya samaki. Kumbe alikwenda kuvua kando kidogo na pale.

"Vipi vijana mumeshaamka?", nahodha aliuliza.

"Tayari zamani mbona", Zaharani alijaribu kujichangamsha na kuubandika tabasamu ya uongo uso wake.

"Nilikwenda kutafuta samaki kidogo angalau tupike, mnajua safari ni hatua"

"Ni kweli kaka, sasa umevuaje bila ya kidau!"

"Ah! Sisi mbona tumezoea hivyo, lakini kwa muda huu mbona nilichukua kidau! Kipo kuleee"

"Alaaa! Sawa"

"Vipi shemeji yangu lakini! Naona uko hivyo? Usiyaweke mawazoni sana haya mambo. Unajua *shem*, hii ni miongoni mwa mitihani ya kidunia inayowasibu viumbe. Mimi naamini mambo yatakuwa sawa tu. Na hata wazee baadae wataungana na nyinyi. Unajua wakati mwengine bwana, ili uipate heri lazima utumbukie kwenye shimo la shari. Hata wazee baadae watawaelewa na watawaunga mkono mia kwa mia", nahodha alijaribu kumpa moyo Tatu.

Zaharani aliamua kurudi kwao kwa ajili ya kuzungumza na mama yake juu ya hali halisi. Alikuwa na yakini kuwa mama yake atalikubali shauri lake ijapokuwa kwa unyonge. Tatu alikuwa mzito kumkubalia Zaharani. Aliamini kuwa kurudi tena Ndaamba kungelipelekea kuvunjika kwa safari yao. Ushawishi wa Zaharani ulimzidi nguvu. Baiskeli ya mzee Magogo ilikuwa bado imo mikononi mwa Zaharani, hili pia lilimfanya arudi Ndaamba. Pia Nahodha alishadidia kuwa ni bora akapate radhi za mama! Nguvu ya radhi ya mama wa upande mmoja huenda ikajenga athari kwa upande wa pili. Mwisho Tatu akakubali.

Zaharani alilichukuwa baiskeli na kulisukuma kwa pumzi zote hadi kwao. Mama yake alipomuona alishituka.

"Vipi mtoto weee! Umelala huko nje unakokujua mwenyeo! Siku hizi hueleweki kabisa. Mwanamke ameshakutia wazimu yule", Bi Sabahi alipiga kelele.

Zaharani akajifanya kama asiyesikia. Akashuka kwenye baiskeli na kuitupa pembeni. Akaukamata mkono wa mama yake na kumvuta ndani. Akamuweka kitako, naye akakaa.

"Uchungu wa mwana aujua mzazi. Mama yangu nipo kwenye wakati mgumu na wewe unafahamu. Nahitaji ridhaa yako kwa hili ninalolifanya. Nimekuwa mja wa kuumia kwa kila nilipangalo. Sifikii kileleni bali naanguka chini na kubaki kutapatapa. Mama nipe radhi zako niende salama. Pengine kuna siku nilikukosea wewe ndio maana sifanikiwi mimi. Sasa nina shauri langu naomba nguvu yako mama. Namtorosha Tatu"

Zaharani alikoma hapo na kumwacha mama yake akitoa macho.

Bi Sabahi alimtazama Zaharani kama aliyetaka kummeza. Mtazamo uliobeba masuali ya kitendo alichokidhamiria Zaharani.

"Unamtorosha! Mbona unanitafutia balaa mtoto wewe!"

"Mama naelewa kuwa ninachotaka kukifanya ni kitendo kizito kukidiriki. Kinahitaji ujasiri wa hali ya juu. Lakini nakuomba niruhusu mimi nibebe dhima hii. *Ondoa balaa ulete baa.* Nimepanga kwenda Mombasa. Tutaishi huko kutengeza maisha. Nitafanya kila hila kuiteka fikra ya mama yake Tatu, naamini atanikubali. Mwisho wa yote, nitarudi kufunga ndoa naye Tatu, tena ndoa ya halali. Sitoishi naye kinyumba kabla ya ndoa kwani naamini ni kinyume na dini yangu. Hilo nakuahidi mama yangu. Nisafiye moyo mama."

Zaharani aliikamata mikono ya mama yake na kuiweka kichwani pake. Akamtazama mama yake huku machozi yakimlenga lenga. Huruma ya umama ikamvaa Bi Sabahi. Akayapangusa machozi ya mwanawe kwa kanga yake. Kisha akasema machache huku akiwa ameitwaa mikono yake mabegani pa Zaharani.

"Sawa mwanangu! Najua jinsi gani unatapatapa kwenye maisha. Milango ya Mungu i wazi kwa kila mja, muhimu ni kumwelekea na kumwomba tu. Radhi zangu ziko nawe iwapo utaishi na Tatu kwa kuchunga mipaka ya Mungu. Usimfanya mke kabla hujaozeshwa, hizo si mila zetu. Tafuta njia sahihi ya kuwaelewesha wazazi wake hapo utakapokuwa tayari kulivaa taji. Ila napatwa na wasi wasi kwa mzazi mwenzangu! Kama ulivyotangulia kusema kuwa uchungu wa mwana aujua mzazi, sasa naye Tatu ana wazazi. Je ukimtorosha Tatu, unaijua hali atakayokuwa nayo mamake? Umemuachia aibu nzito. Vipi atawatazama watu! Ukiangalia tayari ameshawaalika harusi?"

Hili lilikuwa suali zito kwa Zaharani. Alinyamaza kidogo kisha akaendelea.

"Mama, tatizo likitokea ndipo ufumbuzi hupatikana. Sijui itakuwaje, lakini sisi tunaomba heri tu. Tunataraji na kuyangojea mafanikio japo kwenye ncha ya ujiti", Zaharani alimaliza.

Bi Sabahi aliingia chumbani mwake. Alipotoka alikuwa amefumbata kitu mkononi. Alisogea hadi alipokuwapo mwanawe.

"Halahala na ujiti, ncha ina hoho. Chukua hii. Ninayo miaka mingi sana. Niliachiwa na mama'angu, marehemu bibi yako. Itakusaidia ukikwama huko uwendako"

Alipoufumbua mkono wake, akaiona pete ya dhahabu. Nzuri ya kuvutia. Kisha Bi Sabahi akaingiza mkono wake kwapani, akatoa pande kubwa la hirizi.

"Na hii pia iweke karibu yako, itakusaidia pia"

Alikuwa mzito kuipokea. Aliipokea kwa kuchelea kumwangusha mama yake mbele ya macho yake. Ana lake moyoni, hoja aridhiye tu.

"Ah...ahsante mama. Mimi naondoka maana ninasubiriwa. Tutawasiliana mama wala usijali, sitokutupa. Salamu zangu utazifikisha kwa baba"

Alimtaka mama yake afanye mpango wowote ilimradi baiskeli imfike bwana Magogo.

***

Tatu ikamtua roho alipomwona Zaharani anakuja. Akasimama kutoka pale alipokuwa ameketi. Nahodha alikuwa ameshaandaa chakula. Alipika supu ya samaki. Tatu aliikoroga nyungu ya wali.

"Vipi Zaharani kwema huko?", aliuliza Tatu.

"Kwema, tayari nimeonana na mama. Nashukuru ameniombea dua na yuko radhi sasa"

Tatu alitabasamu kisha akawa mnyonge.

"Mbona umebadilika ghafla?" Zaharani akauliza.

"Ndio Zaharani lazima ninyongeke. Moyo wako uko safi kwa sababu tayari umeonana na mama yako. Tayari ameikunjua mikono yake ya maombi na kukutakia safari njema. Ni nani atanitakia safari njema mimi? Ni nani atakayeiridhia safari yangu hii? Baba yangu! Masikini, Mungu amrehemu ahera aliko. Mama yangu! Yeye amesimama kidete kuipigia debe harusi yangu na mtu nisiyemjua. Naumia Zaharani. Naumia sana moyoni. Yuko wapi wakuniridhia na kuienzi thamani yangu.

Mimi ni mwanamke ninayehitaji kuamua pia. Nasikitika mama anataka kuniozesha mtu ambaye hata yeye haujui undani wake. Ah! Mungu nisamehe kwa hili ninalolifanya", Tatu alimaliza kusema huku akifuta machozi yake.

Nahodha aliwataka wasogee kwa ajili ya kula. Walikuwepo mabaharia wawili ambao walitarajiwa kuwa pamoja nao safarini. Wao bado walikuwa hawajafika.

"Kutokana na hali ya hewa ilivyo, nahisi ni bora tufanye tuanze safari. Na nyiye musije mukatafutwa na kukutikana hapa. Najua mabaharia wangu watafika muda si mrefu", nahodha alitilia mkazo.

Kweli haikuchukuwa muda mkubwa mabaharia wawili walifika.

Wakati ulipowadia waling'oa nanga na kufuata mkondo. Safari yao haikuwa ngumu. Mara hii hawakupata kikwazo chochote. Kutokana na hali ya hewa tulivu ya siku ile, waliweza kufika Nairobi saa moja jioni. Mabaharia na Nahodha waliagana na kila mmoja akafuata njia yake. Zaharani na Tatu walikuwa wageni wa Nahodha. Mwendo wa miguu uliwachukuwa moja kwa moja hadi nyumbani kwake. Hakuishi mbali na pwani.

***

Nahodha alimiliki nyumba yake mwenyewe. Kiuzawa alikuwa ni mtu wa Ndaamba na kimakaazi ni mtu wa Mombasa. Uwenyeji wake kwenye mji huu ni mkubwa sasa. Urithi wa *mtondogoo* ndio aliouhodhi yeye. Uvuvi ilikuwa jadi yao. Bahari ilikuwa ndio tegemeo kubwa la Nahodha. Nyumba hii ilitengenezwa kidogo kidogo. Vyumba vitano tayari vimeshakamilika. Mwaka wa pili huu ndio anaelekea ukingoni kulikamilisha jengo lake. Tangu kuingia kwenye ndoa ni mwaka wa tano sasa. Alianza kuishi kwenye nyumba za kupanga tangu alipokimbilia mji huu kutoka Ndaamba. Mke wake hakubaki nyuma. Bwana alivua samaki na bibi akajiingiza kwenye biashara ya kukaanga samaki na kuuza. Asubuhi, jioni na usiku samaki hawakukosekana kwa Nahodha. Pesa walizoweza kudundukiza ndizo hizo hizo zilizowasaidia hadi sasa wanaishi katika nyumba yao wenyewe. Nyumba hii haikuadimika harufu ya vumba.

Mtumwa ni mke wa Nahodha. Sakata la ndoa yao liliwakondesha sana. Wakawa hawali wala hawanywi tangu posa yake Nahodha ilipopigwa na chini na baba yake Mtumwa. Mama hakuwa na pingamizi lakini baba alidai kuwa bado mwanawe hajawa wa kuolewa. Mtumwa aliamua kuungana na Nahodha kwenda mji mwengine kuanza maisha mapya. Waliishi huko hadi walipopata habari kuwa baba yake Mtumwa amefariki ndipo waliporudi kwao. Taratibu za kisheria zikafuatwa na mama akawa tayari kumwozesha mwanawe. Alikuwa mwepesi wa kusamehe. Sasa wana mtoto mmoja.

Aliwapokea wageni wake kwa mikono miwili. Akawakabidhi chumba kimoja wajipumzishe. Zaharani akakataa katakata. Alihitaji vyumba viwili kama vitapatikana ili kila mmoja alale chumba chake. Zaharani aliyakumbuka maneno ya mama yake.

"Sawa mwanangu! Najua jinsi gani unatapatapa kwenye maisha. Milango ya Mungu i wazi kwa kila mja, muhimu ni kumwelekea na kumwomba tu. Radhi zangu ziko nawe iwapo utaishi na Tatu kwa kuchunga mipaka ya Mungu. Usimfanya mke kabla hujaozeshwa, hizo si mila zetu. Tafuta njia sahihi ya kuwaelewesha wazazi wake hapo utakapokuwa tayari kulivaa taji.........."

Akajiweka mbali na ushawishi. Alijua kuwa ipo siku mambo yatatengenea. Bila shaka, walipatiwa vyumba viwili na kila mmoja akaingia chumba chake. Kisha wakatoka kwa ajili ya kupata chakula cha usiku.

***

Bi Kazija alipomaliza kusali hakumwona mwanawe. Aliita na kutafuta nyumba nzima lakini hakumuona. Alipatwa na wasiwasi mkubwa. Mwisho akatahamaki kuwa huenda kuna mchezo umeshachezeka. Tatu hakuwa na raha tangu kuingia usiku, hata yeye aliligundua hilo. Akaanza kuunganisha matukio; Wasiwasi aliokuwa nao Tatu, kitendo cha kukataa kula-pamoja na kuwa si mlaji sana wa muhogo lakini siku ile hakula kidesturi.

Alibobojoka hadi kwenye mkeka alioutumia kwa ajili ya kusalia. Moyo ukamripuka buh! Alipoisikia sauti ya mume wake akaanza kulia kwa kelele. Ameshamuangalia Tatu hadi nyumba za majirani bali ya kumwona.

"MUME WANGU! Amekimbia miye simuoni! Mwanangu amekimbia"

Sasa ikawa ni kunyamazishana. Ikawabidi watoke wote wawili kumtafuta mwana wao. Walikimaliza kiambo kizima bila ya mafanikio. Mwisho wakaamua kuisubiri asubuhi huenda ikawapa mwanga. Usiku mkubwa kama ule hawakujua wakamtafutie wapi mtoto wao.

Hakuna aliyelala usiku huu. Siku chache sana zilibaki kabla ya harusi. Bi Kazija alilia usiku kucha. Akayawaza mengi hadi mengine akayatabiri. Kulipokucha aliongozana na bwana kupeleka taarifa kituo cha polisi.

***

"Mkasa wenu nimeupata kwa mume wangu. Unafanana sana na mkasa wetu. Munatuona sisi wawili? Ndoa yetu iliwekewa mguu na kuingia kijicho. Lakini tulishikamana mpaka ikafika siku tukakubalika. Ijapokuwa baba, ambaye ndiye aliyekuwa na pingamizi kubwa hakuwahi kuridhia alifariki. Duh! Hili ndilo linaloniuma lakini sina la kufanya, Mungu ni mwingi wa msamaha. Kaeni hapa na sisi mpaka mutakapojiweza. Halafu mutajuwa la kufanya. Aminini Mungu, sisi tulikuwa tunalala kwenye jahazi tukichuma pesa mpaka tulipozipata tukaanza kukodi, na sasa tuna banda letu hili la nyumba angalau tunasitirika", mtumwa aliwafariji Zaharani.

Wakaridhika na mapokezi haya.

Wakati wa kula chakula cha usiku mazungumzo ya kila aina yalitawala. Walizungumza na kucheka. Kisha wakaingia ndani kulala. Zaharani aliingiza mkono wake mfukoni mwa suruali. Akaitoa pete aliyopewa na mama yake, kisha akaitazama sana. Baadaye akaiweka kwenye mkoba wake wa nguo. Kisha akaikumbuka hirizi aliyopewa na mama yake. Hii hakuvuuka nayo hata majini. Aliitupa huko huko baharini.

"Hivi mama bado ana itikadi hizi za midude ile!"

Aligeuka ubavu mwengine na kuwaza hadi usingizi ulipomchukua.

SURA YA ISHIRINI NA NANE

Akili ya Bi Kazija ilitamani kuukana ukweli uliokwishadhihirika machoni mwake-kamwe haukanushiki. Kichwa chake kilizunguka mfano wa pembea za viwanja vya kusherehekea watoto. Alitamani ardhi ipasuke ili aingie na kupotelea kusikojulikana. Fedheha ya mwaka imekaribia. Wapi atauweka uso wake mbele ya fedheha iliyoota mizizi. Msaada wa mwisho, ambao kwa sasa ndio unaoyadhibiti matumaini yake ni kituo cha polisi.

Kulipopambazuka tu, hapakuwa na haja ya ngoja ngoja kwani tumbo limeshamuuma usiku kucha, alielekea kituo cha polisi kupeleka taarifa ya kupotelewa. Siku ya harusi imeshakaribia sasa bila ya majibu ya kuridhisha. Badala yake, mwelekeo wa mafanikio umeshakwenda *arijojo*. Madai ya polisi ni kuwa huenda mtoto amekimbilia nchi nyengine kwani hapakuwa na dalili za uwepo wake kwenye ukanda ule.

Kilio cha mtu mzima kimemkwama kooni Bi kazija. Kula yake ni ya shikashika. Hana hamu ya kula hata ndogo. Njaa inamla bila ya huruma. Leo ya tatu fagio halijausalimia uwanja wa mbele ya nyumba yake-Ni kujifungia ndani na kulia kusikokwisha. Taka zimetawanyika kila upande. Upepo ulikuwa umetulia tuli-hauwendi huku wala kule. Kimya kimeizunguka nyumba ya Bi Kazija. Ameemewa na wala hajui la kufanya wala alifanyalo.

Alijizoazoa kwenye mkeka na kuja nje. Akauwangalia uwanja wa nyumba yake, unamtia simanzi. Akasimama na kulichukua fyagio. Akapepesuka na kuanza kuzikumbiza takataka pembeni. Alipomuona mumewe anakuja na mzigo kichwani akamsogelea.

"Bwana weye hujali ila kazi zako tu! Hivi unalichukuliaje hili tufani lililopo hapa! Wewe ndiye uliyemleta mume, ukanishawishi nimpe mume mwanangu eti ana pesa! sasa mwanangu wa pekeye ameshanikimbia na sijui alipo. Sijui yuko hai au amekufa! Miye sijui. Litue hilo zigo kichwani uje unipe suluhu. Laa si'vyo moto utarindima hapa", Bi Kazija alizungumza pumzi juu juu.

Naye Bwana alikuwa akimsikiliza pasi na kusema neno, kisha akacheka huku bezo likiutawala uso wake.

"Sasa unanifokea mimi! Hatuulizani hali wala umeshindaje?"

"Tuulizane hali gani hiyo! Nataka tufanye shauri usijifanye hamnazo na kujitia pumbazo, kama kazi zako ni bora zaidi kuliko mwanangu basi miye sielewi...sina msalie mtume"

Aliropokwa kama aliyechanganyikiwa, wazimu tele kichwani. Bwana akatanabahi. Akaibeba nafasi yake kama mwanamme. Akaiona haja ya kumtuliza mtu aliyechanganyikiwa. Ni heri dawa ya moto, kwa hapa isiwe moto bali maji, bila ya hivyo mke atapatwa na wazimu.

"Njoo mke wangu! ingia ndani tuzungumze kwanza. Hebu punguza *munkari*"

Bwana akalichomoa panga kiunoni na kulisimamisha kipembeni. Kisha akaketi na mkewe.

"Tatizo hili si la mmoja, si wewe wala si mimi, wapi tutaziweka nyuso zetu. Kwa maana hiyo, njoo tupange kwanza hapa, naamini hapaharibiki kitu"

"Pashaharibika unasema hapaharibiki!", Bi Kazija alisema kwa sauti ya kukata tamaa.

"Naomba tukae chini kwanza", Bwana alisisitiza.

"Unajua jana tulipokwenda kwa yule Zaharani nilikuwa natamani japo mzee mmoja achukuliwe kituoni. Inawezekana shauri lao ni moja. Maana yule mama mtu alivyoonekana kama vile ana wasiwasi. Lakini wale askari wamejifanya kutosheka na maelezo na kusema watafuatilia zaidi. Kwa kuwategemea wale hakuna litakalokuwa"

Mume wa Bi Kazija alinyamaza na kumuacha Bi Kazija aendelee kutoa dukuduku lake.

"Hayo ndio yashapita wala sibwagi matumaini yangu pale. Lililobaki ni mimi na wewe tufanyeje? Au uwafuate wale upande wa kuumeni waiahirishe harusi isogee mbele kidogo. Na hilo linawezekana kwa sababu yule ni mtu wako mwenyeo-jamaa yako wa karibu atakusikiliza?"

"Mke wangu ngoja nikwambie ukweli, ila samahani sana kwa hili kama nitakuwa nimekukosea, najua nimekukosea sana….."

Alikohoa kidogo.

Bi Kazija hakusema neno, alimtazama mumewe huku akikaa vizuri kumsikiliza.

"Mimi yule si jamaa yangu"

"Unasema..unasemaje?"

Hali ya Bi Kazija ilizidi kubadilika. Alipandwa na hasira kupita kiasi, alijaribu kuvumilia ili azidi kusikia maneno ya ziada kutoka kwa mumewe.

"Nina rafiki yangu wa zamani anaishi mjini. Yeye ndiye anayejuana na huyo aliyetarajiwa kuwa mkwe wetu, na sijui anajuana naye kivipi…"

Bi Kazija alibaki kutoa macho akimtazama mumewe.

".... aliponijia na shauri hili sikupinga. Na zaidi ni kwa kuwa ni rafiki yangu wa zamani, pia akaniambia kuwa huyo jamaa ni tajiri na si mtu matata. Angalia mke wangu tulivyo na dhiki, maisha ya kuungaunga kila siku, mwenetu akipata mume tajiri itakuwa tumeshaneemeka na sisi. Ndio maana nikalibeba jambo hili kwa moyo mkunjufu. Sasa mimi hata sikujui kwake huyo mume mtarajiwa hadi nimtafute yule rafiki yangu anipeleke"

Bi Sabahi hakuweza kukizuia kilio. Alilia sana.

"Ina maana umenifanyia hadaa! Aaaaah naumia miye, wewe unanidanganya mkeo? Umepata nini zaidi ya kunielemezea balaa! Na wewe utalibeba hili na wala halitoniua mimi. Nataka ukamtafute huyo aliyekufanya mshenga wa mwanao ukaiahirishe harusi, na urudi hapa sasa kuniletea mwanagu, mtu mzima ovyoo! mfffff"

Bwana alikuwa mdogo kama sisimizi. Hakusema kitu. Aliinuka na kuingia chumbani. Kisha akarudi kwa Bi Kazija.

"Lakini mke wangu hili jambo si la mmoja, ni letu sote"

"Nishasema miye, nataka ufanye hivyo nilivyokwambia"

Maisha ya familia ya nahodha yaliukubali ugeni ule. Walielewana sana na Zaharani na Tatu. Shida yao waligawana wote. Tatu alisaidiana na mke wa Nahodha katika biashara zake. Walikaanga samaki na kwenda kuwauza kila siku. Zaharani alifuatana na Nahodha katika mizunguko yake ya kujitafutia riziki. Waliamkia pwani kuvua na kuuza samaki.

Baada ya siku kadhaa, Nahodha akaanda kikao cha pamoja. Ilikuwa ni saa kumi jioni. Siku hii walirudi mapema kwa ajili ya mapumziko.

"Leo nimeamua tukae pamoja. Napenda niwasikilize vijana wangu, Zaharani na Tatu. Nakumbuka muliniambia kuwa kabla ya kurudi nyumbani kwenu kipindi cha nyuma mulikuwa munasoma. Zaharani ulikuwa hapo chuo cha karibu tu, Mombasa. Na wewe Tatu ulikuwapo Nairobi. Je munaona ipo haja ya kurudi masomoni?"

Walitazamana kisha wakatabasamu kwa pamoja.

"Unajua nahodha kaka yangu, mimi bado nadhani ipo haja ya kusoma. Kwa vile nilikuwa nasomea fani ya ufundi basi napenda sana kujiendeleza. Lakini...."

"Basi inatosha Zaharani...", nahodha alidakiza kisha akaendelea

"... najua utaniambia lakini sina pesa za kulipia, na pia utaniambia kuwa si rahisi kupokelewa tena chuoni si ndio?"

Zaharani alibaki kucheka tu, maana kama ingelikuwa ni kafara angelikwisha kwenda na maji kwa utabiri na uaguzi wa Nahodha. Mambo mawili haya ndiyo aliyotaka kuyasema, lakini alikatishwa. Kilichomfurahisha ni ule utabiri wa Nahodha ulioweza kuzisoma fikra zake.

"Na wewe Tatu je?" ,nahodha akamuelekea Tatu.

Tahayuri imemjaa tele usoni. Aliinamia chini na kutafuna kucha za vidole vyake vya mikononi. Kisha akamtupia jicho la pembeni Zaharani. Akageuka tena kumatazama muulizaji.

"Na..na miye pia nataka", Tatu akajibu.

"Sawa nimewafahamu. Sio kama tumewachoka kuwepo hapa! Kama kweli bado munataka kurudi chuoni, pamoja na kuwa ni siku nyingi hamukuwepo, nadhani si zaidi ya miezi miwili tangu mulipokatisha kwenda. Basi mutarudi na hili niachieni mimi. Suala la gharama litakua hivi; Kila wikiendi mutarudi hapa, nadhani tutapeleka ombi maalumu ili muwe na ruhusa hiyo. Mukija hapa, mutaungana na sisi pamoja kutafuta chochote, tutasaidiana na mutapata cha kujiendeshea masomoni"

Uso wa Zaharani ulijawa na faraja. Aliuchukulia kuwa ni ushauri mzuri alioutoa Nahodha. Ingawa bado ilikuwa vigumu kwake kuamini kuwa inawezekana kupokelewa tena chuoni, na kama inawezekana basi itakuwa vyema kwake.

Waliondokeana wakiwa na mpango wa kwenda chuoni kwa Tatu siku mbili zijazo, na kisha watamalizia kwa Zaharani.

***

Mume wa Bi Kazija alimfuata rafiki yake mjini, ambaye alimpelekea mume binti yake. Kwa bahati aliweza kufika kwake na kumkuta. Laiti angelichelewa kidogo tu basi asingelimkuta.

"Vipi mtu mzima naona umekuja mjini leo! Au umekuja kufuata ile hela? Unajisumbua tu mimi nilikuwa nakuletea mwenyewe huko huko kijijini."

"Ah! Afadhali ningekuwa nafuata pesa zangu. Nina shida mwenzio bwana, tena shida"

Ilibidi wakaribishane ndani kwanza. Waliketi na kuanza kuzungumza.

"Duh! Huo mkasa nimeufahamu jamaa yangu lakini hivi unavyoniona basi nilikuwa nakwenda kwa huyo mtarajiwa wenu kuchukuwa pesa zangu na baadaye nikukatie chako nikuletee"

Kauli hii ikamshitua Mume wa Bi Kazija.

"Akah! Anakwenda kukulipa nini tena? Mtu na mjomba wake mnalipana?", ikambidi aulize.

"Mh! Kumbe swahibu yangu hupo dunia hii, hapa mjini bwanaaa! Miye yule sijuani naye, nililetewa hili jambo nikaona nikusogezee neema na wewe! Maana jamaa ni tajiri, anatajika mjini. Nikaona njia rahisi bila ya kusumbuana ni kukuambia hivyo"

Kichwa kikamzunguka naye Mume wa Bi Kazija. Sasa limeshakuwa tatizo zaidi.

"Sasa itakuaje kuiahirisha harusi? Itawezekana?", aliuliza.

"Ama kwa hilo sikuahidi maana tajiri Midumange hapendi kupanguliwa mambo yake, si unawajua matajiri! Mambo yao kizungu zungu tu, mipango kwanza baadae utendaji. Twende tukaombe Mungu"

***

Siku ilipofika safari ya kuelekea Nairobi ikaanza. Zaharani, Nahodha na Tatu waliongozana pamoja hadi chuo alichokuwa akisoma Tatu. Walielekea ofisini kwa mwalimu mkuu. Nahodha aliumbwa na sifa moja adhimu mbele za watu. Kuyatengeneza maneno yakapangika katika safu yake ilikuwa ni kipaji chake. Aliweza kulielezea jambo na kuzishawishi fikra za watu kwa wakati mmoja na hatimaye kukubalika.

Na hivi ndivyo ilivyokuwa mbele ya mwalimu mkuu. Aliueleza ukweli wa maisha ya Tatu. Akaifafanua sababu ya kutoroka kwake. Mwisho akalifunua pazia kwa kuliweka bayana lengo lililowarudisha pale. Akalianika uwanjani ombi lake la kuitaka tena fursa kwa kijana wake.

Baada ya mwalimu mkuu kumwingia maneno na kumtwanga kichwani, hakuona sababu ya kuukataa uwepo wa Tatu. Kubwa alilosisitiza ni utayari na umakini. Akatoa agizo la kulipia ada zinazohitajika-Pia zikalipwa papo hapo. Msimamizi wa bweni la wanawake aliitwa na kutakiwa ampokee Tatu. Naye akarudi masomoni.

Siku ya pili ilikuwa ni zamu ya Zaharani. Naye akapokelewa bila ya tabu yoyote. Baada ya kuipata tena fursa ile, Zaharani alifurahi sana. Akamshukuru Mungu kwa kumsogeza karibu na mtu muungwana. Kisha akazirejesha shukrani zisizo kifani kwa nahodha.

Kila jambo ni jepesi, kwenye miliki ya Mungu.

Ameiweka nafasi, kwake hakuna majungu

Kalamu na karatasi, imepewa kubwa fungu

Narudi tena kusoma.

Sasa narudi kwa kasi, na nia yangu thabiti

Wala sina wasiwasi, nishaipata bahati

Sina tamaa ya fisi, siishi kwa ati ati

Tapata riziki yangu.

Maisha ni kutafuta, kuishi ukitaraji

Si kujipaka mafuta, kisha kuyaita maji

Lazima upate puta, maji kuyafanya uji

Sikati yangu tamaa

***

Si kila mgeni alimkaribisha kwake. Midumange alikutana na wageni wake kwenye uwanja mkubwa wa mpira wa miguu. Alishangaa kumuona Ba Mkwe wake mtarajiwa. Gari mbili zilikuwa zimeegeshwa pembeni. Ishara ya mkono iliwaita wawili hawa. Walisogea hadi kwenye gari. Midumange alitoka nje na kusogea kando kwa ajili ya mazungumzo.

"Vipi jamani salama? Naona ugeni mwengine ambao sikuutarajia", Midumange alidai baada ya kumuona mkwewe mtarajiwa.

Hakufurahi kumwona eneo lile.

"Kuna shida tu bosi wangu ndio maana", alijibu mwenyeji.

Midumange alikaa tayari kuanza kumsikiliza baba yake Tatu.

"Kutokana na matatizo ya kifamilia, ni..nimetumwa kuu..kuwa tunaomba tuisogeze mbele tena siku ya harusi. Japo wiki moja mbili mbele", alisema kwa kubabaika.

Midumange alicheka kijeuri. Kisha sura ikabadilika. Macho yake makali yalizidhihirisha mboni zake.

"Sihitaji muda zaidi ya huo tuliopanga, na hilo halina mjadala. Na mimi baada ya siku nne nakuja kuchukuwa mke wangu. Matatizo yenu ya kifamilia muyamalize kifamilia sio mimi. Nikishaingia kwenye familia yenu sasa munaweza kunishirikisha kwenye matatizo ya kifamilia. *No more word*. Na wewe unasemaje?"

"Nimekuja kwa ajili ya ilee..ee ahadi yetu", mwenyeji alisema huku akijawa na woga.

Midumange alitia mkono kwenye bahasha na kutoa shilingi laki moja.

"Chukua hii saa hizi, maana naona mumeshaanza kuleta uswahili. Mumeshanitiribua. Zaidi nitakumalizia ikikamilika harusi. Washa gari tuondoke"

Alimgeukia dereva na kutoa amri.

Wote wawili waliondoka wakiwa hawana la kusema zaidi ya kutupiana lawama. Kila mmoja alifuata njia yake pasi na kumuuliza mwenzake jambo.

SURA YA ISHIRINI NA TISA

Kutoweka kwa mwanawe lilikuwa ni pigo kubwa lililozalisha dhiki iliyousokota moyo wa Bi Kazija. Majibu aliyoyapokea kutoka kwa mumewe hayakuwa na chembe ya faraja. Yalizidi kuikandamiza nafsi yake. Hakuwa na msaada wowote ule. Alibaki kuyapokea majuto yaliyojituliza moyoni mwake. Amkaribie nani atakayemsaidia! Alipomfikiri kaka yake, Bwana Magogo, Bi Kazija alijisuta kwani tangu apokee posa hakuwahi kumshirikisha zaidi ya kumualika harusi. Leo hii akamkodolee macho na kumtaka msaada! Hili kwake lilikuwa zito.

Alikuwa amejinyoosha. Mwili ameulaza chini, hakuweka hata mkeka. Mara hodi ikasikika mlangoni. Hata hakuisikia. Mara ya pili aliweza kuisikia na kunyanyuka. Asikiapo mlango ukigongwa huzidi wasiwasi. Aliyegonga mlango hakungoja kuitikiwa. Aliingia na kukutana na Bi Kazija. Kidogo roho ikamtua alipomuona Bi Pili, jirani yake wa pua na mdomo.

"Mh! Shoga we! Mwaka mwaka wako huu, lakini bibiye, usijali! Upo na miye hapa! Naona nimegonga mlango nusura vidole vikatike. Tena ruhusa mikononi mwangu nikajipa!"

Bi Kazija aliketi, hakusema neno! Alibaki kutabasamu. Ujio wa Bi Pili huwa na jambo. Kipi kijambo kilichomleta, si bure.

Alivuta mbuzi na kukaa ubavuni mwa shoga yake. Bibi huyu muhali kwake ulikuwa mwiko. Hakuchelewa kumpasha mtu ukweli hata kama unaumiza kiasi gani. Hakuweza kubaki na donge moyoni likamkereketa na kumtia *magharibi ya roho*. Sauti yake ya ukwenzi iliupa habari mji mzima kuwa kelele hizo ni za Bi Pili iwapo ataamua kusema. Hujifunga kibwebwe na kukaa uwanjani.

"Nikwambie nini! Bibi wewe nataka nikusitiri. Shida yako ni yangu. Harusi imeshafika. Bado siku tatu tu. Sasa basi, nakuletea bi harusi umuoze mume"

Ikabidi Bi Kazija abadilishe mkao. Akajiweka sawa kumsikiliza bi Pili. Kuna neno gani la faraja lililoko ncha ya ulimi wake.

Bi Pili amebahatika kuzaa mtoto mmoja wa kike, aitwaaye Maua. Hapungui miaka ishirini sasa hajabahatika mume. Wapo waliowahi kuleta posa lakini mtoto huyu hakuwakubali, si yeye, si mama yake, walitaka mtu mwenye pesa zake. Sura yake ilifanana sana na mama yake.

"Ukifanya mchezo utajiponza! Wanaume wa kitajiri si wenzio we! Sheria zi mikononi mwao. Tutokako mimi na wewe ni mbali. Najuwa sasa unaharibikiwa. Nataka nikuokoe mwana wa mwenzio. Kigori changu kivishe taji"

Usemi huu haukuibua maana kichwani mwa Bi Kazija.

"Shoga yangu sijakufahamu, hebu usinipige mafumbo. Niweke wazi", Bi Kazija aliomba abainishiwe maana aliyoikusudia Bi Pili.

"Kwa vile bwana harusi hamjui vizuri bi harusi, kwa maneno yako ya juzi ni kuwa hawajaonana waziwazi hasa, basi nakuletea mwanangu, mfanye mwanao. Mpe mume tuondoshe fedheha. Maua nimemshawishi naye amekubali, hana pingamizi na hilo. Uza paka pakachani"

Halikuwa jambo rahisi kukubalika akilini mwa Bi Kazija. Je akibaini kuwa mchezo wa hadaa umepita si yatakua ni yale yale? Aliwaza Bi Kazija.

Bi Pili alimshawishi Bi Kazija hadi akakubali.

"Sasa tufanyeje? Tumfanye Maua ndiye Tatu au? maana huyo mume analijua jina la mwanangu"

Kwa wasiwasi, ikabidi Bi Kazija aulize.

"Tutamwita Tatu, na harusi tutaifanyia humu humu mwako, upo? Wewe niachie kazi, huu mchezo nitajuwa mwenyewe kuusuka na utasukika"

Waliondokeana na shauri moja. Bi Kazija akaamua kumsubiri Bwana aje amdondoshee wazo la Bi Maua. Labda naye atakubali.

"Bibie usijeukachelewa kunijibisha, shauriana na bwana uje unipe jibu, nakusubiri wewe tu nikampambe Maua, upesi akachorwe piko"

***

Profesa Kibopa alifika nyumbani kwake jioni. Amekuja kupumzika kwa muda wa wiki mbili. Hakuchelewa kuwaulizia vijana wake, Tatu na Zaharani. Alitegemea kupata taarifa zao nzuri kuhusu masomo yao. Yalipotajwa majina yao tu Bibi huyu alikosa amani. Akauvisha uso wake sura ya uadui. Kama aliyetajiwa maadui zake wakubwa.

"Mbona mke wangu hunijibu wakati nimekuuliza."

"Mh! umeniachia mitihani mizito. Watoto walikuwa wakikustahi wewe tu, hawana maana pesa mbili. Ah! Bora ungelikuwepo ukayaona mweneyeo. Inafika mwezi sasa hawajapita nyumbani kwangu. Isitoshe, wameniibia pesa nyingi na nimesikia kuwa huko waliko kila aina ya tabia chafu wanazo wao"

Mke wa Bwana Kibopa alitoa masikitiko yake, akayatengeneza maneno kwa kuyavisha taswira ya ukweli ilhali ni uongo mtupu. Yeye mwenyewe kwa mikono yake ndiye aliyewafukuza.

Baada ya kuambiwa vile, aliinuka na kuzunguka huku na kule kama aliyekuwa akitafuta kitu. Akaangalia juu kwenye feni. Kisha akamtazama mke wake.

"Ni kweli hayo unayoniambia?", Profesa Kibopa akauliza akiwa bado hajaamini.

"Mume wangu ndio nikudanganye? Ni kweli kabisa, na mengine hayasemeki watoto walivyo wakorofi wale, nimesikia wameshahama mji"

Laiti ingelikuwa mapema, Profesa Kibopa angelikwenda Mombasa kumuona Zaharani, na baadae aelekee Nairobi kumuona Tatu. Kwa vile usiku ulikuwa hauko mbali, aliipanga safari hii siku inayofuata. Kusudi akayathibitishe yale aliyoambiwa na mkewe. Haikuwa rahisi kuamini moja kwa moja. Zaharani na Tatu walikuwa watoto watiifu kwake. Lakini hata hivyo, aliivuta subira kuisubiri siku ya pili.

***

Ugeni wa ghafla, Tatu hakutarajia kumuona Profesa Kibopa. Alimpokea kwa furaha. Asubuhi mapema, msimamizi wa wanafunzi wa kike alielekea darasani kwao Tatu. Taarifa za kuwepo kwa mgeni wake zilimfika. Akatoka. Mwanzo alidhani ni Zaharani. Alipofika akamuona Profesa Kibopa.

Alichokibaini Tatu baada ya kuusoma uso wa Profesa Kibopa ni sura ya huzuni iliyokuwa ikidadisi jambo. Wakasalimiana na kuanza kuzungumza.

Alichotaka kukijua ni maendeleo yao tangu alipoondoka. Maelezo ya Tatu hayakutofautiana na yale ya Zaharani. Hakuna aliyeficha jambo. Ziara hii ilianzia Mombasa. Ameshaonana na Zaharani na sasa ni zamu ya Tatu. Profesa Kibopa alikuwa katikati baina ya ukweli na uongo.

Profesa Kibopa pia ni mzazi kwa Tatu. Bi Kazija alikuwa dada yake. Tatu hakutaka kumwambia baba yake mdogo wanapoishi sasa. Pamoja na ushawishi wake, profesa aligonga ukuta. Mwisho akamuahidi Tatu kuwa hatozipeleka taarifa zile kwa mama yake.

"Ikiwa hofu yako ni kujua mama yako basi usiwe na wasi wasi, kwani hata mimi siafiki wazo la kukupa mume kwa sasa. Muhimu usome. Lakini kwa nini mke wangu amekua katili kiasi hiki! Hata kwa damu yangu!"

Alimuachia pesa za kujikimu hadi mwisho wa wiki atakapowafuata wote wawili kwa ajili ya kuwatembelea wanakoishi sasa.

***

Mume wa Bi Kazija, ambaye ni baba wa kambo wa Tatu, alikubaliana na mkewe. Wakaungana na Bi Pili kumvisha uharusi Maua. Furaha ilizidi kwa Bi Pili, yeye aliifurahia harusi hii ya kupanga kwa moyo mkunjufu. Akamuandaa mwana, kwa wachoraji hina kukavamiwa. Kwa wapambaji harusi pia kukapata wateja. Harusi imeiva. Kilichobaki ni Maua kuwa Tatu-hii ilikuwa harusi ya aina yake. Kama igizo.

Maua aliandaliwa vyema. Bi Kazija alichangia kwa hali na mali katika kuificha fedheha. Pesa alizopewa kuiandaa harusi akamkabidhi Bi Pili. Akahangaika huku na kule mradi harusi ifanyike pasi na kuingia dosari. Maua alikuwa ni mwanamke aliyetimia. Ucheshi wake ndio ulioijenga heba yake na kumfanya awe na mvuto wakati wote. Alizichota tabia za mama yake, uchache wa muhali. Uso mkunjufu wenye heba iliyotimia. Mweupe kiasi. Mume aliyemsubiri maishani mwake ni yule asiyesumbuliwa na kipato.

*****

Bi Kazija alikipamba chumba cha wageni. Akakitandika kitanda. Udi ukafukizwa. Kiza kilichotawala kilipunguzwa na mwanga hafifu wa kandili uliokuwa ukiangaza. Bi Pili akasimama kifua mbele kuhakikisha mazingira yamekaa sawa. Aliyatandua mashuka zaidi ya matatu, kila lililotandikwa kwake halikuendana. Shida yake ni kuendana kwa rangi za nguo ya bi harusi na kitanda. Bi Kazija hakuiweza kazi hii. Akamuachia mwenyewe Bi Pili aliyejifanya mjuzi wa mambo. Naye hakushughulika kusukumiziwa kazi. Hii ilikuwa ni furaha yake.

Usiku wa kuamkia siku ya harusi ulisogea taratibu. Kijiji hakikuacha kuwatia midomoni Bi Kazija na Bi Pili. Wakasemwa na kila mtu. Pamoja na kuwa wao walijitahidi kuficha, hakuna waliyemwambia kuwa Maua atasimama badala ya Tatu ili kuificha fedheha inayowakabili. Kwa upande wa Bi Pili, si kuikimbiza fedheha, au mapenzi yake kwa Bi

~ 292 ~

Kazija, si hayo kamwe yaliyomfanya amsukumize mwanawe kwenye ndoa ya ghafla, ni kuzihitaji pesa za mtu aliyesikia ni tajiri wa mjini.

Bi Pili na mashoga zake, wapambe na majirani walihudhuria kwa Bi Kazija. Vigelegele vikaipasua anga, nyimbo zikaimbwa. Bi Kazija alitaka harusi ifaywe bila ya ngoma. Bi Pili alikataa. Aliwaalika vijana wa ngoma ya mdundiko. Asubuhi wakaianza kazi. Hapo aliyealikwa na asiyealikwa alifika uwanjani kwa Bi Kazija. Saa saba mchana karamu ikamwaika uwanjani. Watu walikula na kunywa.

Saa tisa mchana msafara wa gari mbili ulifika. Wakashuka vijana wawili kutoka gari ya nyuma, wakasogea ilipokuwepo gari ya mbele na kufungua milango. Mmoja aliufungua mlango wa kulia na mwengine akaufungua mlango wa kushoto. Midumange alishuka garini akiongozana na Saidi. Vigelegele vikaandamana na mdundiko. Waliojifunga vibwebwe wakaingia uwanjani kumkaribisha bwana harusi. Wengine waliwafuata nyuma kama walinzi wao. Kanzu za darizi zilivutia kwenye mwili wa bwana harusi na wapambe wake. Vilemba vilivyofungwa mfungo wa ki-Omani vilizungushwa vyema vichwani.

Ukumbini palitandikwa mikeka. Wazee na vijana wa kiume walikuwa wameshafika kumsubiri Bwana harusi. Aliyekuwa hajaonekana ni Shekhe aliyehusika na suala la kuozesha. Haukupita muda, mwozeshaji alifika. Harusi ikafanyika. Maua akaolewa kwa jina la Tatu. Midumange akachukuwa mke wake. Hakuwa na wasiwasi.

"Mungu Mkubwa! Bibi'we, unaona mambo yalivyokwenda! Jambo lishapita. Ile furaha yangu, naongeza muda wa mdundiko, nitawalipa zaidi leo tukeshe nayo ngoma hii", Bi Pili alizungumza kwa furaha.

Kabla ya kutembelewa Tatu, profesa Kibopa alimtembelea Zaharani. Hakufichwa jambo.

Naye akampa ujumbe wake. Eliza alimtaka Zaharani akatembe Ulaya. Safari hii ameidhamini mwenyewe Eliza. Akamtoa hofu. Lakini Zaharani hakutaka hata kusikia kuhusu Eliza. Yeye ndiye chanzo cha kuyasambaratisha maisha yake. Kwa sasa hakuwa tayari kuikimbia sayari aliyokwishaiingia. Mpya yenye kupepewa na upepo wa mahaba. Lakini hata Profesa Kibopa alimuunga mkono Zaharani.

"Zaharani wewe sasa ni kama mwanangu. Sitaki baya lolote likufike. Hata mimi sitokuunga mkono kwa safari ya Ulaya chini ya udhamini wa yule yule aliyekupelekea ukapatwa na mambo makubwa na kukupotezea wakati. Ipo siku utakwenda Ulaya tena kwa pesa zako"

Alipata faraja kuambiwa maneno haya.

Zaharani akamgeukia Profesa Kibopa. Hekima ikayatawala maneno yake. Akaisimamisha kinga usoni mwa Profesa pamoja na elimu yake ndogo.

"Pamoja na yote aliyotufanyia mke wako, naomba uyawache hapa hapa! Usigombane naye. Naamini amefanya pasi kujua. Ipo siku atabaini kuwa alilolifanya ni kosa. Sisi tupo kwenye mikono salama na maisha yetu yanakwenda vyema"

Profesa Kibopa alifurahi na kumuahidi Zaharani kuwa hakuna baya litakalotokea. Wakaondokeana kuwa mwisho wa wiki, kabla ya kusafiri kurudi Ulaya atawatembelea kwa pamoja ili wampeleke kwa Nahodha. Lengo lake ni kupajua wanapoishi. Na pia akaahidi kuwa misaada yake itawafika moja kwa moja mikononi mwao.

SURA YA THELATHINI

Harusi ilikamilika. Kesha ya usiku kucha ilikuwepo mbele ya nyumba ya Bi Kazija. Mdundiko uliacha maji. Mwana ngomaye, mwana mchezowe. Usiku ulipokwisha watu hoi. Wakavitafuta vitanda vilipo na kuangusha mbavu zao. Bi Pili alicheza kuanzia mwanzo hadi mwisho. Bilisi wa ngoma alimkamata na kumtia kamba-Haseguki. Alicheza na kuuzunguka uwanja. Utadhani kiuno chake kimekosa mfupa. Bi Kazija alikuwa mtazamaji tu, lake jicho. Aliyumba yumba pale pale alipokuwa na kuyumbisha kichwa chake. Hawakuhitaji taa kwa jinsi mwezi mdande ulivyotwaa uwanjani.

"Si haba bibiye, mh! Hili limepita salama usalimini"

Bi Pili alishukuru na kumfanya Bi Kazija atowe shukurani za dhati kwa kuokolewa kwenye fedheha nzito. Wanakijiji hawakuacha kusema, si haba angalau maharusi walikuja kuoa na kuondoka. Laiti wangelikaa usiku mmoja tu pale habari zingelikwisha wafika. Ule ulikuwa mchezo wa kupanga. Mauwa kumwita Tatu. Mh! Na sijui kwanini wamesitirika namna ile, hakutokea mtu pale pale akawambia! Jina la Tatu lilipotumika wakati wa akdi, watu waliacha midomo wazi, lakini hakuna lililofanywa kuzuia. Wenye harusi walikwisha panga. Ndio maana harusi haikuwa na watu wengi, labda kwenye mdundiko-Ngoma hii ilileta watu wengi. Wengine walidhani itikadi ya kubadilisha majina wakati wa ndoa imetumika.

"Mh! Mwenzangu we, umeniokoa maana sipati picha kama wangekuja kuoa wasikute mke", Bi Kazija alisema huku akimgonga Bi Pili begani, ishara za kumpongeza.

"Lakini wamenishangaza sana miye! Wameleta desturi za wapi sijui waungwana hawa! Hawakutaka kufuatana na kungwi! Basi hata mtu wetu mmoja hawakutaka! Tulikwishamuandaa mtu aongozane na mwenetu, wamekataa! Toba ilahi! Na wamesema hakuna kupeleka vyombo wala nini!", Bi Pili alianza kulalamika.

"Shoga uzungu huo we', mambo hayo ya kizamani maana wameyakataa kabisaaa..na wale ni matajiri, chombo gani tutakachokipeleka kikawa na thamani ya kuingia kwenye nyumba yao! Mh! Ndio mambo! Uzungu umetutawala mpaka kopeni", Bi Kazija alisema na kuangua kicheko.

Naye Bi Pili akaondoka na kumwacha Bi Kazija akiingia ndani kupumzika.

Jumba la kifahari lililozungukwa na kila aina ya bustani lilisimama wima ardhini. Ukuta mkubwa uliizingira nyumba hiyo. Walinzi waliojipanga kwenye maeneo yao wakishika hatamu ya kutimiza utumwa wa bosi wao walisimama kama waliochomekwa. Mandhari iliyopendeza ilimpokea Tatu (Mauwa) akiwa katika ugeni. Kigeni zaidi, hakuruhusiwa kwenda na hata mtu mmoja. Kila aliyemtazama alikuwa mwanamme katika mazingira yale. Labda ndani ya jumba ndiko kulikovuma vigelegele vya wanawake.

Mlango wa chuma ukafunguliwa. Tarumbeta likawapokea. Lilikuwa limeshapangwa. Safu zilinyooka na kupangana katika hali ya kupendeza. Ngoma zikapigwa. Oh! Midumange akapita katikati baina ya mistari miwili iliyokuwa ikitoa burudani. Mkono wake wa kulia ulikuwa umeukamata mkono wa Tatu(Maua). Waliingia kwenye mlango wa ubavuni. Wakapanda hadi ghorofa ya kwanza. Ukumbi mkubwa umeandaliwa kwa ajili ya burudani. Huu ulijaa watu, wake kwa waume. Wakaketi sehemu maalumu iliyoandaliwa kwa ajili ya maharusi.

Utajiri ulijidhihirisha waziwazi kwenye nyumba ya Midumange. Tatu(Maua) akajisemea kimoyomoyo.

"Hapa ndipo nilipokuwa nikipatafuta. Nyumba yote hii! Oh! Sasa nile mchuzi mwekundu"

Taa zilizokuwa zikinin'ginia zilitosha kukwambia ni mtu wa aina gani aliyemiliki nyumba ile. Kama kasri la mfalme. Paling'ara na kuvutia. Taa zilizozungushwa pembeni, zikiwaka kwa kupishana. Waka wewe, niwake mimi. Zilizotoa mwanga wenye rangi tofauti ziliupa sura ya kuvutia ukumbi. Juu ya meza zilizonyooka kwenye sakafu yenye zulia laini kama pamba paliwekwa chupa za bia kila aina. Visahani vya chai vilibeba peremendi kali. Na tishu ziliwekwa vyema na kutokeza kwenye midomo ya gilasi.

Kwenye mavazi ndio usiseme. Punde mpambe wa kike akasogea alipokuwepo Midumange. Akasogea sikioni pa Midumange na kunon'gona kwa muda wa dakika moja. Kisha akamkamata mkono Tatu (Maua) na kuongozana naye hadi kwenye mlango wa chumba. Humo wakaingia wawili hawa.

Tatu (maua) alipambuliwa na kuogeshwa. Kisha akapambwa upya. Laiti nguo aliyoivishwa kwa Midumange ilipata mshitiri wakati huo akainunua, basi ingeliweza kuilisha familia ya Bi Pili kwa muda wa miezi mitatu. Bi harusi alitolewa ukumbini na kuungana na watu waliokusanyika kwa ajili ya sherehe.

Yaliyokuwa yakifanyika ukumbini pale, Mola tusitiri, yaliuinamisha uso wa Maua (Tatu). Ufuska usiozungumzika mbele ya nyuso za waungwana. Hajawahi kuyaona mambo yale yakitendeka mbele yake. Mchanganyiko wa wanawake na wanaume usiojua aibu wala fedheha ulijitawanya. Likafanywa la kufanywa mbele ya macho yake. Watu wakibadilishana wanawake mbele yake. Wa huyu akachukuwa yule na wa yule akachukuwa huyu.

Kilichomuumiza zaidi ni kumuona mtu aliyekuja kwao na kumuoa anaungana na kundi la wanawake wengine, wasiojua aibu, wakichanganyika na kufanya mambo ya ajabu. Aliumia ndani kwa ndani. Mume wa mtu huyu, tena mbele ya macho ya mkewe. Mwisho uzalendo ukamshinda. Alisimama kutoka kwenye kiti alichokuwa amewekwa. Akasogea hadi alipokuwa Midumange na kundi la wanawake, akamkamata mkono mumewe na kumvuta. Huyu amemchota Bi Pili kwa umbile na tabia. Alikosa muhali licha ya ugeni wake.

"Unafanya nini mume wangu", kwa sauti iliyochanganyika na kilio cha chini kwa chini.

Kicheko kikapasuka. Wale wanawake wakamcheka Tatu(Maua). Huku wengine wakizidi kujitia maungoni mwa Midumange.

"Mume! Alikuambia ameoa wangapi huyu alipokuja kwenu? Mh! Dada kuolewa kazi wewee! Unategemea mapenzi unadhani yapo siku hizi!", mwanamke mmoja alisema huku kebehi ikimtawala.

Midumange ameshika chupa ya pombe mkono mmoja, na wa pili umetua mapajani mwa mwanamke aliyejifanya msemaji mkubwa. Tatu (Maua) hakuweza kustahamili, alinyanyua mkono wake na kumpiga yule mwanamke. Hapo Midumange akacheka. Na ukumbi mzima ukapiga kofi. Mwanamke aliyepigwa hakufanya vita, naye alisimama na kujumuika na wengine kushangiria kwa kofi na nderemo.

Tatu (Maua) akazidi kushangaa. Kwanini watu wanashangiria. Punde tarumbeta likachukuwa nafasi yake. Kisha likasimama na hapo Midumange akachukua kipaza sauti na kuanza kuzungumza.

"Huyu ndiye aina ya mwanamke ninayemtaka. Hongera mke wangu. A *smart girl*, sitaki legelege"

Ukumbi ukazidi kushangiria.

***

Profesa Kibopa alitimiza ahadi yake. Alipita chuoni kwao Tatu na kuondoka naye hadi chuoni kwao Zaharani. Kisha wote kwa pamoja wakaelekea kwa Nahodha kwa gari yake. Mapokezi yalikuwa mazuri. Mazungumzo yao yalikwenda katika mwelekeo mmoja. Alimpongeza sana kwa kuwapokea watoto wake na kuwapa hifadhi nzuri. Pia alimtaka awe na moyo huo huo. Naye akaamua kuwatumia pesa za masomo moja kwa moja mikononi mwao pasi na kupitia kwa mke wake.

Walipokubaliana kwenye jambo hilo profesa Kibopa aliaga na kuondoka. Kwa vile ilikuwa ni mwisho wa wiki, Zaharani na Tatu hawakuondoka. Walibaki pale hadi Jumatatu.

Jumatatu iliingia kwa vishindo vikubwa kwa Zaharani. Alifika chuoni saa tatu asubuhi. Kipindi cha kwanza huanza saa mbili asubuhi. Darasa lilikuwa kimya. Linazizima. Zaharani aliingia darasani. Hamukuwa na mwalimu. Si kawaida ukimya kutawala namna ile. Si bure, leo kuna jambo.

Kama alivyowaza Zaharani, ndivyo ilivyokuwa. Mwalimu mkuu aliiingia darasani akiwa na wageni watano. Wazungu wawili na Wakenya watatu. Wageni hawa walitokea Marekani. Walikuwa katika ziara kwenye vyuo vya ufundi. Na siku hii walibahatika kuja katika chuo chao Zaharani. Walizungumza na wanafunzi na baadaye kuwashindanisha katika mambo tofauti yahusuyo fani zao. Darasa lao Zaharani ndilo pekeye lililoteuliwa kwa ajili ya ziara hii. Na uteuzi huu ulipendekezwa na mwalimu mkuu, sijui alikuwa na vigezo gani kuliteua darasa hili. Bila ya shaka wanafunzi wake walikuwa mahodari na wa kuaminika.

Hili lilikuwa ni darasa la ufundi wa umeme. Wanafunzi waliulizwa maswali tofauti kuhusu fani yao. Mwisho mzungu mmoja akaacha suali ambalo liliwekewa zawadi kwa atakayeweza kulijibu. Kila mmoja alimtazama mwenzake usoni. Ugumu wa suali uliwafanya wote wabaki kutazamana tu. Kila mmoja alijaribu kuihangaisha akili yake kujibu suali lile. Masuali yote yaliyoulizwa yalichangamkiwa kutoa jibu lakini hili liligomewa. Mwisho ikawekwa ahadi ya zawadi kubwa kwa atakayejibu. Yule mgeni alichukuwa chaki na kuandika suali lake katika mfumo mzuri lieleweke zaidi. Hakuna aliyejibu. Akatoa dakika moja na kuahidi kuwa atakayejibu ndani ya dakika moja atamtengenezea safari ya Marekani. Pia atapata fursa ya kuvitembelea vyuo vitatu vya ufundi nchini Marekani. Kila mmoja alikuwa na hamu ya kulijibu suali lile lakini hawakulifungua jibu lake.

Zaharani akili ikamruka baada ya kutajiwa safari ya Marekani tena kwa sababu maalumu. Isitoshe, anakwenda kwa muda mfupi kutembea na kurudi. Hili lilimtia moyo. Akaamua kuomba Mungu ijapokuwa hakuwa na uhakika kuwa jibu lake lingelikuwa sahihi. Lakini alijaribu .

Akanyoosha mkono wake kwa ishara ya kutaka kutowa jibu. Yule mzungu alimtaka asogee ubaoni. Kisha akamkabidhi chaki. Wakati Zaharani anaendelea kufafanua jawabu lake, mzungu alimtaka aishie hapo hapo kwani tayari alikwishalitoa jawabu.

Mzungu akaanza kupiga kofi kwa mikono yake. Kisha akawataka wanafunzi wampongeze Zaharani. Akili ya Zaharani ilikuwa nzito kuamini kuwa jibu lake lilikuwa sahihi.

"Mungu wangu! Siamini kama kweli jibu ndilo lile nililolitoa. Kwa hiyo ataitimiza ahadi yake huyu? Au atakuwa kama Eliza?"

Maswali yalijazana kichwa tele na mengi yao hayakupata majibu ya uhakika.

Yule mzungu akatangaza na kumuhakikishia mwalimu mkuu kuwa Zaharani atakwenda Marekani mwezi unaofuta mara tu baada ya kukamilika taratibu za safari yao. Hakuwa peke yake. Wapo pia wanafunzi wa shule jirani waliopata fursa kama yake amabao wataondoka naye pamoja.

Wageni waliwaaga wanafunzi na kuondoka. Hii ilikuwa siku ya furaha kubwa kwa Zaharani. Akayakumbuka maneno ya Profesa Kibopa.

"Zaharani wewe sasa ni kama mwanangu. Sitaki baya lolote likufike. Hata mimi sitokuunga mkono kwa safari ya Ulaya chini ya udhamini wa yule yule aliyekupelekea ukapatwa na mambo makubwa na kukupotezea wakati. Ipo siku utakwenda Ulaya tena kwa pesa zako"

***

Tatu (Maua) alikamatwa mkono na mumewe. Wakaongozana hadi kwenye chumba kimoja kikubwa. Akatakiwa Tatu (Maua) pekeye aingie ndani. Alipotaka kugoma kuingia peke yake Midumange alikuwa mkali.

"Ingia ukafundishwe sheria za nyumba hii. Unataka uje unifanyie unavyotaka?"

Midumange akamlazimisha Tatu (Maua) aingie ndani.

Humo mlikuwa na mwanamke mmoja. Amekula chumvi si haba. Lakini mambo yake yote aliyafanya kama aliyezaliwa jana. Hakuwa na miko ya utuuzima.

Sogea mwana ufunzwe, sogea tukuambie.

Sogea mwana utunzwe, sogea uyasikie.

Sogea mwana uchezwe. Mchezo usijutie.

Sogea mwana sogea, Nyumba inakusubiri.

Yule bibi aliimba kwa sauti nzuri. Tatu (Maua) hakujua kinachoendelea. Akatakiwa aketi kitandani. Chumba kilikuwa kizuri. Viyoyozi vilizungusha hewa yake kila kipembe. Utadhani kwenye kasri la mfalme. Kitanda cha futi sita kwa sita kilielea kwenye marmar. Mashuka mazito yalitandikwa kiana.

"Nisikilize kwa makini nikwambiavyo. Hii nyumba umeiona ulipoingia. Inawezekana umeanza kuyashangaa mengi tangu ulipofika. Si ya kawaida na huko utokako. Basi kuwa uone mambo. Na kutembea ni kusoma. Sasa unavyotakiwa ni kuwa kila lifanywalo hapa ulifurahie na kulipenda. Tayari na wewe umeshakuwa mwanajamii wa nyumba hii. Kuna sheria kama tano lazima uzijuwe na kuzifuata. Na ukikengeuka moja tu kati ya hizo huenda ukapoteza maisha. Maana mumeo haogopi kuuwa pindipo ukimgeuka....."

Aliposikia hivyo moyo ulidunda kwa nguvu. Mate yakawa machungu. Tumbo lilikuwa zito kama mja mzito wa miezi nane. Akaendelea kumtazama bibi jinsi anavyoendelea kuyateremsha maneno kama mvua.

"... Kwanza, usimkaribishe jamaa yako hata mmoja hapa, na wala asipajuwe kwa namna moja ama nyengine. Pili, ukitaka kufanya mawasiliano na mtu yoyote aliye nje ya nyumba hii basi mwambie mumeo kwanza akuunganishe naye ikiwa atataka kufanya hivyo. Tatu, hakuna ruhusa ya kutoka peke yako, siku yoyote utakayotoka ni lazima uwe na mumeo pembeni hata kama unakwenda kwenu. Nne, lolote utakaloliona linafanyika humu ndani, liwe zuri au liwe baya basi lako jicho tu. Nadhani kwa sasa ni hayo, ila kukiwa na zidi nitakujuulisha."

Tatu (Maua) alilia sana. Yule mwanamke hakuongeza neno. Alitoka chumbani na kumruhusu Midumange aingie ndani. Tatu (Maua) alilia sana. Midumange hakujali, alivaa nguo zake za kulalia na kumuacha mkewe akiendelea kulia. Alitamani yale yote yanayomtokea yaonekane moja kwa moja na mama yake, pengine angepata uombezi. Kwa siku ile hakutaka kumgusa.

***

Bi Pili hakuacha kumlalamikia Bi Kazija. Tangu siku ya harusi, miezi isiyopungua miwili sasa hajapata taarifa zozote kutoka kwa mwanawe. Hajui kuwa yupo hai au laa. Bi Kazija alimpa moyo na kumtaka avute subira. Huenda kuna tatizo dogo tu. Lakini kadiri siku zilivyoyoma ndipo machungu yalipozidi kuusononesha moyo wake. Hakuzuka mwana wala mjukuu. Na hakuna taarifa yoyote aliyoipata. Kiza kikaingia na kuufunika mwanga. Ukapotelea bondeni kama alivyopotea Tatu, Zaharani na Maua. Dunia kweli ina mengi.

~ 305 ~

SURA YA THELATHINI NA MOJA

Safari ya kwenda Marekani ilimtesa sana Tatu. Hakuwa na raha ya kufanya jambo lolote. Kila alipofikiri kukimbiwa na Zaharani alikosa hamu ya kufanya mambo yake kidesturi. Alikuwa akizihesabu siku utadhani ameshaijua siku ya kifo chake na sasa yuko kwenye maandalizi ya kuisubiri. Zaharani alikuwa na furaha kwenda Marekani. Moyo ni moyo. Athari ya jambo, hasa la maumivu au karaha, si rahisi kupotea. Moyo unaweza ukasamehe lakini athari ya jambo haitoweki moja kwa moja. Safari hii aliiweka usoni akitarajia kuwa ndio itakayozifuta kumbukumbu mbaya zilizojengeka akilini mwake.

Mwezi ulimaliza na safari ikawadia. Tatu alirudi Mombasa kuagana na Zaharani. Akili yake imejaa mawazo. Inapanga na kupangua. Alipofika alimkuta Zaharani ameshughulika. Anavaa viatu kuelekea mjini.

"Naona mbio nyingi, unakwenda wapi babu wa Ulaya?", Tatu aliuliza kwa utani na hasira zikimtembelea.

"Nakwenda Nairobi kufuatilia paspoti yangu, lakini sitokaa sana pengine wale wazungu watanileta kwa usafiri wao", Zaharani alijibu huku furaha ikimchania nguo.

"Mh! Haya safari njema mwenda wa Ulaya"

Tatu aliugeuza uso wake na kuingia chumbani mwake.

Zaharani alijua kuwa Tatu hakuifurahia safari yake. Kibarua cha kumtuliza kinamsubiri atakaporudi, naye aliamini kuwa Tatu atatulia mwenyewe. Nahodha na mke wake walikuwa kwenye mizunguko yao ya kujitafutia riziki.

"Siko tayari kukimbiwa. Siko tayari kumuona mtu ninayempenda anaondoka na kwenda kwenye jiji la giza. Kila aina ya vituko viko huko. Wanaooana jinsia moja, wanaotoa roho za binadamu kama wanaochinja kuku, majambazi na kila aina ya uchafu huko ndiko kwao. Zaharani anakwenda huko. Hapana sikubali. Kwanini simzuii. Siwezi kumuacha akiondoka hivi hivi"

Tatu alikuwa amelala chali. Aligeuka na kulala kifudifudi, mto ukajaa machozi. Mawazo yalimfanya alie.

Jioni ilipotanda Zaharani alikuwa hajarudi. Tatu akapata hofu. Muda umekuwa mkubwa. Alikuwa ameweka kiti nje akimsubiri. Kwa vile aliambiwa kuwa huenda Zaharani akaletwa kwa gari, alirusha shingo juu kila aliposikia mvumo wa gari.

Kiza kilikuwa kimeshapiga hodi, na mwanga wa jua umeshaaga dunia kwa juma hilo. Tamaa ya Tatu iliselemea bondeni ikifuatana na mwanga wa jua, akaingia ndani na kiti chake. Hazikupita hata sekunde kumi akaisikia honi ya gari. Puuzo likamkalia usoni-hakushughulika. Kero lilipozidi akachungulia dirishani. Faraja ikarejea alipomuona Zaharani ameongozana na wazungu wawili. Nguo alizovaa hazikuwa zile zile alizovaa wakati anakwenda Nairobi. Amevaa nguo mpya. Mkono wake wa kulia ulibeba begi kubwa la mikono miwili. Alipeana mikono na wale wazungu na kuagana nao. Tatu alikuwa ametulizana mlangoni akichungulia. Zaharani alipotupa jicho lake mlangoni akamuona Tatu anatabasamu. Naye akacheka alipoiona hali ile.

"Hujambo Tatu?"

"Naumwa"

Jibu lilitoka huku uso ukiwa umekunjana. Furaha yote imetoweka kupwesa na kupwesua tu.

"Unaumwa na nini"

"Naumwa na jekejeke la ulimwengu", Tatu alijibu huku akiwa amempa mgongo Zaharani.

Hakutaka hata kumwelekea.

"Sikiliza Tatu mpenzi wangu...u.."

"Nani mpenzi wako? Nani? Labda Ulaya ndiye mpenzi wako unayemthamini. Na vilivyomo Ulaya vyote, nipishe hebu, kapange nguo zako vizuri huko. Sitaki habari yoyote saa hizi"

Tatu hakusubiri Zaharani amalize mazungumzo yake, alidakiza kwa hasira.

"Unakosea mtarajiwa wangu. Nakuthamini sana. Sikukimbii. Safari hii ni ya wiki moja au mbili tu. Ninarudi hapa hapa"

"Sisahau ulivyotamka kipindi kile alichokuhadaa yule mzungu wako. Ulipotajiwa safari kama hii ulikuwa ukipita na kutangaza, mwisho ukaniambia kwa kinywa chako, sitoisahahau siku hii, ulisema siku utakayoondoka Ndaamba na kwenda Ulaya basi litabaki jina tu lakini wewe na Ndaamba basi. Umesahau Zaharani? Umesahau?"

Zaharani aliinamisha kichwa chini. Kisha akamtazama Tatu aliyekuwa ameketi kwenye kiti. Akasogea hadi alipokuwa amekaa Akaikamata mikono ya Tatu. Akamtazama usoni. Tatu aliivuta mikono yake kwa nguvu.

"Niache, niache naomba uniache , sitaki kukamatwa mimi! kwanza hujanioa, sijawa halali yako kwa lolote"

Zaharani aliirusha mikono yake kama aliyeshika umeme. Mwisho akaona bora amuache. Aliingia ndani na kuweka mkoba wake chumbani kwake.

Nahodha na mke wake walirudi na kumkuta Tatu ameketi kwenye kiti machozi yanamtoka. Akajibabaisha na kujipangusa machozi mara alipogundua kuwa wenye nyumba wamesharudi. Alipouliza chanzo cha kulia hakuweka bayana. Alibaki kusema kuwa hakuna jambo.

Mtumwa, mke wa Nahodha alizoena sana na Tatu. Walibadilisha hadithi hizi na zile kila walipokuwa pamoja. Alimchukuwa Tatu na kuelekea nje. Walikaa kwenye baraza ya nyumba yao.

"Tatu, wewe ni mdogo wangu na pia ni rafiki yangu wa karibu. Tumekuja unalia. Ijapokuwa umejibabaisha lakini mimi na mume wangu tumekuona unalia. Naomba tafadhali niambie, kuna nini kimekufika mdogo wangu. Wala usinifiche"

Mtumwa alimuomba Tatu amueleze sababu ya kilio chake.

"Dada yangu, nalilia kukimbiwa si jengine. Siamini kuwa Zaharani akifika Ulaya atarudi tena, na siamini kuwa akifika huko atanikumbuka mimi."

"Wasiwasi wako ni huo tu? Au kuna jengine?", Mtumwa aliuliza huku akitabasamu.

Naye Tatu alitikisa kichwa kwa ishara ya kuwa hakuna jengine zaidi ya hilo linalomliza.

"Ni kweli atafunwaye na nyoka, hata ujiti wa makuti ukimgusa tena hudhani ni yule yule nyoka. Lakini Zaharani anakupenda, siye tena huyo unayemkumbuka. Na kipindi kile alizidiwa na maarifa ya mzungu. Lakini hebu angalia, mara hii anakwenda kimasomo. Na hendi Uingereza aliko huyo mzungu unayemuhofia. Anakwenda Marekaniiii. Na ni siku chache tu anarudi. Na sisi tutasema naye kuwa akumbuke mulikotoka. Wewe umejitolea maisha yako hadi kukimbia kwenu kwa ajili yake. N'aamini hawezi kukugeuka. Changamka shoga yangu"

Tatu akatabasamu. Kisha wakaketi pamoja kwa ajili ya kula. Zaharani alikuwa akimtazama Tatu kwa jicho la pembeni.

***

Bi Pili alitamani aelekee mjini kuitafuta nyumba ya mwanawe. Hajui anaishi maisha ya aina gani. Tangu alipompa mume hajui anaishije. Hajui kuwa yuko hai au ameshakufa. Kinachomvunja moyo zaidi Bi Pili ni kuwa hata haujui ukoo wa Midumange. Kwa hiyo amepoteza mwelekeo. Laiti angeliwajua wazee wa mkwe wake ingelitosha kupata pa kuanzia. Alijipeleka mwenyewe kwa Bi Kazija ili nafasi ile aipate mwanawe-Ameshaipata. Mawazo yakamjia. Akaona bora arudi kwa Bi Kazija wakasaidiane mawazo.

"Bi Kazija nimerudi kwako, nahitaji msaada wako. Mwenzako yamenikwama rohoni, kuyatapika siwezi na kuyameza halikadhalika. Sasa niambie nifanyeje mja miye. Mwanangu nimempa mume kwa vyema na wema. Na tumepanga mengi mimi na yeye, lakini hadi leo hata simu yake sijapokea. Sijui kuwa ni mzima... au ni maiti"

Bi Pili alikuwa akimshitakia Bi Kazija huku mikono ameiweka kiunoni.

"Sijui hata nikwambie nini mwenzangu. Sijui nikusaidieje"

"Hiyo leo hujui unisaidieje, kumbuka kuwa maji yalikufika shingoni. *Chupuchupu* uaibike. Kama si kumtoa muhanga mwanangu na kumfanya Tatu basi wangelikuua wale! Ukiniambia hujui unisaidie vipi nadhani sikuelewi na wala utakuwa hunitendei haki"

Bi Kazija alibaki kumshangaa Bi Pili. Akajua kuwa yakiendelea maneno basi watagombana. Kwa Bi Pili halikuwa suala zito kupigana. Ni juzi tu, siku mbili baada ya harusi. Bibi mmoja alifanya kumtania Bi Pili. Akamwambia kuwa harusi ya sanaa imekwisha. Bi Pili alikasirika na kujaa tele.

Akaanza kumtukana bibi wa watu masikini. Mwisho wakaingiana mwilini.

Kwa kulikimbia hilo, Bi Kazija akamtuliza Bi Pili. Akampa moyo na kumtaka atulizane roho yake. Wafuatilie hatua kwa hatua hadi waijuwe nyumba ya mwana wao.

"Tutaijuwaje tukibaki huku kijijini? Tufunge safari twende hadi mjini, kisha tuulizie mpaka tufike", Bi Pili akasisitiza.

Hakutaka kulipinga wazo hili. Bali kwanza alimtaka avute subra kwa muda wa siku chache kisha watakwenda mjini. Wakakubaliana na kuondokeana na shauri la kuwa watakwenda wiki ijayo.

***

Wakati wa kupumziko ulifika. Kila mmoja aliingia chumbani mwake kwa ajili ya mapumziko. Zaharani aliwaza sana. Hali aliyoiacha haikuwa nzuri. Alitamani azungumze na Tatu ijapo kwa dakika chache lakini Tatu alikataa. Mtumwa alikuwa akiwapanga samaki wake vizuri ndani ya jokofu. Punde akausikia mlango unalia. Akageuka. Moyo wake ukatulia baada ya kugundua kuwa alikuwa ni Zaharani.

"Dada yangu nina shida na Tatu. Naomba ukamwambie kuwa aje namsubiri hapa mimi nina shida naye", Zaharani alimuomba Mtumwa.

Naye hakujali, aliingia chumbani na kumuita Tatu. Kwa vile Tatu alikwishalijua lengo la wito ule hakuamka. Alijifanya kama aliye katika usingizi mzito.

"Mdogo wangu bora umuache tu. Ameshalala na hata kuitikia haitikii saa hizi"

Majibu haya hayakumridhisha Zaharani. Ila ilibidi ayachukuwe kama alivyopewa. Alirudi chumbani na kulala.

Wikiendi hii ilikuwa mbaya sana kwa upande wa Tatu. Hakuwa na furaha. Muda wote alionekana mnyonge. Kibaya zaidi ni kuwa hakutaka kabisa kuitikia wito wa Zaharani. Kila alipotakiwa kukaa pamoja kwa ajili ya mazungumzo alipuuza na kufanya kazi zake nyengine.

Ilibidi Nahodha aingilie kati. Hii ndio mbinu pekeye aliyoifikiria Zaharani. Safari yake imeshakaribia. Bado siku moja tu asafiri.

"Nimewaita kusudi tujadili mustakabali wa maisha yetu. Mimi nimepata safari ya kwenda Ndaamba katika shughuli zangu za bahari. Natarajia kuondoka kesho. Lakini pia mwenzetu, Zaharani anatarajia kuondoka hiyo hiyo kesho, hii ni bahati kubwa, kwani katika wengi amebahatika yeye. Amepata safari ya Marekani kimasomo, nakuaminia sana mtaalamu wangu. Yatupasa sote tufurahi kuona kuwa tuna kichwa cha uhakika humu ndani. Na wa kufurahi zaidi ni Tatu, kwani ndiye ubavu wa pili wa Zaharani. Kuwa mchangamfu, maana tangu juzi duh! Siye Tatu ninayemjua mimi. Ila Tatu nataka nimwambie Zaharani mbele yako kuwa anakwenda kwa ajili ya masomo, kwa hiyo akimaliza siku zake anarudi hapa hapa. Moyo wako udhibiti Zaharani. Tatu anakusubiri tuje tufanye mipango ya ndoa. *Bonge la party* hilo yaani sijui itakuaje"

Wote waliangua vicheko. Kisha Mwajuma akatoa nasaha zake. Uchangamfu wa Tatu haukurudi kama kawaida lakini alijaribu kuonesha uchangamfu kidogo. Pia alipata muda wa kukaa na Zaharani kwa ajili ya kuandaa barua. Walipewa wazo la kuandaa barua ili Nahodha azichukuwe na kuzipeleka nyumbani kwao. Tatu aliandika barua yake na kuifunga vizuri.

Kwa mama mpenzi,

Nimeandika barua hii nikiwa na huzuni kubwa. Mama yangu nisamehe sana. Sijui ni aibu kubwa kiasi gani nimekuachia kwa kuondoka kwangu karibu na harusi. Naamini utu uzima wako umeweza kusawazisha matatizo kwa namna yoyote ile. Nisamehe mama yangu, nisamehe sana sana sana.

Pia nataka nikwambie kuwa mimi niko hai na salama usiwe na wasiwasi. Ipo siku nitarudi tuje tuonane kwa furaha. Mimi niko masomoni. Na maisha yangu yako vizuri.

Mpe salamu sana baba.

Wako mwanao, Tatu.

Naye Zaharani aliichukua barua yake na kuiweka kwenye bahasha.

Wazee wangu, baba na mama

Nimeondoka lakini bado ninawakumbuka. Nimeondoka mukiwa mumeniridhia, nashukuru sijapotea. Nipo na naendelea kusoma. Nikimaliza nitakuja nyumbani ili mengine yafuate. Hata Tatu naye anasoma na maisha yetu si ya tabu mama usiwe na wasi wasi.

Nakupenda sana mama na baba.

Ni mimi Zaharani.

Hakuna aliyeweka barua tupu, Zaharani aliweka barua na shilingi elfu kumi. Naye Tatu aliweka shilingi elfu kumi na tano. Kisha wakamkabidhi Nahodha.

Zaharani akaitumia nafasi ile kusema na Tatu. Nasaha za kila aina akaziweka mezani.

"Sawa nenda lakini kumbuka tulikotoka"

Alipomaliza kusema hivyo hakusubiri neno la ziada. Alisimama na kuingia chumbani mwake.

***

Begi la Zaharani lilikuwepo sebuleni likisubiri safari. Tatu alisogea na kulibeba. Akalitazama kama aliyekuwa akichunguza kitu. Kisha akatia mkono ndani. Akatoa bahasha na kuipekua. Kisha akaingia nayo chumbani. Aliingia chumbani na kukaa kitandani. Akaifungua bahasha na kuvimwaga vitu vilivyokuwemo ndani. Kisha akazifungua baadhi ya karatasi na kuziangalia. Paspoti ya Zaharani nayo ilikuwemo kwenye bahasha hii. Inawezekana Tatu amedhamiria kufanya jambo.

Jua limeshachomoza. Walitoka na kunywa chai wote kwa pamoja. Kisha Zaharani akaaga na kuondoka. Tatu aliingia chumbani na kuanza kulia. Mafua yakawa yanamiminika. Akatumia kanga yake kujipangusa. Alipochungulia dirishani akamwona Zaharani anatembea huku akiangalia nyuma. Pengine ana matarajio ya kumwona Tatu akimsindikiza kwa macho. Lakini haikuwa hivyo. Tatu ametanzwa na mawazo. Mwisho akaichukua ile bahasha na kutoka nayo mbio. Nahodha na mke wake walibaki midomo wazi wakimwangalia Tatu.

Alipiga mbio hadi alipokuwepo Zaharani. Pumzi juu juu. Hata maneno hakuyapata vizuri. Alijikuta ameshamvaa Zaharani. Akamsogelea na kumtazama usoni.

"Chukua vitu vyako. Sikuwa na dhamira nzuri. Nilitaka uikose safari pindipo nitaizuia hii bahasha. Lakini nimeona si vyema kukufanyia unyama huu. Ni....nimejitolea kwa ajili yako. Ah! Naamini utanikumbuka na utarudi salama ukiwa na mapenzi kama uliyo nayo kwangu au zaidi. Usiniache Zaharani", Tatu alisema huku akilia kwa kwikwi.

Naye Zaharani alishindwa kustahamili. Machozi yalimnyemelea machoni.

"Usijali Tatu, nitakukumbuka kila sekunde, na kamwe sitokusahau. Naijua thamani yako kwangu. Usiwe na hofu hata chembe. Kwaheri Tatu tutaonana"

Zaharani aliondoka na kusogea kituo cha daladala kuelekea Nairobi. Huko ndiko watakakoondokea.

SURA YA THELATHINI NA MBILI

Kutubia ni kufanya maamuzi ya kweli katika kukoma na kuyasaliti maasi. Ni sawa na kujitolea muhanga. Hapo mwanzo, Saidi alibaini kuwa amepotea. Anamtumikia mtu mwovu sana. Mwenzake aliyekuwa rafiki yake wa karibu ameshapoteza uhai. Na sasa ameshasahaulika. Hakuna anayemtaja tena. Hii ni safari ya kila mmoja. Saidi aliwaza tena. Kwanini alikuwa mzito kuitimiza dhamira yake hapo mwanzo alipokusudia kuachana na biashara hii! Alihadaliwa na vijisenti na ile nyumba aliyotunukiwa. Maisha gani haya ya kukimbizana na polisi kwa kumtegemea mtu mwovu.

Pamoja na yote hayo, lipo jambo linalomvuta Saidi kurudi kwa Mungu wake. Anayotendewa Tatu (Maua) yalimuumiza sana. Unyama uliofurutu ada. Hastahili kufanyiwa hata mnyama, seuze mwanadamu. Hakuna mwenye moyo wa jiwe. Masikini mwana wa watu ametoka mifupa tu. Alikuja na siha yake akiwa na tamaa na matumaini yaliyokithiri. Akaamini kuwa ameipata pepo ya dunia. Kumbe ameijichimbia kaburi la adhabu.

Wanawake walipishana kila wakati ndani ya nyumba ya Midumange. Iko wapi hadhi yake kama mke! Haipo. Aliyostahili kufanyiwa yeye walifanyiwa wengine mbele ya macho yake. Kama mchezo wa kuigiza. Akayashuhudia mengi. Mume hata hakujali. Ilifika wakati Tatu(Maua) alipoteza fahamu baada ya moyo wake kukosa uvumilivu. Ni nani anayeweza kuyahimili yote haya? Hayupo kwenye uso wa dunia hii. Labda asiwe muungwana.

Heri ya gereza kuliko nyumba hii aliyowekwa. Alikusahau nje. Akakutamani. Akamkumbuka mama yake. Lakini hakuwa na fursa ya kuweza kuwasiliana na mama yake. Kila siku zilivyozidi kusogea naye alizidi kuteketea. Amekwisha. Saidi alikuwa akiyashuhudia yote haya. Huruma ikamjia. Akatamani amtoroshe lakini ilikuwa ni vigumu sana. Ulinzi uliokuwepo pale haukuwa na tofauti na ule wa gerezani. Siku hizi siye tena Saidi wa kuuza madawa chochoroni. Amepanda cheo. Amekuwa mtu wa karibu sana na Midumange. Alipopata nafasi ya kuwa karibu naye, alimliwaza Tatu(Maua). Akamtaka astahamili na ipo siku yatafika kileleni.

Tatu (Maua) alimstaajabu mtu yule. Kwa wema gani aliokuwa nao! Yeye si ndiye anayejileta ubavuni mwa Midumange kila wakati. Shauri lao, bila ya shaka, ni moja. Tatu (Maua) aliamini hivyo. Ila kwa sasa alibaki kuitazama rehema ya Mungu tu, kwa Mungu hakuna kubwa. Kwa vile anaweza kulitoa jua kutoka mashariki na kulipeleka magharibi, basi kwake hakuna linaloshindikana, kubwa ni kuvumilia. Aliiweka imani mbele kuliko kukata tamaa.

Saidi alikuwa akipiga picha za siri bila kuonekana na mtu. Kila alipomuona Midumange akifanya jambo lililo nje na maadili aliliweka kwenye kumbukumbu za picha. Kwa muda wa mwezi mzima alikuwa na kazi hiyo. Tatu (Maua) alilibaini hilo. Kidogo moyo wake ukajenga matumaini ya nusura. Pengine iko mbeleni nusura yake.

Kila siku ilizidi uzito mbele yake. Ikawa heri ya jana, afadhali ya leo. Midumange hakuwa na shida ya kuoa. Alijifanyia kwa ajili ya kujifurahisha tu. Tatu (Maua) alipogoma kufanya jambo aliloamrishwa na bwana wake alikiona kilichomtoa kanga manyoya. Alifanyiwa jeuri mbele yake. Siku nyengine alikabidhiwa mlinzi alale naye. Hilo lilimuumiza sana. Moyo wa ukatili uliokosa chembe ya imani.

Wiki ya pili sasa hajamuona Saidi-Mtu aliyemuamini kuwa huenda akawa mkombozi wake. Akaanza kutapatapa baada ya maji kumfika shingoni. Akamsubiri mume wake aingie ndani ili amueleze ukweli. Sasa amechoka. Fikra ya kuwa hakustahili kuolewa na mtu yule ikamjia. Aliyestahili ni Tatu, na ndiye aliyeposwa. Leo amekuja kuingia yeye kwenye madhila haya! Yasingelitokea yote yale ila ni baada kuufuata ushauri wa mama yake aliyeamini kuwa utajiri umejileta wenyewe.

Midumange aliingia ndani usiku wa manane. Ananuka kila aina ya ulevi. Ameshazimaliza kumbi zote za starehe, sasa amerudi kwake. Tatu

(Maua) ameketi kitandani, machozi ndoo nzima ameshayatoa. Akavua viatu na kujitupa kitandani. Tatu (Maua) akanyanyuka na kumsogelea mume wake. Karaha ya harufu ya pombe alikwishaizoea. Ijapokuwa shida haizoeleki lakini atafanyaje! Hakuwa na la kufanya.

Akalifungua vifungo shati la mume wake, kisha akamtaka wakale chakula. Midumange alikaa kama aliyekuwa haambiwi yeye. Akajilaza kitandani pasi na kusema neno. Tatu akaanza kulitoa donge moyoni mwake.

"Sikustahili haya. Umeoa mtu mwengine na siye uliyeposa. Mimi siye Tatu, mimi naitwa Maua", alinyamaza kidogo kisha akayafuta machozi na kuendelea.

"Naomba ukadai pesa zako au umchukuwe mke wako. Nimelazimishwa tu uniowe, na mimi nikamkubalia mama yangu kwa kuamini ninaolewa na tajiri. Naomba unipeleke kwetu. Mimi siye Tatu".

Midumange alikuwa amelala chali akimtazama Tatu (Maua) aliyekuwa akilalamika. Kisha akaukamata mkono wake na kumvuta kitandani.

"Unaniambia jambo ambalo ninalifahamu tangu siku ya harusi. Munamuhadaa msomi wa hadaa! Munamuibia mwizi! Munamlewesha mlevi! Munamdanganya muongo! Mukajiona mumepata kumbe mumepatikana. Mimi sikuwa kipofu. Ni kweli sikumuona vizuri niliyemposa lakini huo muda mfupi nilimuweka akilini kama pesa. kwa hiyo usilalamike ukaona siyajui. Najua kila kitu na ndio maana nakufanyia yote haya kama ni funzo"

Midumange akavuta shuka na kulala. Sasa Maua akawa hana la kusema. Kumbe Midumange anajua kila kitu lakini amenyamaza kimya. Maua alijitupa kitandani na kuanza kuutafuta isingizi uliopotea tangu alipofika nyumba hii.

***

Saidi alifika nyumbani kwa Bi Kazija asubuhi mapema. Kwa bahati, Bi Kazija alikuwa anatoka sasa kuelekea kondeni. Aliikumbuka sura ile. Fikra zake zikamkumbusha siku iliyoletwa posa. Huyu ni kijana mmoja aliyeongozana na bwana harusi. Kwa pupa akili yake ikataka kufahamu uwepo wake.

Kumwona Saidi pia kuliizamisha akili yake kwenye matumaini ya uokozi wa fikra zao za kubahatisha. Shoga yake, Bi Pili amechoka kulalama juu ya taarifa za mwanawe. Hana hata moja analolijua kuhusu mwanawe tangu siku aliyompa mume. Bi Kazija Alimkaribisha ndani mgeni wake. Saidi aliingia ndani na kukaa.

"Lakini mama sina mazungumzo mengi, nahitaji uniitie yule mama yake mtoto tuliyeoa hapa"

Kauli hii ilimfanya Bi Kazija ashughulike kidogo. Moyo ukamdunda. Alitarajia kuwa yeye ndiye anayefahamika kama ni mama mzazi wa bi harusi. Sasa akajenga dhana za kuwa mambo yameshavuja kapuni. Hakuna siri tena kwenye hadaa waliyoifanya.

"Mama mbona umeshangaa! Kamwambie aje upesi kuna mambo tuje tuelewane"

Bi Kazija akalitupa jembe lake chini na kutoka mbio hadi kwa Bi Pili. Pumzi zimemzidi. Maneno hayapati vizuri.

"Bi..Bi..Bi Pili! Nikwambie nini! Sijui ni yule mshenga, sijui ni ndu..ndugu yake yule mumewe Maua amekuja. Yupo kwangu. Tena cha kushangaza bibiwe! Mh! Makubwa, madogo yana nafauu! Ameniambia nikamwite mama mzazi wa biharusi, yaani wewe. Bila shaka wameshajua hawa. Upesi bibi we'e tukasikilize umbea"

Bi Pili alibaki kutoa macho. Akakomea mlango wake kwa kitasa na kufuatana na Bi Kazija. Mgeni aliyazungumza yaliyomleta. Mbele ya macho ya Bi Pili na bi Kazija palijitandaza huzuni. Lengo la Saidi ni kumuokoa mwana wao. Hakujia shari. Anajua kuwa mchezo wa hadaa kwa tamaa ya pesa umetendeka lakini hayo hayakumuhusu. Alitaka kumuokoa Maua aliyepotea ndani ya msitu wa wanyama wakali. Anateketea. Hakuna mtetezi zaidi ya fisi wanaounyemelea mfupa. Hawakati tamaa. Wote kwa pamoja machozi yaliwatoka. Wakalia na kulizana. Saidi akawa mnyamzishaji.

"Si muda wa kulia mama zangu saa hizi. Huu hapa ushahidi wa picha. Na mimi nitawasiaidia kumpeleka panapohusika huyu mkwe wenu. Niko tayari kwa hilo. Ninachowaomba ni kusubiri hadi kesho asubuhi, nitakuja na polisi kufanya mahojiano na nyinyi. Kisha taratibu nyengine zitafuata. Haya mambo hayataki haraka kwa sababu kuna wakubwa wanamlinda huyu jamaa.

Sasa mkifanya mchezo tutakwenda na maji sisi. Mimi najua wapi pa kuanzia"

Hawakuacha kumshukuru Saidi kwa wema aliyowafanyia. Amejitolea muhanga. Saidi aliaga na kuondoka.

Vita vikatawala nyumbani kwa Bi Kazija. Ni kati yake na mumewe. Alitaka kumuuza mwanawe burebure. Kumbe hakuwa na ujamaa wowote. Bi kazija akaanza kudai talaka. Ikawa ni *patashika nguo chanika*. Majirani wakaingilia kati kuamua ugomvi na kusuluhisha.

***

Jua la mchana halikuwa kali sana kutokana na hali ya mawingu kuzidi kulitawala anga. Mwili wake ulikuwa umechoka sana. Machofu ya safari yameufanya mwili wake uwe *tepwetepwe*.

Gari ndogo ya kukodi ilimshusha chini ya mlango wa nyumba ya Nahodha. Kufuli ilikuwa ikimzomea. Hajui wamekwenda wapi wenye nyumba. Aliamua kuzunguka nyuma ya nyumba. Hakuona mtu. Baadaye akasogea kando kabisa ya nyumba. Akamkuta mke wa Nahodha analia. Moyo ukampiga. Akili ikasimama kutaka kujua kulikoni! Mwisho akabaini kuwa ameporwa pesa zote alizopata kwenye biashara yake ya mchana kutwa. Vijana wazururaji walikuwa wakipita na kumpora Mtumwa pesa zote. Ikabidi Zaharani aondoke naye hadi nyumbani. Waliporudi walimkuta Nahodha ameshafika. Furaha ikatanda nyusoni mwao. Kisha Nahodha akaelezwa mkasa uliomfika mkewe. Wakabaki kushukuru na kufarijiana.

Kabla hajabadili nguo, Nahodha alimtaka Zaharani akae kitako ili wale chajio chao kabisa. Zaharani hakusita baada ya kuambiwa kuwa kuna habari njema. Alikuwa na kiu ya kutaka kuzijua.

"Kwanza niambie habari za Ulaya., maana naona umechanika! Ulaya haisemi uongo"

"Ah! Wewe hamna kitu, si haba tumekwenda salama na kurudi salama! Nimeshatoa kiu yangu. Kila sehemu dunia hii kuna tafrani zake za maisha. Hoja kutulizana akili ya mtu kwa upande wake kadiri atakavyomjaalia Mungu. Wala usidhani kuwa ndugu zetu waishio Ulaya wote wana raha ya maisha. Watu wanaishi na kubangaiza riziki zao kwenye kazi ngumu sana"

Zaharani alinyamaza kumpa mwanya nahodha alete habari mpya alizozikusudia.

"Barua zenu nilizifikisha"

Baada ya kusema hivyo, Zaharani alikaa vizuri kusikiliza.

"Nilikwenda mwenyewe hadi kwenu. Utashangaa nimekujuaje lakini nimefika. Nikaelekea hadi kwao Tatu, pia nikafika na kumpa mama yake barua. Yaliyoko huko si mchezo. Harusi ya Tatu ilikuwa ya maigizo. Baada ya nyinyi kukimbia harusi haikuahirishwa. Bali kuna mchezo umechezwa baina ya mama yake Tatu na jirani yake, sijui Bi Pili sijui nani... lakini kiufupi, huyu bibi akataka mwanawe afanywe ndiye Tatu. Zote ni tamaa hizo. Mama yake Tatu akaona atafedheheka ikabidi akubali kuficha fedheha, hasa kwa hawa waume. Na kwa vile bwana harusi hamjui vizuri Tatu, wakaamini kuufanya mchezo wao. Mh! Harusi ikafanywa. Sasa hayo yaliyomtokea huyo aliyejivisha utatu ndio usiseme."

Zaharani akalifungua vifungo shati lake. Alihisi upepo haupiti vyema. Kisha akayatoa macho yote kumwelekeza nahodha.

"Mume ni muuza madawa ya kulevya mkubwa. Na sasa wanafanya mpango wa kwenda kumuokoa binti yao wakishirikiana na polisi. Mama yake huyo mwanamke analia tu. Hivi sasa anataka hili limalize salama usalimini ili mwanawe arudi kwao akiwa na amani. Amesikitika sana sana sana. Kwa hiyo rafiki yangu hiyo ndio hali. Tuvumilie kidogo. Nikienda tena, kwa vile karibuni nitakwenda, basi nitakusikilizia ili nijuwe wamefikiwa wapi. Na kama mtego utateguka huu! Hahahaha kaka nitakupeleka wewe na Tatu mbele ya mama yake ukachukuwe mzigo kiulaiini"

Nahodha aliukuna moyo wa Zaharani. Machofu yote yakatoweka. Kama ni meli tungelisema tayari imeshaikaribia bandari. Matumaini mapya kwa Zaharani. Akatamani Tatu awepo pale. Ila yeye alirejea kila mwisho wa wiki.

***

Midumange alitia nia ya shari. Akaamua kuzifanyia kitu kibaya familia mbili zile, ya Tatu na Maua. Asubuhi mapema alituma watu wake kwa lengo la kwenda kijijini kuwaleta watu waliomfanyia hadaa.

Mlango wa nyumba ya Bi Kazija uligongwa. Watu wawili waliojitambulisha kuwa ni polisi waliingia. Walionesha picha ya Maua na kutaka kumjua mama yake. Ikabidi Bi Pili aitwe kwa ajili ya mahojiano. Punde mlango ukagongwa tena. Vijana watatu waliingia ndani na kuwavamia waliokuwemo. Bila ya kujua kuwa waliokuwepo pale ni askari, ikawa ni kuvutana. Askari walitoa silaha zao na kuwaweka wajumbe wa Midumange chini ya ulinzi. Wakawatia pingu na kuondoka nao.

Askari wengine waliingia kwa Midumange kupitia Saidi. Alijifanya kuwapeleka wateja wapya nyumbani kwake. Walijifanya matajiri wakubwa. Wakaingia ndani na kuonana na Midumange uso kwa uso. Bila ya kuchelewa, walimuweka chini ya ulinzi na kuondoka naye. Hakuna aliyenyanyua mguu wake. Waliitii amri ya bosi wao kuwa watulizane wasije wakamsababishia hatari. Naye Maua akachukuliwa na kupelekwa kituoni kwa ajili ya mahojiano.

SURA YA THELATHINI NA TATU

Mwisho wa maji ni tope. Tamaa ya kuendelea kuitikisa dunia kwa majivuno hufika wakati ikapaa angani. Au tuseme huwenda arijojo. Aliowategemea Midumange *walijitia hamnazo*. Aliwatafuta kadiri ya uwezo wake lakini hakuwaona. Si mara ya kwanza dau lake kuzama.

Lakini kila lilipozama lilipatata waokozi. Yakamkuta ya Mfa maji, hakuacha kutapatapa. Ama kweli kikulacho kinguoni mwako. Aliyemuengaenga na kumfanya wa karibu ndiye aliyemgeuka. Aliyemtunuku nyumba na kumfanya mshenga ndiye aliyemletea polisi ndani ya nyumba. Siri za nyumba hii zikamwaika uwanjani kama maji ya mvua. Na maji yakishamwagika hayazoleki.

Alifikishwa kituo cha polisi yeye na mke wake. Kesi iliposikilizwa hapakuwa na utetezi. Ushahidi ulimsimamia usoni. Aliyesimama kidete kuyaweka maovu ya Midumange hadharani ni Saidi. Maua akadai talaka, si haba aliipata. Wale waliokuwa karibu yake wote wakaingia mitini. Na wengine walipatikana na kupandishwa mahakamani.

Saidi aliondoka na Maua hadi kijijini. Aliamua kwenda hadi kwa Bi Pili kumkabidhi mwanawe. Furaha iliyoje kwa mama huyu! Alidhani ameshampoteza mwanawe. Leo amerudi akiwa salama. Mama akampokea mwana kwa furaha iliyochanganyika na kilio. Majonzi na majuto. Muda umeshapotea. Hata hivyo afya ya Maua haikuwa nzuri. Alidhoofika sana mwilini. Ikabidi wampeleke hospitali kwa ajili ya vipimo. Maua alikuwa ni mwathirika wa ukimwi. Kilio chengine kikatanda kwenye familia hii.

Bi Kazija akamkumbuka mwanawe. Yeye ndiye sababu ya kukimbia kwake. Majuto yakamvaa moyoni. Anatamani hata leo hii arudi mtoto wake. Ukurasa mpya wa familia ya Bi Pili ukafunguka.

Moyo uliokinai, ni moyo wa kusifika

Vigumu kuulaghai, vigumu kuhadaika

Kukinai ni hazina, utajiri wa heshima

Tajiri mkubwa sana, aliyekinai vyema

Saidi akawa mgeni wa Bi Pili mchana kutwa. Alikula chakula cha mchana pale pale. Baada ya kumaliza kula, mazungumzo yakachukuwa nafasi yake.

"Sitoacha kukushukuru kwa wema wako. Mungu akulipe heri. Na mimi nimeamua kukutunuku zawadi. Umenifurahisha sana. Maana kwa ulilonifanyia basi nimejifunza mengi sana"

Bi Pili aliendelea kumwaga shukrani zake.

"Ahsante mama yangu, ni wajibu wangu kufanya hivyo. Hata mimi nilikuwa kundi moja na huyu aliyekuwa mkweo. Lakini nimeamua kujivua laana hii na kuvaa vazi jipya. Na sasa mimi ni mpya"

Saidi aliaga na kuondoka. Kila mwezi alikuja kijijini kutembea na kununua nazi kwa jumla kwa ajili ya biashara. Siku nyengine alichukuwa matunda tofauti na kwenda kuyauza mjini. Sasa amekuwa mfanyabiashara mzuri. Ameshafungua genge lake mwenyewe.

Baada ya miezi saba Saidi aliitwa ugeni na Bi Pili. Alikuja na vijana wawili. Hawa walikuwa ni wafanya biashara wenzake. Bi Pili na Maua waliingia ndani na kumuacha Saidi akibaki sebuleni. Walikaa kitambo kidogo, naye Bi Pili akatoka nje. Punde Bi Kazija akaingia ndani na wazee watatu. Mmoja alikuwa mume wake, mwengine alikuwa shekhe wa kijiji pamoja na Baba yake mdogo Maua.

"Saidi hawa wote ni mashuhuda wa zawadi niliyoamua kukutunukia. Naamini hakuna akataaye zawadi. Njoo mara moja."

Saidi na Bi Pili waliitana chemba na kuzungumza. Kisha wote kwa pamoja wakafurahi. Saidi alimsogelea yule shekhe wa kiijiji. Akampa mkono akiwa amelipinda goti lake.

Hotuba ya ndoa ikasomwa. Baadaye ikafuatia *ijaba na kabuli*.

"Umekubali?"

"Nimekubali"

Ndoa ya Saidi na Maua ikawa imeshatimia. Kwa ridhaa zao na kwa ridhaa za wazee wao wameoana. Hivi ndivyo harusi yao ilivyokuwa. Saidi hakuwa na wazee tena. Pia hakudaiwa mahari makubwa.

***

Nahodha hakuacha kuwatembelea wazazi wa Zaharani na Tatu kila alipofunga safari zake za uvuvi. Alifika kwao Tatu na kumuona Bi Kazija. Alizoeleka na kupendwa sana na Bi Kazija. Kauli kubwa ya Bi Kazija ilimtaka Nahodha amnasihi Tatu arudi kwao. Yaliyopita si ndwele, wagange yajayo. Akamtaka ende akirudi nyuma atazame tofauti. Ubovu wa chuma si uzima wa boriti.

Nahodha aliufikisha ujumbe kama alivyoupokea. Tatu na Zaharani wakaufurahia. Kipindi cha likizo kilipofika walirudi kwao. Mara hii walirudi kwa ndege. Bwana Kibopa alikuwa akiwatumia pesa moja kwa moja na kuwafika mikononi mwao.

***

Zaharani alirudi kwao Ndaamba na kumwacha Tatu akiwasili kijijini kwao. Furaha za wazee zilikuwa za aina yake. Jambo la kwanza alilolifanya Zaharani ni kuwaomba radhi wazazi wake. Wakakubali kumsamehe. Sasa Zaharani amebakisha mwaka mmoja kumaliza chuo. Aliipenda sana fani yake ya ufundi-Na aliitumikia.

Bi Kazija alimshukuru Mungu kwa kumleta mwanawe akiwa salama. Akampokea Tatu kwa mikono miwili. Ama kweli, wakati mwengine heri huzaliwa kwenye tumbo la shari. Baada ya siku mbili Zaharani alikuja kwao Tatu. Akaonana na Bi Kazija. Akaomba radhi sana. Akasamehewa. Wakafurahi kwa pamoja.

"Nendeni salama safari yenu muje tuwafanyie harusi. Kamilisheni masomo yenu tuwavishe taji la uharusi", Bi Kazija alisisitiza.

Zaharani na Tatu walisafiri na kurudi kwa ajili ya kumaliza mwaka wao wa mwisho wa masomo

SURA YA THELATHINI NA NNE

Mwaka si kitu ndani ya muda. Kila chenye mwanzo hufuatiwa na mwisho. Matumaini ya kuwa mke na mume yaliurefusha mwaka wakauona karne. Walizihesabu siku kila uchao. "Ya kwanza...Ya pili....Ya kenda....Mwezi wa tatu". Wakatahamaki mwaka wameuzika. Imani yao ilisimama mbele ya vifua vyao na kuwapa ujasiri kuwa hakuna kitakachoizuia ndoa yao isipokuwa kudura ya Mungu. Na hii haipingiki. Kibaya zaidi ni kuwa iko nyuma ya pazia. Mwenye ujuzi nayo ni Muumba pekeye.

Zaharani na Tatu walikamilisha masomo yao. Wakayasubiri matokeo ili waweze kurudi nyumbani kwao. Wakiwa wanayasubiri matokeo walipata taarifa kuwa Profesa Kibopa amesharudi. Zaharani alitaka kulipiza kisasi. Donge lilikuwepo moyoni mwake. Ubaya waliotendewa na mke wa bwana Kibopa haukusahaulika ijapokuwa walimsamehe zamani za kale. Alichotaka kukionesha Zaharani mbele ya macho ya bibi huyu ni kile cha Mungu hamtupi mja wake. Si kisasi cha uasi. Wakaipanga safari mguu mosi mguu pili hadi kwake.

Ilikuwa jioni ya saa kumi. Utadhani jua lina mpango wa kuendelea kuwaka hadi usiku-Haya yengelikuwa maajabu ya *kaumu* fulani. Walihodisha na kusubiri kufunguliwa mlango. Macho yao yakakutana na macho ya mfanyakazi wa nyumba. Alifurahi sana kuziona tena sura alizozijua. Akawapokea mikono miwili. Wakakaribia ndani. Bi Dawa alikuwa ameshughulika kupanga nguo zake. Alipowaona wageni asiowatarajia moyo ulimgonga. Kama aliyepatwa na wasiwasi. Dhana zake hapo awali ni kuwa vijana hawa walirudi makwao baada ya kuwafukuza. Haisahauliki siku aliyowafukuza kama mbwa. Udhalilishaji ulioje huu wa chuki na choyo. Bi Dawa akaanza kujawa na hofu. Mume wake alikuwamo chumbani kwa wakati ule. Bwana Kibopa hakuwahi hata siku moja kumlaumu mke wake kwa kitendo alichokifanya. Alibaki nalo moyoni kama asiyejua kitu.

Uchangamfu wa kuigiza ukatawala usoni mwake. Akawakaribisha. Nao walipita na kuketi. Hawakutaka mazungumzo mengi bali walimuulizia Kibopa. Huyu ndiye aliyewapa hadhi na kuuthamini utu wao. Kama kuna watu ambao kwa wema wao hawakuweza kusahaulika basi ni huyu na Nahodha. Hawa kwao walikuwa wakupigiwa mfano.

Bi Dawa alipata wasiwasi mwingi akiamini kuwa bila shaka matendo yake yatabainika. Hata hivyo hakuwa na uhakika kuwa profesa Kibopa alikuwa anajua chochote au la! Kwani tangu ilipokatishwa misaada iliyokuwa ikienda kwa Zaharani na Tatu kupitia kwake alipata kitendawili kizito. Hadi leo hii hajakitegua. Fikra zake ni kuwa vijana hawa walirudi kwao. Ila cha kushangaza ni kuwa bado wapo.

Mlango wa chumbani ulifunguliwa. Profesa Kibopa akatoka na suruali yake ya kipande iliyoishia kwenye mafuti. Tabasamu ikauvaa uso wake kuwaona vijana wake. Wameshamaliza masomo yao. Aliwalaki kwa shabaha ya pongezi iliyotunga moyoni mwake. Kisha akasalimiana nao na kukaa karibu yao. *Mulahaka* huu ukazidi kuwafariji.

"Mke wangu hebu waandalie chakula kwanza wasomi wangu", Profesa Kibopa akaagiza.

Machungu yakaukanyaga moyo wa Bi Dawa. Ukawa pondeponde. Bi Dawa akamwagiza mfanyakazi wake wa ndani aifanye kazi ile.

"Sikiliza mke wangu! Nimekuagiza wewe lakini, maana hata huyo mfanyakazi nimeshamuona"

Haijawahi kutokea hata siku moja profesa kuwa katika hali ile. Kimtazamo jambo hili ni la fedheha. Mbele ya wageni wake anaagizwa na kutakiwa alitimize agizo kwa mikono yake mwenyewe. Ikabidi aziache nguo zake na kulitimiza agizo la bwana.

Aliandaa chakula na kukiweka mezani. Wakati anataka kupiga hatua mbele kuondoka kwa ajili ya kuendelea na kazi zake aliisikia sauti ya mume wake ikilitaja jina lake. Akageuka.

"Naomba uje tukae na wageni hapa, umesahau kuwa hawa ni wageni wa tunu? Pamoja na shida walizozipata za malimwengu lakini wamemaliza kusoma."

Bi Dawa alijichekesha pasi na kujua la kusema. Ni yeye aliyewasingizia mabaya wakati ule alipoamua kuwafukuza. Mshangao ukamwandama alipoiona hali ya mume wake. Imekuwa ya jejeo lisilo msingi.

Bi Dawa hakutaka kusema jambo lolote kuhusu mambo ya nyuma ambayo aliwahi kumwambia kuhusu vijana hawa. Alibaini kuwa bila ya shaka kuna jambo linaendelea pale.

"Mke wangu, ukweli ukidhihiri uongo hujitenga. Naomba nikuulize. Kwa nini uliwafukuza vijana hawa? Nataka nisikie maneno yale yale uliyosema, uyaseme mbele yao hapa hapa ila kumbuka kuwa mwongo awe na kumbukumbu nzuri"

Bi Dawa akatahayari. Kama si yeye ni nani aliyenasibishwa na sifa ya uongo! Si mwengine bali ni yeye. Aibu juu ya aibu. Mtu mzima haitwi mwongo. Ameshangaa hajui la kusema. Maneno mazito yaliyokuwa yakitiririka kinywani mwa Profesa yaliupasua pande mbili moyo wa Bi Dawa. Yakauchefua na kuujaza tuhuma nzito. Hakusema neno zaidi ya kujiinamia. Kwanini hakuweza kujitetea. Mbona hakuuendeleza uongo kuiweka pazuri nafsi yake. Ama kweli, ukweli ukidhihiri, uongo hujitenga.

"Mke wangu ninayafahamu yote tangu kipindi hicho ulipoyafanya haya. Nilinyamaza kimya nikiamini kuwa kama uhai ungalipo basi ipo siku itadhihirika mbivu na mbovu. Nilitaka nikusomeshe tu. Na sikutaka nifanye siri. Nimefanya mbele ya hawa wahusika kusudi ujuwe. Usirejee tena. Wewe ni msomi hukupaswa kutenda haya"

Baada ya kumaliza kusema haya Bi Dawa alisimama. Akaelekea chumbani kwake. Profesa hakumwita tena bali aliendelea kuzungumza na vijana wake. Walipanga maswala mengi juu ya maisha. Kisha wakapewa nauli za kurudia nyumbani kwao. Mwisho wakaaga na kuondoka. Hii ilikuwa ni safari ya kuiaga Kenya.

Walirudishwa kwa Nahodha. Profesa Kibopa alimtaka dereva wake awapeleke vijana wake. Leo ilikuwa ni siku ya sherehe. Iliandaliwa sherehe ndani ya nyumba ya Nahodha. Vyakula vilisheheni juu ya mkeka. Vinywaji vitamu vya baridi vilitulizana ndani ya majagi vikisubiri wanywaji. Waliagana kwa furaha. Huu ulikuwa udugu wa kweli.

Siku ya safari ilikuwa nzito baina yao. Huzuni ziliinamia nyumba ya Nahodha. Mtumwa hakuacha kulia. Alikumbatiana na Tatu kwa muda wa dakika nzima. Kisha wakaagana na kuondoka. Kweli udugu si kuzaliwa tumbo moja tu, udugu ni kufaana.

***

Taarifa za kurudi kwa mwanawe zilimfika siku mbili kabla. Bi Kazija alipigiwa simu kupitia simu ya jirani yake. Alizungumza na mwanawe na kuambiwa siku ya safari yake. Furaha ilikithiri kumuona tena mwanawe kwa mara nyengine. Siku hizi naye kila siku hwenda hospitali kwa ugonjwa wa shinikizo la damu. Siku moja kabla ya safari ya kurudi kwa mwanawe alikwenda hospitali. Hali yake ilikuwa mbaya sana siku hii. Hivyo alipelekwa hospitali ya mjini. Bi Kazija alitamani atolewe ili akamwone mwanawe kwa mara nyengine. Lakini madaktari walimtaka astahamili kuiangalia hali yake zaidi.

Kitanda alicholazwa Bi Kazija kilikuwa katikati kwenye wodi ya wanawake. Ukutani ilikuwepo runinga kubwa kwa ajili ya wagonjwa. Saa nne mchana joto lilienea kila upande. Bi Kazija alikuwa amelalia ubavu wa kulia. Mkono wake wa kulia ndio alioufanya mto wake. Ameyatuliza macho yake kwenye runinga. Wakati huu ilikuwa ikisomwa taarifa ya habari.

Mara alijikuta akianguka pu! Ikawa ni kuitana kwa madaktari kuja kumshughulikia. Taarifa ya habari ilimshitua. Na hii ilikuwa ndio sababu ya kifo chake. Alipata mshituko mkubwa sana kiasi ambacho moyo wake haukuweza kuhimili.

Moja katika ndege mbili zilizokuwa zikifanya safari yake kutoka Kenya ilianguka na kuwauwa abiria wote waliokuwemo humo. Aliyesalimika ni rubani pekeye. Bi Kazija aliamini kuwa mwanawe hakusalimika kwani naye alikuwa ni mmoja wa abiria waliokuwa wanarudi kwao.

SURA YA THELATHINI NA TANO

Taarifa iliyohusu ajali ya ndege iliwashughulisha wengi. Hizo ndizo habari zilizochukuwa nafasi kubwa kwenye kurasa za mbele za magazeti ya nchi mbili hizi. Waliokuwa na wageni waliowatarajia kwa siku ile, ambao walikuwa wakisafiria ndege, walibaki njia panda. Kwa Bi Kazija haikuwa njia panda. Moja kwa moja dhana yake ikamuua mwanawe. Kifo cha dhana kikasababisha pia kifo chake. Uchungu wa mwana ukamchungulia mzazi.

Ndege yao Zaharani ilituwa salama usalimini. Kila mmoja kati yao alikuwa na hamu ya kuwatia machoni aila yake. Waliona kama hawafiki. Wakatamani gari iruke wafike haraka. Zaharani alimsindikiza Tatu hadi kijijini kwao kabla ya kurudi kwao.

Ndege makundi kwa makundi walizunguka angani. Kama waliokuwa wakiwakaribisha wageni kwa jinsi walivyokuwa wakiwafuata vichwani mwao. Ilikuwa mithili ya kiwingu cha mvua kilichokuwa kikiwasitiri na jua kali lililokuwa likiwaka. Moyo wa Tatu ulikuwa ukidunda sana.

"Zaharani najisikia vibaya sana. Mbona moyo unakwenda mbio hivi", Tatu alimuuliza Zaharani kwa wasiwasi.

Miguu yake ilikuwa mizito kuinuka. Ikabidi ajikongoje hadi nyumbani kwao. Watu wengi walikuwepo nje ya nyumba yao Tatu. Bi Pili alikuwa mtu wa mwanzo kumwona Tatu. Kwa pupa akamsogelea na kumkumbatia. Vilio vilivyozagaa kila upande vikamwambia Tatu kuwa jambo zito limejiri pale.

"Bila ya shaka ni msiba! Ni nani aliyefariki?"

Mawazo ya Tatu yakawa yanazunguka kichwani.

"Tatu mama yako hatunae tena! Tumeshamzika Tatu mama yako…"

Sauti ya kilio cha Bi Pili ikapanda juu hewani. Ikamwambia Tatu kuwa mama yake kipenzi ameshafariki. Tatu alilia sana. Zaharani akaanza kumtuliza. Hali ikazidi kuwa mbaya. Tatu alikuwa kama mwendawazimu. Akawa anaingia kila chumba na kumtafuta mama yake. Ikabidi watu wazima wamtulize. Ikawa ni *patashika*.

Hakuna aliyeweza kukituliza kilio cha Tatu. Hata Zaharani hakuweza kumsogelea Tatu. Alilenga chochote kilichokuwa karibu yake mradi asisogelewe na mtu. Huu ukawa ni ugonjwa tosha. Zaharani hakuweza kuyazuia machozi yake. Alilia sana hadi kwiki zikasikika waziwazi.

Bwana Magogo na mkewe, Bi Shumbana walikuwepo msibani. Mtu pekeye aliyeweza kumsogelea Tatu bila ya kudhuriwa alikuwa Bi Shumbana. Huyu alikuwa kama mama yake kwani alimlea Tatu tangu utotoni mwake. Alimchukuwa mara tu baada ya kufa baba yake.

Tatu alijikuta akimkumbatia bibi huyu. Kisha Bi Shumbana akaanza kusema kwa sauti ya chini kumtuliza Tatu.

"Mwanangu tulizana akili yako. Najua unampenda sana mama yako. Lakini kumbuka kuwa Mwenyezi Mungu amemuhitaji baada ya siku zake alizoandikiwa kuishi kumalizika. Kila nafsi itaonja mauti mwanangu. Tushukuru kwa yaliyotufika. Pia mwanangu yatupasa tuwe na uvumilivu"

Maneno haya yalizidi kuutonesha moyo wa Tatu. Akataka apelekwe lilipo kaburi la mama yake. Bwana Magogo na Bi Shumbana wakamwongoza hadi lilipokuwepo kaburi. Lilikuwepo mita mia tatu kutoka kwenye nyumba yao. Miguu ya Tatu ilibogojoka hadi chini. Akajikuta analala juu ya kaburi. Analia na kupiga miguu chini kwa nguvu. Bwana Magogo alimkamata mkono lakini hakuweza kumnyanyua.

"Mume wangu, mwache kwanza apunguze machungu yake", Bi Shumbana akanasihi.

Walikaa kwa muda wa robo saa bado Tatu alikuwa amelala kaburini. Kisha alikaa kitako na kusema maneno chini kwa chini peke yake. Bi Shumbana akasogea karibu yake. Alikisikia kilichosemwa lakini hakufahamu hata kitu kimoja. Katika hali ile ya utako alikaa kwa muda wa dakika zisizopungua thelathini. Wakawa hawaisikii tena sauti iliyokuwa ikitoka kinywani mwa Tatu. Ametulia tuli ardhini. Punde Zaharani naye akafika eneo lile. Mzee Magogo akamshauri Bi Shumbana asogee alau amtikise. Akalifuata agizo la mume wake.

Mkono wa Bi Shumbana ukalikamata bega la Tatu na kulitingisha. Alivyolisukuma ndivyo ulivyofuata mwili. Ukajisukuma na kujiachia ardhini upande wa pili. Bi Shumbana akamwomba mume wake asogee waje wamtazame mwana wao. Kumbe Tatu naye alikuwa hayupo tena chini ya ulimwengu huu wa jua. Kimebaki kiwiliwili tu, roho imemfuata mama yake.

MWISHO

SHEREHE

Kususuma	Kwenda sehemu pasi na malengo, kuzurura, kwenda sehemu usiyoijua kwa uhakika
Nyekenyeke	Unyevuunyevu, kurowana
Kiungauzi	Tope zinazozamisha / zinazochopeza - Mara nyingi huwepo maeneo ya chemchem na mito
Kuchichipaa	Kukakamaa, kusimama kwa ukakamavu
Azma	Dhamiri, lengo, makusudio
Ushupavu	Ujasiri, uthubutu
Kadhia	Kero
Bila kinyongo	Bila pingamizi, bila ya usumbufu
Kubangaiza	Kufanya kazi isiyo na uhakika wa kipato
Maanani	Akilini, mazingationi
Kuvurumisha	Kulenga pasi na hadhari
Kimombo	Lugha ya Kiingereza (kwa lugha ya vijana)
Kusaili	Kuuliza

Shehia	Eneo lililokusanya vitongoji kadhaa
Sheha	Kiongozi wa shehia
Bahari ya luja	Msongo wa mawazo kufikiria jambo la kufikirika tu
Kuchagiza	Kushika kasi,kupamba moto
Ukakasi	Ladha iliyochanganyika na ukali
Kunoga	Kukolea
Kufakamia	Kula kwa pupa
Hamasa	Ari
Kututumuka	Kufura, kunenepa, kuvimba
Kutia fora	Kuzidi, kupitiliza
Kishada	Hutengenezwa kwa mifuko ya plastiki pamoja na mijiti, pia hufungwa kamba ndefu na kurushwa angani, huelea huko hadi mwisho wa kamba.
Kusababi	Kuuliza
Tetesi	Habari zisizo za uhakika
Chambilecho	Hutumika kushabihisha maelezo ya watu fulani/kama wasemavyo....

Kukimwa	Kugoma kufanya jambo (kijeuri), kukataa na kususia jambo
Kuhanikiza	Kutanda na kuenea/kusambaa
Kuda	Nongwa
Porojo	Maneno yasiyo mpangilio na maana.
Kuhamanika	Kushughulika
Kuambulia	Kuishia katika hali fulani katika jambo, kujaaliwa kupata kitu Fulani bila kutarajia
Kupura	Kulenga bakora au mawe, kupopoa
Kuchapa	Kupiga bakora
Kufyekuza	Kusogeza kwa haraka, kuweka kitu pembeni
Kujihumuza	Kujibabaisha
Ajizi	Uzito, uzorotaji
Roho jitini	Kuwa na wasiwasi
Ngeni	Kitu kigeni masikioni au machoni mwa mtu .
Wavyele	Wazee, wazazi

Kucherengeka	Kukatikakatika vipande vipande kwa kutumia kitu kikali
Kujiparatisha	Kujipendekeza
Kupwita	Kudunda
Faragha	Kando, sehemu ya upweke, -enye usiri
Ilhamu	Mawazo,ndoto
Kukirihishwa	Kukerwa
Kuhajiri	Kuhama
Mburunzi	Ni mdudu mdogo mwenye mbawa, hujenga sana viambazani au kwenye mbao kwa kutumia udongo
Machakacha	Makaratasi na majani makavu yaliyofungwa pamoja
Ngeli	Lugha ya Kiingereza (kwa lugha ya vijana)
Kigwasu	Mbahili
Kustahabu	Kupenda,kupendelea
Kutangamana	Kuungana
Bukheri	Vyema
Kustakimu	Kutulizana
Kushitadi	Kuzidi

Tepwetepwe	-enye ulegevu, isio imara
Mikongojo	Fimbo/bakora za kusaidia mwendo kwa wazee wasioweza kutembea vizuri
Vibiongo	Hali ya kupinda mgongo na kuinama kidogo
Pishapisha	Kwenda na kurudi kwa watu
Mjuba	Mjeuri
Kubwaga ubavu	Kulala
Kuacha maji	Kuzidi, kupamba moto
Bolingo	Mfungo wa nywele mfano wa shungu la nywele kisogoni
Kisirani	Kufanya tabu
Shoga	Rafiki (mwanamke kwa mwanamke)
Doro	(Kujisikia) upweke
Kwa uvumba na udi	Kwa kila namna, kwa njia zote
Kudamirisha	Kuangamiza, kuharibu
Malimwengu	Mashaka ya kidunia

Sabahal-kheri	Habari za asubuhi (Maamkizi yenye asili ya kiarabu)
Pesa mbili	Thamani ndogo,pesa yenye thamani ndogo
Mshitiri	Mnunuzi
Mchagoni	Sehemu ya kulalia upande wa kichwani
Unyambi	Mambo yaliyo nje na maadili, vituko
Gatigati	Kukosa uhakika, wasiwasi
Kumbo	Shindo la msukumo
Kufaliwa	Kunufaishwa
Kujitia hamnazo	Kujitia pumbao
Rubega	Vazi linalokatiza begani
Ushushushu	Upelelezi
Kudumba	Kuitoa siri
Kusabilia	Kujitolea kwa jambo fulani
Virago	Mizigo
Kutia pafuni	Kutia moyoni, kuwa karibu sana na mtu au kitu
Magharibi ya roho	Wasiwasi, matatizo
Vyereje!	Tokea lini!
Utesi	Mateso

Purukushani	Mashughuliko
Arijojo	Potelea mbali
Kustafidi	Kunufaika
Kubweteka	Kujisahau, kupuuza
Nataka-sitaki	Kigeugeu,kutokuwa na msimamo
Gingingi	Eneo linalosadikika kuwa ni kambi ya wachawi
Kelbu	Mbwa (asili ya neno la Kiarabu)
Kufurusha	Kufukuza
Kututumua	Kutoa nguvu zote kwenye kazi Fulani, kufanya kazi kwa ari na hamasa
Mwandamo	Kalenda inayofuata mzunguko wa mwezi hususa kwa waislaam
Kuungulika	Kuumia ndani kwa ndani,kunun'gunika chini kwa chini
Mma	Maji (lugha ya kitoto)
Maharumu	Mtu usiyeruhusika kumwoa/asiyeruhusika kukuoa kisheria
Kumangamanga	Kuzurura

Uharamuni	Sehemu iliyojaa matatizo ya mmong'onyoko wa maadili
Rubamba	Shetani wa kichawi
Ruhani	Shetani wa kijini
Swafaa na Marwa	Maeneo yaliyopo Mji wa Makka – Waislamu hutembea (kwenda na kurudi) mara saba katika ibada ya hija
Mishemishe	Shughuli (lugha ya vijana)
Kudamadama	Kunyatianyatia
Kuanjaza	Kutawanya
Mtondogoo	Mtiririko
Munkari	Hasira
Chupuchupu	Nusura
Kujitia hamnazo	Kutojali, kupuuza, kujipumbaza
Ijaba	Maneno yatamkwayo na (walii) mwozeshaji kumuuliza bwanaharusi
Kabuli	Majibu ya bwanaharusi kwa ile ijaba
Kaumu	Umma, wanajamii
Mulahaka	Makutano

DL$_2$A – Buluu Publishing,
66, avenue des Champs-Élysées,
75008 PARIS,
FRANCE.

9,90€

Dépôt légal mars 2017

ISBN-13: 978-1539514374

ISBN-10: 1539514374

Made in the USA
Las Vegas, NV
09 December 2023

82448045R00193